எல்லா நாளும் கார்த்திகை

பவாசெல்லதுரை

வம்சி

எல்லா நாளும் கார்த்திகை:		கட்டுரைகள்
ஆசிரியர்	:	பவாசெல்லதுரை
	:	© ஆசிரியருக்கு
முதற்பதிப்பு	:	டிசம்பர் 2011
நான்காம் பதிப்பு	:	ஆகஸ்ட் 2022
அட்டை வடிவமைப்பு	:	அபுல்கலாம் ஆசாத்
வெளியீடு	:	வம்சி புக்ஸ்
		19.டி.எம்.சாரோன்,
		திருவண்ணாமலை.
		செல்:9444867023, 04175-251468
அச்சாக்கம்	:	மணி ஆப்செட், சென்னை - 600 077
விலை	:	₹ 225/-
ISBN	:	978-93-80545-64-6

Ella nalum karthigai	:	Essays
Author	:	Bavachelladurai
	:	© Author
First Edition	:	December 2011
Fourth Edition	:	August 2022
Wrapper Design	:	Abul Kalam Azad
Published by	:	Vamsi books
		19.D.M.Saron,
		Tiruvannamalai-606 601
		9444867023, 04175-251468
Printed at	:	Mani Offset, Chennai-600 077
	:	₹ 225/-
ISBN	:	978-93-80545-64-6

www. vamsibooks.com - E.Mail. vamsibooks@yahoo.com

இழந்த நட்பின் வெற்றிடத்தை
தன் அன்பால் நிறைத்துக் கொண்ட
எஸ்.கே.பி. கருணாவுக்கு

உள்ளடக்கம்

ஒரு வாசகரிடமிருந்து	07
நாடோடியின் பாடல்	12
இனி நான் விலகிக் கொள்கிறேன்	18

1. புலியின் உடல்வரி...
   பாலுமகேந்திரா 21

2. காற்றில் அணையாத கானகத் தீ
   ஜெயகாந்தன் 27

3. வசீகரத்தில் தொலைந்து போகாத ஆன்மா
   மம்முட்டி 35

4. இழப்பதற்கும் அடைவதற்கும் ஏதுமற்ற கலைஞன்
   பிரபஞ்சன் 44

5. கடவுளின் பூமியிலிருந்து ஒரு கலகக் குரல்
   பால் சக்காரியா 50

6. பூக்களில் காய்ப்பூவாக
   கந்தர்வன் 58

7. ஒரு வழிப்போக்கனின் எளிய பாடல்
    லெனின் 65

8. கல்வராயன் மலையிலிருந்து இறங்கி வந்த கல்குதிரை
    கோணங்கி 72

9. தடுப்பணையற்ற காட்டாறு
    பாலச்சந்திரன் சுள்ளிக்காடு 79

10. மொழியின் பலிபீடம்
    சுந்தர ராமசாமி 88

11. திரும்புதலும் வெளியேறுதலுமாய்
    கைலாஷ் சிவன் 100

12. தமிழ் வாழ்வின் உணர்வுக் குறியீடு
    பாரதிராஜா 109

13. முலைப்பால் தீர்த்தம்
    கிரீஷ் ஃபேலன் 117

14. நதி நீரில் மிதக்கும் புல்லாங்குழல்
    ச.தமிழ்ச்செல்வன் 124

15. ஒப்பனையற்ற முகம்
    நாசர் 133

16. தக்கையின்மீது பதியாத கண்கள்
    சா. கந்தசாமி 141

17. சொடக்கில் கலைந்த மிகு கொண்டாட்டம்
   ராஜவேல்.. 148

18. இருள் என்பது குறைந்த ஒளி
   பி.சி.ஸ்ரீராம்.. 156

19. வரைய முடியாத சித்திரம்
   திலகவதி ஐ.பி.எஸ்.................................. 163

20. தவறவிடாமையின் பெருமிதம்
   வைட் ஆங்கிள் ரவிஷங்கர்........................ 170

21. அன்பின் வன்முறையாளன்
   பாலா... 178

22. அள்ளிக் குடிக்க ஒரு கை தாமிரபரணி தண்ணீர்
   வண்ணநிலவன்....................................... 187

23. ஸ்பானியச் சிறகுகளும் வீரவாளும்
   எஸ். ராமகிருஷ்ணன்............................... 194

24. ஒளியின் குழந்தை
   மிஷ்கின்.. 201

ஒரு வாசகரிடமிருந்து...

பவா எழுதியிருக்கும் அவரோடு பழகிய, அவர் அறிந்த மனிதர்கள் பற்றிய இந்தச் சொற்சித்திரத்திற்கு என்னை ஏன் முன்னுரை எழுதக் கேட்டுக் கொண்டார் என்று எனக்குப் புரியவில்லை. சிறு பத்திரிகைச் சூழலில் சில நண்பர்களால் மட்டுமே அறியபட்டவன் நான். இந்த ஒரு தகுதி தவிர வேறு காரணம் ஏதும் எனக்கிருக்க முடியாது.

பவாவை அறிவதற்கு முன் தோழர் ஷைலஜா அவர்களின் 'சிதம்பர நினைவுகள்' மலையாளத்திலிருந்து தமிழில் வெளிவந்த போது நான் அவர்களைப் பற்றி விசாரிக்க ஆரம்பித்தேன். எனது மகன் விஜி மூலம் பவாவையும், தோழர் ஷைலஜாவையும் தொடர்பு கொண்டேன். காலப்போக்கில் நான் அறிந்து கொண்டது பவா இடதுசாரி, த.மு.எ.ச பொறுப்பில் இருப்பவர், மற்றும் களப்பணி, கலை இலக்கியம் சம்மந்தமாக நிகழ்ச்சிகளைத் திருவண்ணாமலையில் நடத்திக் கொண்டிருப்பவர், இலக்கிய நண்பர்களோடு தொடர்பு கொண்டிருப்பவர் என்பது மட்டும்தான். 2008 ஆம் ஆண்டு சேலம் பாலம் புத்தகக் கடையில் பவாவின் 'நட்சத்திரங்கள் ஒளிந்து கொள்ளும் கருவறை' சிறுகதைத் தொகுப்பைப் படித்துவிட்டு அவரோடு தொடர்பு கொண்டு எனது பாராட்டுதலைத் தெரிவித்தேன். புத்தகம் வந்து ஒரு வாரத்திற்குள் என் விமர்சனத்தைப் பகிர்ந்து கொண்டதற்கு மகிழ்ச்சி அடைந்தார்.

அதற்குப் பிறகு நான் அடிக்கடி திருவண்ணாமலையில் அவரைச் சந்திக்கும் போதெல்லாம் இடதுசாரிகளில் தமிழ்ச்செல்வனைப் போல் உங்களிடம் இலக்கியத் தன்மையோடு எழுதும் ஆற்றல் உள்ளது. உங்கள் எழுத்துப் பணியைத் தொடருங்கள் என்று கூறுவதுண்டு.

2010-ல் நான் பவாவின் ‘19.டி.எம். சாரோனிலிருந்து’ புத்தகத்தைப் படிக்க ஆரம்பித்த அன்று எனக்குத் தூக்கம் போய்விட்டது. புத்தகத்தை முழுவதுமாக படித்து முடிக்க இரவு 10.30 மணி கடந்து விட்டது. இதற்கு மத்தியில் பவாவை இரவு 7 மணிக்கு தொடர்பு கொண்டு நான் புத்தகத்தை முழுவதுமாக படித்து முடிக்க இரவு 10 மணிக்கு மேல் ஆகும். அதுவரை விழித்திருக்கவும் என்று கேட்டுக் கொண்டேன். அவரும் ஒப்புக்கொண்டார்.

நான் சிறு வயது முதல் இடதுசாரி மனப்பான்மையோடு வளர்ந்தவன். அதனால் யோகிராம் சூரத்குமார் பற்றி அவர் எழுதியிருந்த 5 கட்டுரைகளை முதலில் படித்து முடித்தேன். மீண்டும் பவாவை இரவு 10.30 மணிக்கு தொடர்பு கொண்டு பேசினேன். பவா இடதுசாரியாக இருந்தும் எங்கே யோகிராம் சூரத்குமார் முகத்தில் ஒளியைக் கண்டேன் என்று எழுதி விடுவாரோ என்கிற மனப் பதைப்போடு படித்தேன். ஆனால் பவாவின் எழுத்து என்னை ஏமாற்றவில்லை.

ஐந்தாவது சந்திப்பில் தன் மகனை இழந்த சோகத்துக்கு ஏதாகிலும் ஆறுதல் கிடைக்குமா என்கிற எண்ணத்தோடு பவா தோழர் ஷைலாஜாவை அழைத்துப்போய் யோகிராம் சூரத்குமாரைச் சந்திக்கிறார்.

இனி பவாவே எழுதுகிறார்.

ஒரு இலக்கிய நிகழ்வின்போது எங்கள் ஒரே மகன் சிபி எங்கள் கைகளை உதறிவிட்டு எங்கோ ஓடி நிரந்தரமாக ஒளிந்து கொண்டான்.

அவன் கிடைக்கப் போவதில்லையென அறிந்தும் அவனைத் தேடி நானும் ஷைலஜாவும் அலைந்து கொண்டிருந்தபோது சூரத்குமாரின் இப்பெரு மண்டபத்தில் அவனைக் கண்டுபிடித்து விடமுடியும் என நம்பி ஒரு நாள் இரவு அங்கு போனோம்.

நாங்கள் இருவரும் உள்ளே அழைத்துச் செல்லப்பட்டோம். சில நொடிகளில் சூரத்குமார் அங்கு வந்தமர்ந்தார். நீண்ட நேரம் நீடித்த மௌனத்தை உடைத்து ஷைலஜாவைப் பார்த்துக் கேட்டார்.

“என்னம்மா வேணும் உனக்கு?”

“என்ன அம்மான்னு கூப்பிட யாருமில்லை, எம்பையன் மறுபடியும் வேணும் சாமி ”

மீண்டும் மௌனம். ஆனால் இது உடன் உடைந்தது.

“உன் பையன் எங்கேயும் போகவில்லை. A Son will come to call you amma. Don’t worry. My father will bless you my Child.”

எதுவும் நடக்கவில்லை.

ஒரு மணி நேரத்திற்கு முன் இருந்த அதே மனநிலையில் திரும்பினோம். ஒரு தைரியம் வேண்டி ஷைலஜாவின் கரங்களைப் பற்றியிருந்தேன். அவ்வளாகத்தை விட்டகன்று வெகுதூரம் வந்து விட்ட பிறகும் நீடித்த மௌனத்தைக் கலைக்கக் கேட்டேன்.

“எண்ண ஷைலஜா, சூரத்குமாரைச் சந்தித்தது உனக்கு ஆறுதலளித்ததா?”

“என் சிபி மீண்டும் வரும்வரை எந்த ஆறுதலும் ரத்தம் கசியும் என் மனதின் விளிம்பைக் கூடத் தொட முடியாது பவா”

மேற்கண்ட எல்லாம் பவாவால் பதிவு செய்யப்பட்டது. மகான்களைத் தேடி மன அமைதி பெறத் துடிக்கும் ஒவ்வொருவரும் படிக்க வேண்டிய அத்தியாயம் இது.

“19.டி.எம் சாரோனிலிருந்து” இவை மட்டும்தான் என யாரும் எண்ண வேண்டாம். சந்தானராஜ், துக்கத்தின் தேவதை லட்சுமி, அப்பா, இப்படி மறக்க முடியாத மனிதர்களை நம் கண்முன்னே காண்பிக்கிறார்.

மீடியா வாய்ஸ் வார இதழில், தான் அறிந்த பிரபலங்கள் பற்றியும் பிரபலங்களல்லாத தன்னோடு ஆத்மார்த்த நட்பு கொண்ட நாம் முகமறியா நண்பர்களைப் பற்றியும் வாரம் ஒருமுறை 3 பக்க அளவில் எழுதப் போவதாக அப்போது சில பெயர்களையும் சொன்னார்.

எழுபதுகளில் நா.பார்த்தசாரதியின் தீபம் இலக்கியப் பத்திரிக்கையில் “முழுமையைத் தேடும் முழுமை அற்ற புள்ளிகள்” என்கிற தலைப்பில் ஒவ்வொரு மாதமும் ஒரு படைப்பாளி பற்றி நண்பர் குறிஞ்சிவேலன் மலையாளத்திலிருந்து தமிழில் மொழிபெயர்த்தது வரும். அந்தப் படைப்பாளிகளின் பலம்,

பலவீனம், அவர்களின் படைப்பு பற்றி விமர்சனம் என இன்று 50 வயதைத் தாண்டிய தீபம் வாசகர்கள் யாரும் மறந்திருக்க முடியாது.

முழுமையைத் தேடும் முழுமையற்ற புள்ளிகள் தமிழில் புத்தகமாகவும் வந்தது.

பிறகு தமிழில் ஏன் இப்படியெல்லாம் எழுத முடியவில்லை என்று யோசிப்பதுண்டு. பஷீர், தகழி பற்றிய படைப்புகள் மட்டுமின்றி அவர்களின் தனிப்பட்ட வாழ்க்கை பற்றிக் கூடத் தமிழ் வாசகனுக்குத் தெரிந்திருக்கும்.

தமிழில் படைப்பாளிகளைப் பற்றி வந்துள்ள சில குறிப்பிட்ட புத்தகங்களை குறிப்பிடுவது அவசியம். அவற்றில் சில:

க.நா.சு. குங்குமம் வார இதழில் எழுதி மணிவாசகர் பதிப்பகம் வெளியிட்ட "இலக்கியச் சாதனையாளர்கள்" (மொத்தம் 45 பேர்)

ந.முருகேசபாண்டியனின் "எனது இலக்கிய நண்பர்கள்"

சு.ரா.வின் நினைவோடை குறிப்பாக ஜீவா, பிரமிள், கிருஷ்ணன் நம்பி, க.நா.சு இதில் சு.ராவின் நினைவோடு விரிவான தகவலோடு எழுதப் பட்டுள்ளது.

எஸ். வையாபுரி பிள்ளை, பாரதி, மற்றும் திரு.வி.க. பற்றிய தமிழ் சுடர் மணிகள் புத்தகம்

வெ.சாமிநாத சர்மா எழுதிய எழுத்தாளர்கள் பற்றிய புத்தகம்.

பவா நாம் அறிந்த பிரபலங்கள் பலரைப் பற்றியும், நாமறியாத அவரைப் பாதித்த சில நண்பர்கள் பற்றியும் எழுதியிருக்கிறார். அவர் எழுதியிருப்பவர்களைப் பற்றி மீண்டும் நான் எழுதி நினைவுபடுத்த விரும்பவில்லை. நீங்கள் ஒவ்வொருவரும் படிக்கவேண்டும்.

ஜெயகாந்தன், பாரதிராஜா, தமிழ்ச்செல்வன், நாசர், வண்ணநிலவன் பற்றிக் குறிப்பிட்டு சொல்லவேண்டும். குறிப்பாக ஜெயகாந்தன், சக்காரியா பற்றி நேர்மையான விமர்சனத்தை எழுதிய பவா இன்னும் சில நண்பர்கள் பற்றி சாதகமானவற்றையே பதிவு செய்திருக்கிறார்

ஓரிடத்தில் அசோகமித்திரன், சுரா, ஜி. நாகராஜன் போன்ற படைப்பாளிகளின் படைப்புகள் போல் ஜெயகாந்தன் என்னை ஆகர்ஷிக்கவில்லை என்று எழுதுகிறார். நானும் அப்படித்தான் நினைத்துக் கொண்டிருந்தேன். ஜெயகாந்தன் சிறுகதைகள் மற்றும் நாவல்களை மறந்துவிடுங்கள்.

அவர் எழுதியுள்ள 35 குறுநாவல்களில் 15 குறுநாவல்கள் காலத்தால் அழியாதது மட்டுமல்ல இன்னும் சில ஆண்டுகளில் ஜெயகாந்தன் இந்த குறுநாவலுக்காகவும் பேசப்படுவார் நானறிந்தவரை மறைந்த நண்பர் தஞ்சை ப்ரகாஷிடம் நெருங்கிப் பழகாத எழுத்தாளர்களே இல்லையென்று சொல்லிவிட முடியும். நா. பிச்சமூர்த்தி முதல் இன்றைய ஜாகீர் ராஜா வரை அவர் நெருங்கிப் பழகியிருக்கிறார். பிரபஞ்சனையும், வண்ணநிலவனையும் கேட்டுப்பாருங்கள். ப்ரகாஷ் எழுத்தாளர்களோடு பழகிய அனுபவங்களைத் தொகுத்து எழுதியிருந்தால் ஒரு பொக்கிஷமாக அது இருந்திருக்கும்.

தஞ்சை ப்ரகாசுக்கு அடுத்து நானறிந்தவரை சமகால எழுத்தாளர்கள், பிரதிபலன் பாராமல் உழைத்த இடதுசாரி தோழர்கள், இவர்களைப் பற்றியும் உடனடியாக இல்லாவிட்டாலும் இரண்டொரு ஆண்டுகளில் பவா எழுதவேண்டும்.

என்றும் அன்புடன்
பா. லிங்கம்
வேலூர்.

நாடோடியின் பாடல்...

"நான் மீடியாவாய்ஸ்ல எழுதிட்டிருந்த தொடர நிறுத்திட்டேன் அய்யனார்"

"ஏன் பவா?"

"எழுதணுமேன்னு கமிட்மென்டோட எழுதப் பிடிக்கல. மறுபடியும் எப்ப தோணுதோ அப்ப எழுதிக்கலாம்"

இதுதான் பவா. தன்னை ஒருபோதும் எழுத்தைச் செய்பவனாக மாற்றிக் கொள்ள விரும்பாத கலைஞன். எந்த ஒன்றிலும் ஆத்மார்த்தமாக மட்டுமே ஈடுபடவிரும்பும் எளிய மனம்தான் பவாவினுடையது. ஏன் அதிகம் எழுதுவதில்லை? என்கிற வழக்கமான நுண்ணுணர்வற்ற கேள்விக்கு பவாவின் பதில் மிகவும் சுவாரசியமானது. நான் ஏன் எழுதவேண்டும்?

ஆனால் ஒன்றை மட்டும் எல்லோரும் ஒத்துக் கொள்ளத்தான் வேண்டும். எழுதும் காலம்தான் எழுத்தாளருக்கு மிகவும் கொண்டாட்டமானது. அதிலும் எழுத்தைப் பிறருக்காகச் செய்யாமல் ஆழ்ந்த நேசத்தோடும் தனக்கே தனக்கான நெகிழ்வோடும் எழுதுபவர்களுக்கு எழுதும் காலத்தின் மகிழ்வை எளிதில் வார்த்தைகளால் சொல்லிவிட முடியாது. பவா இந்தத் தொடரை எழுத ஆரம்பித்த நாளிலிருந்து முடிக்கும்வரை எழுத்தின் வசீகரப் பிடிக்குத் தன்னைத் தந்திருந்தார். இதை நேரில் பார்த்தும், கட்டுரைகளின் சில பகுதிகளைப் படிக்கும்போதும் உணர்ந்து கொண்டேன். இது கலைஞர்களுக்கே உரித்தான சந்தோஷம். காலையில் எழுந்து கழிவறை செல்வதுபோல எழுத்தைப் பாவிப்பவர்களுக்கு, எழுத்துப் போலிகளுக்கு, எழுத்தைப்

பண்டமாய் மாற்றுபவர்களுக்கு வாழ்வில் ஒருபோதும் கிட்டிடாத உண்மையின் தரிசனம். பவா அந்த தரிசனத்தின் உச்சத்திற்கு தன்னைத் தந்துவிட்டிருந்தார்.

பவாவின் எழுத்தை விமர்சகச் சட்டத்திற்குள் வைத்துக் கூறுபோட்டு இது இந்தவகை என நிறுவுவதில் எனக்கு விருப்பமில்லை. தேசங்களற்ற நாடோடியின் பாடல் எந்த ராகத்தில் இருந்தால்தான் என்ன? என்ன மொழியில் இருந்தால்தான் என்ன? அந்தக் குரலின் வசீகரம் அல்லவா நம்மை அடித்துப் போடுகிறது! அந்தக் குரலின் எளிமையல்லவா நம்மை அசைத்துப் பார்க்கிறது! அடிவயிற்றிலிருந்து பீறிட்டெழும் அந்த சாரீரமல்லவா நம்மை கரைய வைக்கிறது! பவா வின் எழுத்து அத்தகையதுதான். பவாவின் எழுத்தை நாடோடியின் பாடலுக்கு நிகராகத்தான் பார்க்கிறேன்.

இந்தத் தொகுப்பில் தமிழின் பல பிரபலங்கள் குறித்த பகிர்வு இருக்கிறது. சமூகத்தால் அடையாளங் காணப்பபட்ட பிரபல கலைஞர்களிலிருந்து பிரபலமல்லாத கலைஞர்கள் வரைக்குமாய் ஏராளமான மனிதர்களைப் பற்றிய முழுமையான பார்வை இருக்கிறது ஆனால் அவர்களை வெற்றி தோல்வி எனப் பிரித்துப் பார்க்காமல், இருமையில் நிறுத்தாமல் கலைஞர்களாய் மட்டுமே அடையாளங் கண்டு பதிவு செய்திருப்பதுதான் இத்தொகுப்பின் மிகச் சிறந்த அம்சம். பவா மனிதர்களை அப்படித்தான் பார்க்கிறார். ஒரு சாமான்யனின் மனம் பவாவின் எழுத்து முழுவதும் தொடர்ந்து இயங்கியபடியே இருக்கிறது.

பவாவின் எழுத்து வாசிப்பவர்களைத் தடுமாற வைக்கிறது. சதா மூளையின் கட்டுப்பாட்டிலிருக்கும் மனதை சற்றே இடம்பெயர வைக்கிறது. எழுத்தின் வழியே பவா காட்சிப்படுத்தும் உலகில் தன்னை மொத்தமாய் தொலைப்பதும் எல்லா மனங்களுக்கும் நிகழ்வதுதான். இலக்கியம், திரைப்படம், ஓவியம், புகைப்படம் என எல்லாத் துறைகளிலும் மிளிர்ந்த/மிளிரும் கலைஞர்களுடனான தன் அனுபவத்தை சாதாரணனின் பார்வையில் பதிவு செய்திருக்கிறார். எல்லோராலும் அறியப்பட்டவர்களின் இன்னுமொரு அறியாதப் பக்கம் பவாவின் எழுத்து வழியே, வாழ்வு வழியே பதிவாகியிருக்கிறது.

"எந்த மனித மனமும் தட்டையானதல்ல. அது முரண்பாடுகளால் ஆனது. எந்த மனிதனையும் முழுக்கப் புரிந்து கொண்ட சகமனிதனோ, உறவுகளோ நிச்சயம் இல்லை"

இப்படி ஒரு எழுத்தை எதிரிகளற்ற, துவேஷங்களற்ற, போட்டிகளற்ற, பவா மட்டும்தான் எழுத முடியும். மேலும் அவர் கண் வழியாய் நாம் காணும் சித்திரங்கள் அபூர்வமானவை. பிரபஞ்சன் குறித்த கட்டுரையில் பவா எழுதியிருந்த வரிகள் என்னைத் தூங்கவிடாமல் அலைக்கழித்தன.

"இப்பூமிப் பரப்பெங்கும் உண்மையான கலைஞர்களின் குரல்கள், லௌகீக வாழ்வின் முன் இப்படித்தான் உள்ளடங்கிபோய்விடுகிறது. மூன்றாந்தர மனிதர்களின் வெற்றிப் பெருமிதத்திற்கு முன் ஒரு படைப்பாளி ஒடுங்கிப் போவது இந்தப் புள்ளியில்தான்"

"ஒரே மனிதன் ஒட்டுமொத்த மானுட பசிக்கான துயரத்தைப் பாடிக்கொண்டே தன் சொந்த பசிக்காகவும் ரொட்டிகளை தேடவேண்டியிருந்தது"

எழுத்தை மட்டுமே தொழிலாகக் கொண்டு 'பிழைக்க' வழி தெரியாத ஒட்டுமொத்த எழுத்தாளர்களுக்கான ஆறுதலாகவும் இவ்வரிகள் இருந்தன.

படைப்பாளிகளுக்கு தர வேண்டிய முக்கியத்துவத்தை படைப்பாளிகளுக்கு இருக்க வேண்டிய கர்வத்தை ஜெயகாந்தனின் கட்டுரை வழியாய் ஒரு சம்பவத்தின் மூலமாய் பவா நினைவு கூர்கிறார்.

"இன்னொரு நாற்காலி ஜெ.கே.வின் நெருங்கிய நண்பரும், அப்போதைய பாண்டிச்சேரி சபாநாயகருமான கண்ணனுக்கு.

மேடையில் நின்று ஒரு நாற்காலியை எடுக்கச் சொல்கிறார். கண்ணனைப்பார்த்து, பார்வையாளர்கள் மத்தியில் இருந்த ஒரு இருக்கையைக் காட்டுகிறார். கண்ணன் எவ்வித தயக்கமும் இன்றி அதை நோக்கி போகிறார்."

இந்த வரிகளைப் படிக்கும்போது மேலிட்ட கர்வம் ஒரு படைப்பாளிக்கே உரியது.

சமீபத்தில் இறந்து போன தன்னுடைய நண்பன் ராஜவேலின் மரணத்தை பவாவின் வார்த்தைகளில் காட்சியாய் காணும்போது துக்கம் மேலிட்டது. தன்னுடைய நண்பன் இறந்து போன துக்கத்தை தாங்க முடியாது வார்த்தைகளில் கொட்டித் தீர்ப்பது என்பது வேறு. ஆனால் பவா தன் நண்பனின் மரணத்தில் அவன் தந்தையின் துக்கத்தைப் பார்த்து பரிதவிக்கிறார். மகனை சாகக் கொடுத்து வாழநேரிடும் தகப்பன்களின் ஒட்டு மொத்த துக்கத்தை வார்த்தைகளாய் கடத்துகிறார்.

''ஒரு புது வேட்டி போர்த்தி, கால் விரல்களைச் சேர்த்துக் கட்டி, பன்னீர் தெளித்து, தேங்காய் உடைத்து, கற்பூரம் ஏற்றி, இவை அனைத்தையும் தனியாய் அசாத்திய மவுனத்தோடு செய்தவர் ராஜவேலுவின் அப்பா.

எங்கள் நாலைந்து பேரின் மூச்சுக் காற்றை உட்கொண்டு அவ்வறை சுவாசித்துக்கொண்டிருந்தது. நான் வயதான அந்தத் தகப்பனையே பார்த்துக்கொண்டிருந்தேன். எதன் பொருட்டோ அவரிடம் உறைந்த அந்நேர மௌனம், என்னை பயமுறுத்தியது. எல்லாம் முடிந்து, தன் மகனின் காலடியில் நின்று, படுத்துறங்கும் மகனை ஆசைதீர பார்வையால், முழுமையாய் பருகினார்.

''மகனே'' என ஓங்காரித்து வந்த அக்குரலொலி, அங்கிருந்த எங்கள் எல்லோரையும் அசைத்தது. அதன் பிறகான பத்துப் பதினைந்து நிமிடமும் அவர் தன் மொழியற்ற குரலால், வெவ்வேறு உடல் மொழியால், தன் பிரிவாற்றிய அந்நிமிடம் என் வாழ்வில் வேறெப்போதும் காணக்கூடாதது. பிள்ளைகளை பறிகொடுத்துவிட்டு சவங்களாக அப்பாக்கள் வாழும் வாழ்வெதற்கு?''

இந்த வார்த்தைகளின் இந்த வார்த்தைகள் உருவாக்கிய காட்சியின் தாக்கத்தை ஒரு இளந்தகப்பனாய் என்னால் தாங்கிக் கொள்ளவே முடியவில்லை. ஒட்டுமொத்த மனித மனதின் நேர்மையான சாட்சியம்தான் பவாவின் எழுத்து.

கந்தர்வனின் நினைவாக எழுதப்பட்ட கட்டுரை பாரதி படத்தின் துவக்கக் காட்சியை நினைவூட்டியது. ஞானராஜசேகரனின் பாரதி திரைப்படம் எனக்குப் பிடித்த படங்களுள் ஒன்று. அத்திரைப்படமும் பாரதியின் மரணத்திலிருந்துதான் துவங்கும். பவாவின் கந்தர்வன்

கட்டுரையும் அவரது மரணத்திலிருந்துதான் துவங்குகிறது. கந்தர்வனின் படைப்பு‌லகை இப்படி எழுதுகிறார்.

"மனிதனின் மென் உணர்வுகளைத் தன் படைப்புப் பக்கங்களெங்கும் படிய வைத்துக் கொண்டேயிருந்தவர் கந்தர்வன். கவர்மெண்ட் ஆபீஸ்களின் பழுப்பேறிய கோப்புகளுக்கிடையே கிடந்த இந்த மகத்தான மனிதர்களை அள்ளிக் கொண்டுவந்து நம் முன் நிறுத்தினார் கந்தர்வன்''

கந்தர்வன் என்கிற படைப்பாளியின் ஒட்டு மொத்த எழுத்து சாராம்சத்தை இப்படி இரண்டே வரிகளில் அதன் உன்னதம் குறையாது பதிவு செய்வதை முக்கியமானதாகப் பார்க்கிறேன். பவா வால் இது சாத்தியப்பட்டிருக்கிறது.

ஒரு படைப்பாளியைக் குறித்து பதிவு செய்வதென்பது மிகவும் சவாலான விஷயம். பதிவு செய்பவரின் கண்களைப் போலவே அப்படைப்பாளியை பிறர் அணுகுவது கிடையாது. படைப்பும் படைப்பாளியும் நேர்கோட்டில் பயணிப்பவை அல்ல. ஆனால் எல்லாப் படைப்பாளிக்கும் எல்லா படைப்பிற்கும் ஆன்மா என்ற ஒன்று இருப்பதாக நம்புகிறேன். ஒரு படைப்பாளியைக் குறித்த பதிவு என்பது அந்த ஆன்மாவை நெருங்கினால் கூட எனக்குப் போதுமானது. இம்மாதிரியான ஒரு மனநிலையில் பவாவின் தொகுப்பை வாசித்தவுடன் முழுமையாக நிறைவடைந்தேன். எல்லாப் படைப்பாளிகளின் ஆன்மாவையும் பவா மிக இலகுவாகத் தொட்டிருக்கிறார். அவர்களை அப்படியே எழுத்தாக மாற்றியிருக்கிறார். இக்கட்டுரைத் தொகுப்பை வரலாற்று ஆவணமாகக் கூட மதிப்பிட முடியும்.

மேலும் இத்தொகுப்பில் பதிவாகியிருக்கும் மனிதர்கள் கலவையானவர்கள். தமிழ் சினிமாவை மாற்றியமைத்த பாலுமகேந்திரா பாரதிராஜாக்களிலிருந்து நவீனத் திரை மொழியின் உச்சங்கள் தொடும் மிஷ்கின் வரைக்குமாய். சிறுபத்திரிக்கை கவிஞன் கைலாஷ் சிவனிலிருந்து எழுத்துப் பேராளுமை ஜெயகாந்தன் வரைக்குமாய். சமூகம் நிர்மாணித்திருக்கும் 'தகுதி' 'அடையாளங்கள்' குறித்த கவலை ஏதுமற்று படைப்பையும் படைப்பாளியின் கலை மனதையும் மட்டுமே முன்நிறுத்தி எழுதப்பட்டிருக்கிறது. இடையே சாமான்ய மனிதர்களின் அசாதரணமான வாழ்வையும் தரிசிக்க

முடியும். இம்மாதிரியான ஒரு கலவையை பவாவால் மட்டும்தான் உருவாக்க முடியும். ஒரு நீர்வண்ண ஓவியம் பல்வேறு வண்ணங்களைக் கொண்டு குழைத்துக் குழைத்து உருவாவது போல இத்தொகுப்பு உருவாகி இருக்கிறது.

"ப்ரியமுள்ள பவா, உங்கள் கட்டுரைகளை மீண்டும் ஒருசேர வாசித்திருப்பதால் வாய்த்திருக்கும் இந்நெகிழ்வான மனநிலையில், பாலுமகேந்திரா உங்களிடம் சொன்னது நினைவிற்கு வருகிறது. அதையொட்டி யோசித்துப் பார்த்தால் உண்மையான கலைஞர்கள் அனைவருமே புலிகள்தாம். புலி இறந்த பின்னாலும் அதன் கோடுகள் அழிவதில்லை. போலவே உண்மையான படைப்பாளிக்குப் பிறகும் அவன் படைப்புகள் நிற்கும். நான் உங்களை அப்படித்தான் பார்க்கிறேன் பவா.

என்றென்றைக்குமான ப்ரியங்களுடன்

அய்யனார்விஸ்வநாத்
துபாய்

இனி நான் விலகிக் கொள்கிறேன்

சற்று முன்புவரை இருந்த எல்லா ஆர்ப்பரிப்புகளும் முற்றிலும் அடங்கி, ஊர் மௌனமாகிறது. பல லட்சம் மனிதர்களின் மூச்சுக்காற்றின் சப்தத்தைக் கூட காற்று உறிஞ்சி விட்டிருக்கும். வீட்டின் மொட்டைமாடியில் நின்று, மைதானத்தில், சாலையின் குறுக்கே, கோவிலின் உட்புறம், பாதி மலை மீதிருந்து என்று சகல இடங்களிலும் மனிதர்கள் வியாபித்திருந்தாலும் எல்லோர் கண்களும் மலையின் மீது குவிந்திருக்கும்.

நான் கடவுள் நம்பிக்கையற்றவன், அல்லது தாங்க முடியாத பல தருணங்களில் கடவுள் என்று ஒன்று இருந்தால் பக்கபலமாக இருக்குமே என்று, கொண்ட கொள்கைக்குத் தெரியாமல் உள்ளூர நினைத்துக் கொள்ளும் பலகீனமானவன்.

ஒவ்வொரு தீபத்தன்றும், எங்கள் கம்பீர மலையின் உச்சியையே பார்த்துக்கொண்டிருக்கும், அத்தருணம் அதற்கு முன் உணராதது. சக மனிதர்களின் அவசரங்களைப் போல் அதை ஆன்மீக உணர்வு என வார்த்தைப்படுத்திவிட முடியவில்லை. அதற்கும் மேலே, வீட்டிற்கு வரும் ஒவ்வொரு புதுமனிதனை நான் சந்திக்கும் போதும் இவ்வுணர்வை அடைகிறேன் அல்லது அடைகிறோம்.

ஷைலஜா மொழிபெயர்த்த பாலச்சந்திரன் சுள்ளிக்காடின் 'சிதம்பரநினைவுகள்' படித்து மதன் ஒரு முறை அவளை தொலைபேசியில் அழைத்து, நான் உங்கள் எளிய வாசகன் என அறிமுகப்படுத்திக்கொண்டார். அந்நட்பின் பொருட்டு, அவள் தொகுத்த தென்னிந்திய சிறுகதைகள் தொகுப்பை வெளியிட அவர் திருவண்ணாமலைக்கு வந்திருந்தார். போகிற போது என் '19.டி.எம் சாரோனிலிருந்து' தொகுப்பும் அவர் காரில் கிடந்ததை கவனித்தேன்.

அவர் சென்னை சென்றடைவதற்குள் அத்தொகுப்பை வாசித்து முடித்து தாம்பரத்திலிருந்த ஒரு மரத்தடியில் நின்று அந்த புத்தகத்தைப்பற்றி அவர் பகிர்ந்து கொண்ட ஆத்மார்த்த உரையாடலே என் எழுதுதலை உந்தியது. அப்புத்தகத்தை அவர் தன் ஆத்ம நண்பர் ராவ் சாருக்கு பரிசளித்து படிக்கச் சொல்லியும் இருக்கிறார். ராவ் அத்தொகுப்பின் ஒவ்வொரு வரிகளையும் தனக்குள் புதைத்துக் கொண்டு மௌனம் காத்தார்.

சரத்குமார் 'மீடியா வாய்ஸ்' ஆரம்பித்து, ராவ் அதன் ஆசிரியரானதும், என்னை அழைத்து அப்பத்திரிக்கைக்கு 'பத்தி' எழுதச் சொன்னார்.

நான் அவசரமாக மறுத்தேன்.

நவீன அச்சு இயந்திரத்தின் அகோர பசிக்கு, என்னை மாதிரி ஒரு எளிய எழுத்தாளன் இரையாகிவிடமுடியாது என்பதை நான் வருத்தத்துடனும், அவர் புன்னகையுடனும் பரிமாறிக் கொண்டோம்.

அதன்பின் நடந்தவை எல்லாம் மாயாஜாலங்கள். நானா ஒவ்வொரு வாரமும் எழுதினேன் என என்னாலேயே நம்பமுடியவில்லை. எப்படி இருப்பினும் இத்தொகுப்பு உருவாக்கத்திற்கான ஒரே காரணம், இன்னமும் நான் சந்திக்காத ராவ் சார்தான்.

மீடியா வாய்ஸின் 'பாலா' இதன் செழுமைக்கு உரமானார். இப்பத்திரிக்கையின் வாசகர்கள் குறைவு என மதிப்பிடமுடியாதபடி, என் வாழ்நாளில் நான் அடையாத பல அரியதருணங்களை, புதிய வாசகர்களை, வீடு தேடி வந்தவர்களை, கூரியரில் வந்த பரிசுகளை, தொலைபேசியே கூசும்படியான பாராட்டுதல்களை, எப்போதாவது கசிந்த சில புது சங்கீதங்களை, என்னால் பத்திரபடுத்த முடிந்திருக்கிறதா தெரியவில்லை.

இச்சிறு பயணத்தில் என்னுடனே வந்த ஓவியர் அரஸ், இப்படைப்பின் சக பயணி.

இதழ் வந்த அரைமணிநேரத்தில் வேலூரிலிருந்து லிங்கம், சேலத்திலிருந்து மாரியப்பன், சென்னையிலிருந்து ஓவியர் பாலசுப்ரமணியன், திருநெல்வேலிருந்து க்ருஷி, பாலக்காட்டிலிருந்து தினேஷ், உலகில் ஏதாவது ஒரு

மூலையிலிருந்து என்னை அழைத்துப் பேசிய தவநெறிச் செல்வன் என தொடர்ந்த பட்டியல் மிக நீளமானது.

இப்படைப்பு மனநிலையை நான் அப்படியே தக்கவைத்துக் கொள்ள என் நண்பர் எஸ்.கே.பி.கருணாவின் தொடர் வாசிப்பும், பரிமாற்றமுமே காரணமாக இருந்தது. அவருக்கு இப்புத்தகத்தை சமர்ப்பிப்பதில் பெருமிதமடைகிறேன்.

எழுதியவற்றை அச்சில் படிக்கவே மனம் லயித்ததில்லை எனக்கு. அவற்றை ஒவ்வொன்றாய் சேர்த்து, அச்சேற்றி புகைப்படங்கள் சேகரித்து, வடிவமைத்து, இத்தனை பெரிய வேலையை உற்சாகமாக செய்து முடித்த ஷைலுவுக்கு என் அன்பு.

இத்தொடர் இப்போது மருத்துவர் டி.எம். ரகுராம் அவர்களால் மலையாளத்தில் மொழிபெயர்க்கப்பட்டு, புகழ்பெற்ற தேசாபிமானியில் வெளிவந்து கொண்டிருக்கிறது. கேரளாவில் இந்த எழுத்துக்குக் கிடைக்கும் பெரும் வரவேற்பு இன்னும் உத்வேகமளிக்கிறது.

இத்தொகுப்புருவாக்கத்தில் ஆத்மார்த்தமாய் இயங்கின கே.வி. ஜெயஸ்ரீ, மோகனா, ஆனந்தி என்று எல்லோருக்குமே என் நன்றி.

இவற்றை எழுத ஆரம்பிக்கும் போது என் மனதுக்கு இதமான மழைக்காலம் ஆரம்பித்தது. அதனோடு கூடவே ஐ.சி.ஐ.சி.ஐ.முருகன், வெற்றி டிஜிட்டல் கார்த்தி, கங்காதரன், பி.ஜே. அமலதாஸ், பீனிக்ஸ், என்று என் நட்பு வட்டம் என்னைத் தங்கள் சேட்டைக்குள் வைத்து அடைகாத்தது.

எல்லாவற்றையும் தாண்டி, இதை நான் எழுதிய காலத்தில், ஒரு எழுத்தாளனுக்குரிய பெருமிதத்தோடு வாழ்ந்தேன். அப்படி ஒரு மனநிலையை வாய்க்க செய்த முகமறியாத என் வாசகர்களை இதன் முழுமையோடு சந்திப்பது சந்தோஷமாயிருக்கிறது.

பவாசெல்லதுரை
bavachelladurai@gmail.com
bavachelladurai.blogspot.com

புலியின் உடல்வரி...

பாலுமகேந்திரா

பவாசெல்லதுரை

பாலுமகேந்திரா

எந்தப் புள்ளியில் எங்கள் நட்பு இணைந்தது என்று ஞாபகப்படுத்த முடியவில்லை. பூவின் மலர்தலை எந்தச் செடி நினைவில் வைத்திருக்கும்.

கலைஞர்களும், படைப்பாளிகளும் தமிழ்நாடு முற்போக்கு எழுத்தாளர் சங்கம் என்ற பதாகையின்கீழ் ஒன்றிணைந்து, சென்னை பெரியார் திடலில் கருத்து சுதந்திரம் வேண்டி உணர்வுக் குவியலாகத் திரண்டிருந்த கூட்டத்தை விலக்கி, கம்பீரமாக பாலுமகேந்திரா என்ற அக்கலைஞன் மேடையேறுகிறார். மௌனம் மேலும் நுட்பமாகிறது. வெளிர்நீல ஜீன்சும், வெள்ளை சட்டையும், தன் உடலில் ஒன்றாகிப் போன தொப்பியுமாக யாருடைய அனுமதிக்கும் காத்திராமல் மைக் முன்னால் நின்று பேச ஆரம்பிக்கிறார்.

''என் கேமராவை நான் உயிராக மதிக்கிறேன். அதை ஒரு ஆக்டோபஸ் சுற்றிக் கொண்டிருப்பதை என்னால் சகித்துக் கொள்ள முடியாது. அது என் ஆன்மாவை இயக்கவிடாமல் அடைத்துக் கொண்டிருக்கிறது''

இதோ இந்தப் புள்ளிதான் அவர் என்னுள் நுழைந்ததென இன்று மீட்டெடுக்க முடிகிறது. ஒரு அரசை எதிர்த்து கம்பீரமாய் ஒலித்த ஒரு கலைஞனின் குரல் பல வருடங்களைப் பின்னுக்குத் தள்ளி இன்றும் என்னுள் கேட்டுக் கொண்டேயிருக்கிறது. அதன் பிறகான நாட்களில் எங்கள் நட்புக் கண்ணி இறுக்கமானது. அவரையும், அவர் படைப்புகளையும் நெருக்கமாக்கிக் கொண்டது மனது.

நேற்று வீட்டில் எல்லோரும் உட்கார்ந்து இதுவரை பார்க்கக் கிடைக்காத 'யாத்ரா' பார்க்க ஆரம்பிக்கிறோம். மம்முட்டியும்,

சோபனாவும் போட்டி போட்டு நடித்திருக்கிறார்கள். ஆயுள்தண்டனை முடிந்து வெளியே வரும் உண்ணிக் கிருஷ்ணனுக்கு (மம்முட்டி) நம்பிக்கையின் ஏதோ ஒரு துளி மட்டும் ஒட்டியிருக்கிறது. துளசியின் (சோபனா) மலை கிராமத்தை நோக்கி செல்லும் ஒரு டூரிஸ்ட் வேனில் பயணிக்கிறான். பயணங்கள் எப்போதும் பழைய ஞாபகங்களைக் கோருகின்றன. உண்ணியின் கடந்த காலத் துயரம் அந்த சகபயணிகளைத் துக்கப்படுத்தி, கண்ணீரில் நனைய வைக்கிறது. ஒரு குழந்தை தன் தேவனிடம் அவனின் காதலுக்காக இறைஞ்சி மன்றாடுகிறது.

"நான் விடுதலையாகி வரும்போது, நாம் எப்போதும் சந்திக்கும் அந்தக் கோவிலின் முன் நீ ஒரு ஒற்றை தீபத்தை ஏற்றி வைத்திருந்தால் இன்றும் எனக்காகவே நீ என இறங்கிக் கொள்கிறேன். ஒரு வேளை தீபமற்ற கோவிலை என் வண்டி கடக்கையில் என் பயணம் தொடரும் துளசி" அவன் எழுதிய கடிதங்களின் வரிகளை மீண்டும் ஒருமுறை வரிசைப்படுத்துகிறான்.

இருள் கவிந்துவிட்ட மாலை அது.

இதோ இந்த திருப்பம்தான் துளசியின் ஊர். ஊரின் முகப்பில் கிருஷ்ணன் கோவில். மௌனம், எல்லோர் கண்களும் அந்த ஒற்றை தீப ஒளியை தரிசிக்க நீள்கிறது. அவர்களது பார்வை கோவில் முன் மட்டுமல்ல, ஊர், வயல்வெளிகள், காடு மலை என எல்லா இடங்களும் ஏற்றப்பட்ட தீப ஒளியில் ஒளிர்ந்து நிறைந்திருக்கிறது.

ஒரு மகத்தான கலை மனதுக்கு மட்டுமே இப்படைப்பின் உச்சம் சாத்தியம். பாலுமகேந்திரா என்ற கலைஞனின் கலை ஆளுமைக்கு இப்படத்தின் முடிவே சாட்சியம். யெல்லோ ரிப்பன் என்ற ஹங்கேரியக் கவிதையே இப்படத்திற்கான உந்துதல் என்கிறார்.

ஒரு கவிதையை மூன்று மணி நேர உன்னத சினிமாவாகச் செதுக்கத் தெரிந்த கைகள் அவருடையது.

என் மனைவி ஷைலஜாவை தன் மகளாக மனதளவில் ஸ்வீகாரம் எடுத்துக் கொண்டவர். தன் சந்தோஷம், துயரம், தனிமை, வெறுமை இப்பொழுதுகளை அப்படியே எங்களிடம் பகிர்ந்து கொள்ள வேண்டுமென நினைப்பவர். பல நேரங்களில் தொலைபேசி வழியாகவும், சிலநேரங்களில் நேரடியான வருகையின் மூலமாகவும் அவ்வுணர்வுகளை நாங்கள் ஸ்வீகரித்துள்ளோம்.

ஒரு காதலியின் மடியில் திருட்டுத்தனமாய் மரத்தடியில் படுத்துக் கொள்ளும் அவருடனான என் திருவண்ணாமலை நாட்கள். யாருமற்று நானும் அவரும் மட்டுமே எங்களுக்கு எங்களுக்கென்று அமைத்துக் கொண்ட உரையாடல்கள் சுவாரசியமானதும், பெருமிதமானதும் யாருக்கும் வாய்க்காததுமானவை.

ஒரு தொலைபேசி செய்தியினூடே வந்திறங்கிய இரண்டாண்டுகளுக்கு முந்தைய மழைத்தூறல் மிக்க மாலையை இன்றும் ஈரமாகவே வைத்திருக்கிறேன்.

அவர் தங்கியிருந்த விடுதிக்கு அடுத்த நாள் மாலை வரச் சொன்னார். மலையின் முழு வடிவமும் தெரியும் அந்த 102-ம் அறையின் பால்கனி அவருக்குப் பிடித்தமான இடம். எதிரெதிரே போடப்பட்ட பிரம்பு நாற்காலியில் மௌனம் காத்து ஒரு சொல்லின் ஆரம்பம் வேண்டி தவமிருக்கிறோம். ஆவி பறக்கும் green tea ஆறிக் கொண்டிருக்கிறது.சொல் எத்தனை மதிப்புமிக்கதும், கிடைப்பதற்கரியதுமென நான் உணர்ந்த கணம் அது.

'நான் அடுத்தபடம் பண்ணப்போறேன் பவா. அந்தக் கதைக்கான பகிர்தல் இந்த மாலை. ஒரு பையனுக்கும் அவன் சித்திக்கும் உடல்ரீதியான பகிர்தலே இப்படம்' கதை சொல்கிறார். இலங்கையில் கழிந்த தன் பால்யத்தில் கரைகிறார். பனைமர மறைவுகளில் நின்று தான் பார்த்த காட்சிகளை அடுக்குகிறார். தன் ஆஸ்தான ரோல்மாடல் ஒருவரின் கள்ளத்தனமான ஸ்நேகிதியைப் பற்றிச் சொல்லிச் சிரிக்கிறார். சினிமாவும், நிஜமும், பால்யமும் கலந்த கலவைகளாலானது அந்த இரண்டு மணி நேரம்.

நான் முற்றிலும் கரைந்து போயிருந்தேன். பேச வார்த்தைகளற்று தூறலில் நனையும் மலையின் திசையை நோக்கிக் கண்களைக் குவித்திருந்தேன்.

''சொல்லுங்க பவா''

''சித்தியுடனான உறவை தமிழ் மனசு ஏற்காது சார்''

''நல்ல ட்ரீட்மெண்ட்ல''

''இல்ல சார், ஒரு வேலை ஒவ்வொரு மனிதனுக்கும் அப்படி ஒரு ரகசியம் இருந்தாலும், தன் ஆழ்மனதின் ரகசியம் திரையில் தெரிவதை அவனால் ஏற்றுக் கொள்ள முடியாதுன்னு நெனைக்கிறேன்.''

‘‘ஏன், ஏன், தன் உண்மைகள் படைப்பாகும்போது அதை அவனே நிராகரிக்கணும்? ’மூன்றாம்பிறை’ ஸ்ரீதேவியை கமல் எங்கிருந்து அழைச்சிட்டு போவார்னு ஞாபகப்படுத்துங்க பாக்கலாம்.’’

மீட்டெடுக்க முடியாமல் திணறியதை ஒரு நொடியில் உணர்ந்தவர்,

‘‘ஒரு விபச்சார விடுதியிலிருந்து. ஆனா அது உங்களுக்கு மட்டுமல்ல, படம் பார்த்த யாருக்கும் ஞாபகம் இருக்காது, ஏன்னா படத்தோடு ட்ரீட்மெண்ட்ல அது காணாமல் போயிடுது’’

ஆனாலும் என்னால் அவரோடு உடன்படமுடியவில்லை. அழுத்தமான கைப்புதைவுகளிடையே அவ்விரவில் தனித் தனியானோம்.

அதற்கடுத்த பத்து நாட்களும் ஒரு பித்தேறிய படைப்பு மனநிலையோடு அவருக்குள் ஏறியிருந்த புதுப்புது தர்க்கங்களுக்கு விடைதேடி திருவண்ணாமலையில் எங்கள் வீடு, அருணை ஆனந்தா ஹோட்டல், வம்சி புக்ஸ் கடை என்று அலைந்து கொண்டிருந்தார்.

முடிவுகளின்றி முடிந்தது அப்பயணம்.

கருங்கற்களால் நாங்கள் கட்டி முடித்த எங்கள் வீட்டின் திறப்பு விழாவிற்கு வந்திருந்தபோது மிகுந்த மௌனம் காத்தார். எல்லா நண்பர்களும் வீட்டின் தரையில் உட்கார்ந்து ’கரிசல் குயில்’ கிருஷ்ணசாமியின் பாட்டிற்கு எங்களை ஒப்புக் கொடுத்திருந்தோம். என் வீட்டின் ஒரு மூலையில் மூன்று மணி நேரத்திற்கும் மேல் அசையாமல் உட்கார்ந்து தன் நினைவுகளை மீட்டெடுத்துக் கொண்டிருந்த மிச்சம் இன்றும் என்னுள் நிற்கிறது. பாடல்களின் இடைவெளியில் உட்கார்ந்தவாறே, மிக மென்குரலில் நம்மோடு ரகசியமாய் உரையாடுவதைப்போலப் பேசினார்.

நான் என் மகளாக ஸ்வீகரித்துக் கொண்ட என் மகள் ஷைலுவும், என் மாப்பிள்ளை பவாவும் கட்டியுள்ள இச்சிறு கூடு எனக்கு என் அம்மாவின் நினைவுகளை அலைக்கழித்துக் கொண்டிருந்தது. என் அம்மா ஒரு அற்புத மனுஷி. என் அம்மா இல்லாத அப்பா வெறும் பூஜ்யம். கலையும், இசையும், படைப்பும் நிறைந்தது அம்மாவின் ஆகிருதி. அவள் ஒரு வீடு கட்ட ஆரம்பித்தவுடன் அது ஒவ்வொன்றாய் உதிர ஆரம்பித்தது. நிறைவடையாத அவ்வீடு அம்மாவின் அத்தனை கலாபூர்வங்களையும் சிதைத்திருந்தது.

அம்மாவின் நிறைவேறாத அக்கனவே என் 'வீடு'. ஆனால் என் மகளின் நிறைவடைந்த இவ்வீடு அவளின் சிருஷ்டியை அப்படியே காப்பாற்றியுள்ளது"

எவ்வளவு கவித்துவம் ததும்பும் சொற்கள் இவை. இன்றளவும் தன் ஒவ்வொரு நொடியின் இடைவெளிகளையும் கவித்துவத்தால் நிரப்பத் துடிக்கும் ஒரு கலை ஆளுமை.

இந்திய சினிமாவின் தனிப்பெரும் ஆளுமை அவர்.

ஒரு நாள் அதிகாலை என்னைத் தொலைபேசியில் அழைக்கிறார். "பவா நேற்று ஒரு திரைப்பட விழாவில் என்'வீடு'திரையிடப்பட்டது. பார்வையாளர் வரிசையில் உட்கார்ந்து படம் பார்த்தேன். நேற்று எடுத்த மாதிரி அத்தனை புதுசாயிருந்தது. காலத்தின் முன் தன் படைப்பு உதிர்ந்துவிடாமல், முன்னிலும் அதிக கம்பீரத்தோடு எழுந்து விஸ்வரூபமெடுப்பதைப் பார்க்கும் ஒரு படைப்பாளிக்கு உரிய பெருமிதம் இது.

"சார் நீங்க....."

நான் வார்த்தை கிடைக்காமல் தடுமாறுகிறேன். அவரே கோடிட்ட இடத்தை நிரப்புகிறார்.

"நான் புலி பவா, புலியின் உடல் கோடுகளை அது செத்த பின்னாலும் அழிக்க முடியாது"

காற்றில் அணையாத கானகத் தீ

ஜெயகாந்தன்

பவாசெல்லதுரை

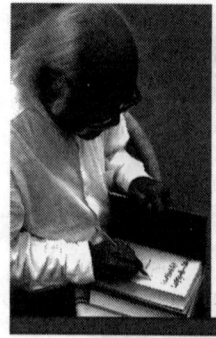

ஜெயகாந்தன்

"நீங்களே கூப்பிடுங்க" என்றார் எடிட்டர் லெனின். கொஞ்சம் நடுக்கத்துடன் நான் டெலிபோன் எண்களை அழுத்தி, எதிர்முனையின் 'யார்'? என்ற கம்பீரமான குரலுக்கு 'ஜே.கே. இருக்காரா?' என்றேன் உள்ளடங்கிய குரலில்.

"அப்படி எவனும் இங்க இல்ல..." என்ற உஷ்ணமேறிய வார்த்தைகளோடு எங்கள் உரையாடல் அறுந்து போனது.

"சார் அப்படி எவனும் இங்க இல்லன்னு கத்தறாரு" என்றேன் லெனினைப் பார்த்து.

அவர் கொஞ்சமும் பதட்டப்படாமல், "ஒண்ணுமில்ல பவா, அவருடைய நெருங்கிய நண்பர்கள் மட்டுமே அவரை ஜே.கே. ன்னு கூப்பிடுவாங்க. நீங்க புதுசு இல்ல, அதான். ஒரு ஆட்டோ பிடிச்சு வீட்டுக்குப் போய், நேராக் கூப்பிடுங்க".

அடுத்த அரை மணி நேரத்தில் நானும், நண்பர் எஸ். ஆரும், ஜெயகாந்தன் வீட்டு கேட்டைத் தள்ளிக்கொண்டு உள்ளே நுழைந்தோம்.

வெற்றுடம்போடு ஒரு ஊஞ்சலில் உட்கார்ந்து, யாருடனோ பேசிக் கொண்டிருந்தார்.

"இந்த ஊஞ்சல்ல இருந்து மட்டும்தான் பேசுவேன், லைட்டிங் மாத்தறேன், அதைப் பண்றேன், இதப் பண்றேன்னு என்னை அலைக்கழிக்கக் கூடாது. அதிகபட்சம் ஒரு மணி நேரம். எழுந்து போயிடுவேன்"

எதிர்முனையில் நின்று கொண்டிருந்த தொலைக்காட்சி நிருபர் ஒரு மக்கு மாணவனைப் போல இதைக் கேட்டுக் கொண்டிருந்தார்.

சட்டென என்பக்கம் திரும்பி,

'சொல்லுங்க' என்றார்.

''சார், நான் பவாசெல்லதுரை, திருவண்ணாமலை. மாதவராஜோட friend'' என்று தொடர்ந்த என் வார்த்தையை மறித்து,

''உங்களைத் தெரியும், சொல்லுங்க'' என்றவாறு உட்கார இடம் காட்டினார்.

நான் உட்காராமலேயே, ''இவர் என் நண்பர் எஸ்.ஆர். பாண்டிச்சேரி. இந்த ஆகஸ்ட் 15 க்கு உங்களோட 'ஊருக்கு நூறுபேர்' படத்தைப் பாண்டிச்சேரில போடப் போறோம்..... எடிட்டர் லெனின் வர்றார். நீங்களும் வந்தா....

''எப்போ?''

''ஆகஸ்ட் 15, சாயங்காலம்''

''எங்க?''

''பாண்டிச்சேரி, அல்லயன்ஸ் பிரான்சிஸ்ல.''

''வர்றேன்.''

எங்கள் மௌனம் பார்த்து, ''பாண்டிச்சேரின்னதால வர்றேன்'' என்ற வெடித்த சிரிப்புக்குள்ளிருந்து வந்த வார்த்தைக்கு, திக் பிரமை பிடித்து நின்றிருந்த அந்தத் தொலைக்காட்சி நிருபர் உட்பட எல்லோருமே சிரித்தோம்.

இப்படித்தான் ஜெயகாந்தன் என்ற அந்த கம்பீரமான எழுத்தாளன் எனக்கு அறிமுகமானார்.

பாண்டிச்சேரியில் படம் பார்த்து முடிந்தவுடன், மேடையில் போடப்பட்டிருந்த மூன்று நாற்காலிகளைப் பார்த்துக்கொண்டே மேடை ஏறினார். எடிட்டர் லெனின், ஜெ.கே., இன்னொரு நாற்காலி ஜெ.கே.வின் நெருங்கிய நண்பரும், அப்போதைய பாண்டிச்சேரி சபாநாயகருமான கண்ணனுக்கு. மேடையில் நின்று ஒரு நாற்காலியை எடுக்கச் சொல்கிறார். கண்ணனைப்பார்த்து, பார்வையாளர்கள்

மத்தியில் இருந்த ஒரு இருக்கையைக் காட்டுகிறார். கண்ணன் எவ்விதத் தயக்கமும் இன்றி அதை நோக்கிப் போகிறார். நான் ஒரு எழுத்தாளனின் கம்பீரத்தால் என் இருக்கையில் தலை நிமிர்ந்து உட்காருகிறேன்.

அன்று பின்னிரவில் நீடித்த என் பயணத்தின்போது மனம் ஜெயகாந்தனையே நினைத்துக் கொண்டிருந்தது. விடுபட்டிருந்த அவரின் பல படைப்புகளைத் தொடர்ச்சியாகப் படிக்க ஆரம்பித்தேன்.

அசோகமித்திரன், சுந்தரராமசாமி, ஜி. நாகராஜன் போன்ற படைப்பாளிகளின் படைப்புகள்போல் என்னை அவை ஆகர்ஷிக்கவில்லை. படைப்பு கைக்கூடும் தருணத்தில் எல்லாம் ஜெயகாந்தன் உள்நுழைந்து உபதேசம் பண்ணுவது பிடிக்கவில்லை. 'சார் please கொஞ்சம் தள்ளிக்கோங்க' என்று சொல்ல வேண்டும் போலிருந்தது. ஆனால் அப்படைப்புகளில் அவர் ஏற்படுத்திய தர்க்கங்கள் என் நிம்மதியைக் குலைத்தன. அதுவரை நான் சரியென நம்பிக் கொண்டிருந்த எல்லாவற்றையும் கலைத்துப்போட்டு கேள்விகள் எழுப்பின. ஒரு மாயப்பிசாசு என் குரல்வளையை நான் மூர்ச்சையாகிற வரை நெறித்தது. நான் அதனிடமிருந்து தப்பிக்க, அதை சிருஷ்டித்தவனைத் தொலைபேசியில் அழைத்தேன்.

அவ்வுரையாடலே என்னையும் ஜெ.கே.வையும் தோழமையில் நனைத்தது. அக்குழந்தையைத் தூக்கி முத்தமிட்டு, கொஞ்சி, விளையாடி, சண்டை போட்டு....

ஓ..... அது எத்தனை அற்புதமான காலம்?

"நீங்கள் திருவண்ணாமலைக்கு வரவேண்டும் ஜெ.கே."

"எப்போன்னாலும்...."

பாரம்பரியமிக்க டேனிஷ்மிஷன் மேல்நிலைப்பள்ளி மைதானத்தில் ஐநூறுக்கும் மேற்பட்ட வாசகர்கள் கூடியிருக்கிறார்கள். அவர்களில் ஒருவனாக சப்பணம் போட்டு தரையில் உட்காருகிறார். சம்பிரதாயங்களற்ற அம்மேடையின் மௌனத்தை அவரே உடைக்கிறார். மதிப்பீடு, அதிகாரம், பணம், செல்வாக்கு, புகழ், வாழ்வு எல்லாவற்றின்மீதும் நாம் அதுவரைக் கொண்டிருந்த போதை, வெறி, எல்லாம் அக்குரலின் கம்பீரத்தில், அதில் இருந்த

நிஜத்தின் தீ ஜூவாலையில் பொசுங்கியதைப் பார்த்தேன். எனக்கு ஏதாவது ஆகிவிடுமோ என என் நெஞ்சைத் தடவிக் கொண்டேன். கூட்டத்தின் வெப்பம் அக்கலைஞனை மேலும் ஆவேசமாக்குகிறது.

சிறுவயதிலேயே எனக்குக் கடவுள் நம்பிக்கை கிடையாது. ஆனாலும் அப்பாவின் பயமுறுத்தல்களுக்காகக் கோவிலுக்குப் போனதாக ஞாபகம். என்றைக்கும் கடவுளிடம் வேண்டிக் கொண்டதில்லை. அப்படி வேண்டிக் கொண்டது நிகழ்ந்திருந்தால் ''என் அப்பன் எப்ப சாவான்?'' என்ற ஒன்றை வேண்டிக் கொண்டிருந்திருப்பேன். திரும்பி அடிக்க முடியாதவனின் மனநிலை போலத் துயரமானது வேறெது? எனக்கும், அம்மாவுக்கும் தொடர்ந்து விழுந்த அடிகளின் பதிலடிகள் எங்கள் இருவரின் மனதுக்குள்ளேயே மரித்துப்போனது.'அப்பா' என்ற ஸ்தானத்தின்மீது சமூகம் ஏற்றியிருந்த பிம்பம் எங்கள் கோபத்தை உறையச் செய்தது. ஆகவே நாங்கள் கடவுளிடம் வேண்டியிருக்கக்கூடும்...' எனத் தொடர்ந்த அந்த ஆவேச உரை, 'பணம் சம்பாதிக்க எதுவும் செய்கிறான், பைனான்ஸ் நடத்துகிறான், வட்டிக்கு விடுகிறான் என்ன கொடுமை? இவன் கவிதையும் எழுதுகிறான்!'- உண்மையின் அனலில் கூட்டம் கொஞ்சம் தள்ளி உட்காருகிறது.

'என்னை எல்லோரும் திமிர்பிடித்தவன் என்கிறார்கள், அப்படி அல்ல அது. முதுகு வளைத்து, குனிந்து, தவழ்ந்து நடக்கும் சமூகத்தில் நான் நிமிர்ந்து நடக்கிறேன். அப்படி நிமிர்ந்து நடப்பவன் திமிர் பிடித்தவன் என்றால், ஆம் நான் திமிர் பிடித்தவன் தான்' என்ற அந்தக் குரலின் கம்பீரம் வாழ்நாள் முழுக்க என்னை நிமிர்ந்து நடக்க வைத்துக் கொண்டிருக்கிறது.

முற்றம் முடிந்த அந்த வெற்று மைதானத்தில் அமர்ந்து கையில் புகையும் ஒரு சிகெரெட்டோடு மௌனத்தை மட்டுமே குடிக்கிறார். அதற்கு முன் எந்த எழுத்தாளனிடமிருந்தும் இந்த ஆவேசத்தை நான் அடைந்ததில்லை. அடுத்தநாள் விடியும்வரை நீடித்த அன்றைய சபை உரையாடல் யாராவது ஒருவரால் சரியாகப் பதிவு செய்யப்பட்டு ஆங்கிலத்தில் மொழிபெயர்க்கப் பட்டிருந்தால் அப்படைப்பிற்கு நோபல் கிடைத்திருக்கும்.

மற்றுமொரு முறை திருவண்ணாமலை எஸ்.கே.பி. கல்லூரியும், சாகித்ய அகாடெமியும் இணைந்து நடத்திய 3 நாள் கருத்தரங்கம். தொடக்க உரை ஜெ.கேயுடையது. இலக்கியம், கலை, மக்கள், மனித மதிப்பீடு அரசியல் என சுழன்றடித்த பேச்சு, மதக்கலவரங்கள் பற்றிப் பேசப் பேச நெருப்பென ஜொலித்தது. ''ஜாதி, மத இனக் கலவரங்களில் மாறி மாறி மக்கள் கொல்லப்படுவதை விட பூகம்பம், நிலநடுக்கம், கடல் சீற்றத்தால் கூட்டம் கூட்டமாக எம்மக்கள் செத்தொழிவதில் எனக்குச் சம்மதமே'' என்ற வரிகள் இன்றும் என்னைப் பொசுக்கிக் கொண்டிருக்கின்றன.

அவர் எழுத்தைவிட பேச்சும், கட்டுரைகளைவிட அவரையும் பிடித்திருந்தது. அக்காலங்களில் தொடர்ந்து எங்களுடனிருந்தார். என் நண்பர் எஸ்.கே.பி. கருணாவின் கல்லூரி பட்டமளிப்பிற்கு கே.எஸ்.சுப்ரமணியத்தை அழைத்திருந்தோம். அவரோடு ஜெ.கே.யும் சும்மா வந்திருந்தார். அவர்கள் இருவருக்கும் அறைகளை சாத்தனூர் அணையில் போட்டிருந்தோம். மூன்று நான்கு நாட்கள் நீடித்த அத்தங்கலில் நாங்கள் அடைந்த பரவசங்கள், வாழ்வில் வேறெப்போதும் கிடைக்காதவை.

நள்ளிரவு 1மணி. சாத்தனூர் காடுகளுக்கிடையேயான ஒரு ஒற்றையடி பாதை. கையோடு கொண்டு போயிருந்த ஒரு ஒற்றை நாற்காலியில் ஜெ.கே. பத்திருபது பேர் நாங்கள் மண் தரையில். சுற்றிலும் மரங்களும், நீரும், ஏதோ சில காட்டுப்பூச்சிகளின் சத்தமும், வெகுதொலைவில் கம்பீரமாய் ஒளிர்ந்த நிலவும். கைகளில் தவழ்ந்த மதுக்கோப்பைகள் தாறுமாறாய் காலியாகிக் கொண்டிருந்தன.

என் நண்பர் கருணா, ''ஜெ.கே. இன்று ஏப்ரல் 21. மாவீரன் பகத்சிங் நினைவு நாள். இந்த அகாலத்தில் நீங்கள் பகத்சிங்கைப் பற்றிப் பேசவேண்டும்.''

முகத்தில் இருகைகளும் புதைய உட்கார்ந்திருக்கிறார். அவ்வப்போது தன்க்கு நேர் எதிரே ஒளிரும் நிலாவை மட்டும் பார்க்கிறார். நாங்கள் மங்கலாகவேனும் அவருக்குத் தெரியாமல் ஏதோ ஒரு விஸ்வரூபம் அவரை மறைத்ததாகவே அக்கணத்தை உணர்ந்தோம்.

தன் நாற்காலியை விட்டு எழுந்து,

"பகத்சிங்... பஞ்சாபில் பிறந்த அம்மாவீரன்..." என ஆரம்பித்த ஆரம்பம் மட்டுமே எனக்கு இப்போது நினைவிருக்கிறது. 1.50க்கு மூச்சிறைக்க பத்து பேருக்கு மட்டுமேயான அவ்வுரையை முடித்து உட்காருகிறார். யாரும் யாரோடும் பேசிக் கொள்ளாமல் ஒரு செயற்கை தடுப்பணையால் வியாபித்திருந்த அக்காட்டின் விஸ்தீரணத்தை நடந்து கடந்தோம்.

அடுத்தநாள் மதிய உணவிற்கு என் வீட்டிற்கு வந்திருந்தார். தனக்கு என்னென்ன வேண்டுமென ஷைலஜாவுக்குத் தொலைபேசியில் சொல்லியிருந்தார்.

கேப்பை களியும் தலைக்கறிக் குழம்பும், கூட கொஞ்சம் பண்ணைக்கீரையும், முருங்கை இலை போட்ட கேழ்வரகு அடை என்று நீண்ட அந்த உணவுப் பட்டியல் என் குழந்தைகளுக்கே புதுசு.

இரண்டு மணி நேரத்திற்கும் மேல் நீடித்த அந்த மதிய உணவின் நேரத்தில் உணவைப் பற்றி நானறியாத பல புதிய தகவல்களைச் சொல்லிக் கொண்டேயிருந்தார். "கீழே போகப்போகத்தான் நமக்கு நல்ல ருசியான உணவு சாத்தியம். நட்சத்திர ஹோட்டல்களில் சக்கைகளே உணவாக உண்ணக் கிடைக்கும்"

"என் அப்பா தீவிர சைவம். கடலூரில் தினம் ரண்டனாவை மாலை டிபனுக்காக எங்களுக்குத் தருவார். ஆரியபவன் தோசைக்கு மட்டுமேயானது அந்தக் காசு. கூடவே என் அக்கா வேறு துணைக்கு. வழியில் அவளை கன்வின்ஸ் செய்துவிடுவேன். இருவரும் ரோட்டோர ஒரு தோசைக்கடைக்காய் ஒதுங்கி நிற்போம். அப்போதுதான் சுடச்சுட வார்த்த தோசைகளோடு, மண் சட்டியிலிருந்து அகப்பையில் மொண்டு மொண்டு ஊற்றின மீன்குழம்பு வாசமும் ருசியும் இன்றளவும் உலகின் எந்த நாட்டிலும் எனக்குக் கிடைக்காதவை.

ஜனசக்தி ஆபீசில் எனக்குக் கிடைத்த கம்யூனிஸ்டு சைவ உணவை, எங்கள் அலுவலகம் பெருக்க வந்தவனிடம் ரகசியமாய்த் தந்துவிட்டு அவன் வீட்டு களியும் கருவாட்டுக் கொழம்பையும் பின் பக்க வாசல் வழியே வாங்கித்தின்ன தேகம் இது. அடித்தள மக்கள்

மட்டுமே ருசியை இன்றளவும் தங்கள் உணவுகளில் காப்பாற்றி வைத்திருக்கிறார்கள்.''

அதன்பின் அவர் எதற்காகவேனும் திருவண்ணாமலைக்கு வந்ததில்லை. உடல்நிலை பாதிக்கப்பட்டு, கலைஞரோடு சமரசமாகி...

ஒரு படைப்பாளியாய் விஸ்வரூபமெடுத்து, கம்பீரமாய் எழுந்து நின்று, பகத்சிங்கைப்பற்றி ஒரு அகாலத்தில் வீர உரையாற்றிய அந்த ஜெயகாந்தன் மட்டுமே என்னுள் என்றென்றும் நிறைந்திருக்க, மிச்ச நினைவுகளை காலம் கருணையற்று அழித்துவிடட்டும்.

வசீகரத்தில்
தொலைந்து போகாத ஆன்மா

மம்முட்டி

பவாசெல்லதுரை

மம்முட்டி

"இப்படித் தமிழ்நாட்டின் பெரும் நிலப்பரப்பு பயிரிடப்படாமல் கிடக்கும்போது கிராமத்து மனிதர்கள் டீக்கடைகளிலும் தெரு முனைகளிலும் கொத்துக்கொத்தாய் உட்கார்ந்து வெட்டிக் கதைகள் பேசிக் கொண்டிருப்பது தனக்குச் சம்மதமில்லை" என தன் உரத்த குரலால் அவ்விவாதத்தை ஆரம்பித்துவிட்டு என்னை ஏறெடுத்தார்.

சோம்பேறிகளல்ல எம்மக்கள் எனவும், அப்படி வைத்திருக்க அரசே அவர்களைத் தொடர்ந்து நிர்பந்திக்கிறது எனவும், எங்கள் நிலத்தடி நீர் தோண்டத்தோண்டக் கிண்டல்பண்ணிக் கீழே போய்க்கொண்டிருக்கும் காரணங்களை நான் சொல்லிக் கொண்டிருக்கும்போதே, "இல்லை, இல்லை, என்னால் உங்களோடு உடன்பட முடியாது" என வார்த்தையை இடைமறிக்கிறார்.

"நீங்கள் உடன்படவேண்டாம். ஆனால் இது என் கருத்து, இதைச் சொல்ல என்னை அனுமதியுங்கள்" என நான் அவரைப் பார்த்தபோது, அவர் சிரித்துக் கொண்டே என் கைகளைப் பிடித்துக்கொண்டார்.

இந்திய சினிமாவின் மெகா ஸ்டார் மம்முட்டியிடம் இவ்வுரையாடலை நிகழ்த்திக் கொண்டிருந்தேன் என்பதெல்லாம் மறைந்து, இந்த தேசத்தின்மீது அக்கறையுள்ள இரண்டு பேரின் ஆத்மார்த்தமான உரையாடல் அதுவென எங்கள் இருவருக்குமே புரிந்திருந்தது. அதற்கான எளிய பரிசளிப்பே இக்கைப்புதைவு. அதன்பிறகு எங்கள் சந்திப்புகளுக்கும், உரையாடல்களுக்கும் வழிவிட்டு எங்கள் மனக்கதவுகள் திறந்தே கிடந்தன.

ஒரு படப்பிடிப்பிற்காகத் திருவண்ணாமலையில் முப்பது நாற்பது நாட்கள் தங்கியிருந்தபோது, பெரும்பாலான கார் பயணங்களில் நான் அவருடனிருந்தேன். கார் ஓட்டிக்கொண்டே, இலக்கியம், கலை, ஓவியம், உலகசினிமா, விவசாயம், அரசியல், மார்க்சிஸ்ட் அரசு, பஷீர், தகழி, எம்.டி.வி என அவர் நிகழ்த்திய உரையாடல்கள் பெரும்பாலும் எதிர்வினைகளால் எதிர்கொள்ளப்பட்டு உரத்து, தடித்து, மௌனமாகி எங்காவது கார் நிறுத்தப்பட்டு, என் பிடிவாதமான கருத்துக்களுக்காக நடுத்தெருவில் நான் இறக்கி விடப்பட்டு விடுவேனோ என பயந்தேன். ஆனால் அப்படி நிகழாதது மட்டுமல்ல, மம்முட்டி என்ற அக்கலைஞன் என்மீது பேரன்பு கொண்டிருந்தார் என்பதை ஒவ்வொரு வாரமும் அவர் எனக்காகத் தன் வீட்டிலிருந்து கொண்டுவந்த மீன் குழம்பின் புது ருசி எனக்குத் தந்தது.

நான் அப்போது வாசித்துக் கொண்டிருந்தவற்றை அவரிடம் தினம் தினம் பகிர்ந்து கொள்வதென்பது போய், அவரிடம் சொல்வதற்காகவே படிக்க ஆரம்பித்தேன். சங்கீதம் கேட்பது மாதிரி, இலக்கியம் கேட்கும் எந்தவொரு வாசகனின் அலாதி மௌனமும், சொல்லிக் கொண்டிருக்கும் ஆத்மாவின் அடியாழத்தில் துழாவி, இன்னும் ஏதாவது மிச்சமிருக்கிறதா எனத் தேடும். அப்படித்தான் தேடியது அவரின் வேட்கை.

இப்படியான நட்புகள் படப்பிடிப்பின் இறுதி நாட்களில் பெரும்பாலும் முடிந்து போகும். காரில் ஏறி அவர்கள் காட்டும் கை அசைவு மறையும்வரை பொய்க் கண்ணீரோடு நின்று கொண்டிருக்கும் ஒரு ரசிகனுக்கும், நடிகனுக்குமானதல்ல எங்கள் நட்பு என்பதை, சென்னைக்குப் போன இரு மாதங்களுக்குள் என்னை தன் வீட்டிற்கு அழைத்ததிலிருந்து புரிந்தது.

சென்னை, ராஜா அண்ணாமலைபுரத்திலிருக்கும் அவ்வீட்டை வீடென்றா சொல்வது? அவ்வீட்டு முற்றத்தில் கால் வைத்த மறு நிமிடமே, இது வீட்டைத் தாண்டிய ஏதோ ஒரு சொல்லால் கட்டப்பட்டிருக்கிறது என உணர்ந்தேன். கேரளாவின் பாரம்பரிய முறையில் சீமை ஓடுகளுக்குள் புதைந்திருந்த அவ்வீட்டின் ஒவ்வொரு அங்குலமும் ஒரு கருநாகத்தின் நெளியும் உடலை ஒத்திருந்தது.

கோடை மழையில் நனைந்த ஒரு குழந்தையின் உற்சாகத்தோடு ஒவ்வொரு அறையாய் என்னை அழைத்துப்போய் காண்பித்தார். அழகான நூலக அறையும், ஹோம் தியேட்டரும் அதுவரையிலும் நான் வேறெங்கும் பார்க்காதவை. கேரளாவிலிருந்து ஏலத்தில் எடுத்து வரப்பட்டு, மரத்தாலேயே இழைக்கப்பட்டு வீட்டின் ஒவ்வொரு அங்குலமும் அழகுப் படுத்தப்பட்டிருந்ததை நான் கண்களால் குடித்துக் கொண்டிருந்ததை, அவர் ஒரு நொடியில் உணர்ந்து கொண்டு, ''வீடுன்றது வெறும் சாப்பிட்டு தூங்குற இடம் மட்டும் இல்ல பவா, அதற்கும் மேலே... நான் சினிமாவை ஒரு வேலைக்குப் போவது மாதிரியேதான் வைத்திருக்கிறேன். வேலை முடிந்து வீட்டிற்கு வரும் ஒரு அரசு ஊழியனைப் போலவே தான் நானும். பார்ட்டி, டிரிங்ஸ், டேன்ஸ் இப்படியெல்லாம் எதுவுமில்லை. வாசிப்புக்கப்புறம் கார் டிரைவிங். எவ்வளவு தூரமானாலும் நானே கார் ஓட்ட வேண்டும். வேகத்தின் மீது அப்படி ஒரு அலாதியான ப்ரியம் உண்டெனக்கு...'' என்கிறார்.

அந்த வேகத்திற்கு அவர் ஒரு முறை கொடுத்த அல்லது வாங்கிய விலை எனக்கு நினைவுக்கு வந்தது. நள்ளிரவு கோழிக் கோட்டிலிருந்து மஞ்சேரி நோக்கிய தேசிய நெடுஞ் சாலையில் கார் 100 ஐத்தாண்டி பறக்கிறது. அவர்தான் ஓட்டுகிறார். சாலையின் இருபக்கங்களிலும் ஒளிரும் விளக்குகள் சில மின்மினிப்பூச்சிகளைப் போல் கடக்கிறது. வாகனத்தின் வேகம் மட்டுமல்ல வாழ்வின் வேகமும் ஓரிடத்தில் நின்றுதான் விடுகிறது அல்லது விபத்துக்குள்ளாகிறது. அவரே எதிர்பாராமல் வயதான ஒரு கிழவன் சாலையின் குறுக்கே வந்து, இவர் வண்டியின் முன் விழுந்து விடுகிறார். பதறிப் போய் பிரேக் அடித்து, இறங்கிப் போய்த் தூக்கினால் அடி எதுவுமின்றி மெல்ல எழுந்து சாலையின் ஓரத்தைப் பார்க்கிறது பெரியவரின் கண்கள். ஒரு பழந்துணிமூட்டை மாதிரி ஒரு பெண் படுத்து கிடப்பதும், அவள் வலியில் முனகுவதும் அந்த அகாலத்தில் துல்லியமாய்க் கேட்கிறது.

சூழலை ஒரு நொடியில் கணிக்கிறது அக்கலைஞனின் மனம். அப்பெண்ணை தன் காரின் பின்னிருக்கையில் ஏற்றிக் கொள்கிறார். அவள் தலை சாய்ந்துக்கொள்ள அப்பெரியவரின் மடி.

மஞ்சேரி அரசு ஆஸ்பத்திரி சில மைல் தூரத்திலேயே சமீபிக்கிறது. நுழைவாயிலை வியாபித்திருக்கிற ஒரு வேப்பமரத்தடியில்

வண்டியை நிறுத்திவிட்டு அப்பெரியவரோடு சேர்ந்து அப்பெண்ணைச் சுமந்து அவசர சிகிச்சைப் பகுதியை அடைகிறார். அரசு ஆஸ்பத்திரியின் அந்த மங்கிய வெளிச்சம் மம்முட்டியின் பிரபலத்தை மறைத்துவிட்டது. யாரும் அவரை அடையாளம் கண்டு கொள்ளவில்லை.

ஒரு சின்ன திருப்தி முகத்தில் மின்ன அப்பெரியவர் வெளியே வருகிறார். அப்போதுதான் அவரை மனதால் நெருங்குகிறார். அழுக்கடைந்த வேட்டியைத் துழாவி எதையோ எடுக்கிறார். சட்டென இவர் கைப்பிடித்து கசங்கிய இரண்டு ரூபாய் நோட்டைக் கையில் திணிக்கிறார் பெரியவர்.

"உன் பேரு என்னப்பா?"

'மம்முட்டி'

"அப்படியா, சரி இத வச்சுக்கோ"

பெயரைக் கேட்டபிறகும் தன்னை அடையாளம் தெரியாத அந்த முதியவர் தந்த பணத்தை இன்னும் பத்திரப்படுத்தி வைத்துள்ளாராம். ஆனால் அது தன் வேகத்துக்குக் கிடைத்த விலையா? அல்லது அப்பெண்ணைச் சுமந்து வந்ததற்கான கூலியா? என்பது மட்டும்தான் புரியவில்லை என்கிறார். எளிய மனிதர்களின் பேரன்பு என்றைக்கு நமக்கெல்லாம் புரிந்திருக்கிறது!

பெரும்பாலும் பொது நிகழ்வுகளில் பங்கெடுப்பதில்லை என்கிற அவர் முடிவை நட்பின் அடர்த்தி தளர்த்தும். அப்படி ஒரு முறை இயக்குனர் தங்கர்பச்சானின் நூல் வெளியீட்டு விழாவிற்கு வந்திருந்தார். நானும் அவ்விழாவில் ஏதோ ஒரு மூலையில் இருந்ததை அவர் கவனித்திருக்க வாய்ப்பில்லை. ஒரு ஹைக்கூ கவிதை மாதிரியான சிறு உரையாற்றினார். "நான் நண்பர்களற்றவன். சினிமா, வாசிப்பு, வீடு இது தவிர வேறெதிலும் மனம் குவிய மறுக்கிறது. தமிழ்நாட்டில் என் மனதுக்கு நெருக்கமான நண்பன் ஒருவன் எனக்குண்டு. அவர் இங்கில்லை. அவரும் இவரைப்போல திருவண்ணாமலையில் இருக்கும் ஒரு எழுத்தாளர்தான். பெயர் பவா செல்லதுரை...."

நான் கண்கள் பனிக்க அம்மனிதனின் நட்புக் கரங்களைப் பற்றிக் கொள்ள தூரத்திலிருந்தே முயற்சித்தேன்.

1996 என்பது என் ஞாபகக் கரையில் ஒதுங்கும் வருடம்.

எப்போதும் போல் திருவண்ணாமலையில் இரண்டு நாள் இலக்கியக் கருத்தரங்கமும், முருகபூபதியின் நவீன நாடகமும். ஒரு படப்பிடிப்பிற்காக இங்கு வந்து தங்கியிருந்த மம்முட்டி என்னை அவர் அறைக்கு அழைத்து, தான் இன்று மாலை நிகழ இருக்கும் இலக்கியக் கருத்தரங்கிற்கும், தொடர்ந்து நடக்கவிருக்கும் நாடகத்திற்கும் பார்வையாளனாகப் பங்கெடுக்க விரும்புவதாகவும், ஒரே ஒரு நிபந்தனை, என்னைப் பேசச் சொல்லக் கூடாது, அப்பதான் நான் வருவேன் என்றும் சொல்கிறார்.

நான் எந்தப் பதட்டமுமின்றி ''நீங்களே விரும்பினாலும் பேச முடியாது சார்'' என்றேன்.

அதிர்வின் உச்சத்திற்குப்போன அந்த மெகா ஸ்டார் ஆச்சரியத்துக்கு உள்ளாகிறார்.

''ஏன்.. ஏன்... ஏன்...?''

''குறைந்தபட்சம் நான் எங்க செயற்குழுவில் அனுமதி வாங்கணும் சார், அதுக்கு இப்ப நேரமில்லை...''

மிகுந்த சந்தோஷத்தோடு என்னோடு புறப்பட்டு நிகழ்ச்சி நடந்த நகராட்சிப் பெண்கள் பள்ளிக்கு வந்தார். அரங்கில் எஸ்.ராமகிருஷ்ணன் தீவிரமாகப் பேசிக் கொண்டிருந்தார். திடீரென மம்முட்டியைப் பார்த்த வாசகர்கள் சலசலப்படைந்ததும் ராமகிருஷ்ணன் தன் உரையை நிறுத்திவிட்டு ''இவரின் இருப்பு என் உரையைச் சிதைக்கிறது. திருவண்ணாமலை இலக்கிய வாசகர்கள் பார்ப்பவர்கள் அல்ல, கேட்பவர்கள் என்பதால்தான் இத்தனை தூரம் பயணித்து நானும், கோணங்கியும் வந்திருக்கிறோம். நீங்கள் பார்ப்பவர்கள் தான் என்றால் பார்த்துக் கொள்ளுங்கள். ஆனால் பேச முடியாது'' என்று சொல்லி பார்வையாளர்களில் ஒருவராய்ப் போய் உட்கார்ந்துவிட்டார்.

மௌனம் மரணத்தை மாதிரி அந்த அரங்கை வியாபித்துக் கொண்டது. அதன் பிறகு ஒரு மணி நேரம் ராமகிருஷ்ணன் தன் அறுபட்ட உரையைத் தொடர்ந்தார்.

தொடர்ந்து நிகழ்ந்த முருகபூபதியின் 'சரித்திரத்தின் அதீத மியூசியம்' நாடகம் பார்க்க உட்கார்ந்தோம். இடையில் ஒரு சிகெரெட்

அணைய, அடர்த்தியான மர இருட்டு மம்முட்டிக்குத் தேவைப்பட்டது. நாடகம் பிரமிப்பைத் தந்தாலும், அதன் இறுகிய மொழி அவரை அந்நியப்படுத்தியது.

''இக்குழுவோடு நான் தனியே உரையாட வேண்டும் பவா''

அப்பள்ளியின் ஒரு வகுப்பறையின் 60 வாட்ஸ் மஞ்சள் பல்ப் அவ்வுரையாடலுக்குப் போதுமானதாய் இருந்தது.

''இந்த நாடகத்தை ரொம்ப வித்தியாசமானதாய் உணர்கிறேன். இந்த கோரியாகிராப்பி நான் எங்கேயும் காணாதது. ஆனால் உங்கள் மொழி ரொம்பக் கடினமானதாய் இருக்கிறது. அது எனக்கே புரியலை'' மிதமாக ஆனால் அழுத்தமாக தன் உரையாடலைத் துவக்குகிறார்.

''உங்களுக்கேன்னா? நீங்க என்ன அவ்ளோ பெரியா ஆளா சார்?''

ஒரு இளம் நடிகன் துவக்கக்கால அறிவுஜீவித் திமிரோடு வார்த்தைகளால் முந்துகிறான்.

அவருக்கு முகம் சிவக்கிறது.

''கண்டிப்பா... கண்டிப்பா உன்னைவிட நான் பெரிய ஆள்தான் தம்பி, இன்னைக்கு, தியேட்டர்ல உலகத்தின் எந்த நாட்டுல என்ன நடக்குதுன்னு எனக்குத் தெரியும். எத்தனை வேலைக்கு நடுவுலேயும் தினம் தினம் படிக்கிறேன். தியேட்டர்ல, சினிமாவுல, ஆர்க்கிடெக்டில என்ன நடக்குதுன்னு ஒவ்வொரு நாளும் கவனிக்கிறேன். நடிகன்னா,கேமரா முன்னாடி வெறும் வசனம் பேசிட்டு போற பொம்மை நானில்லை தம்பி''

அக்குரலின் உக்கிரம் அக்குழுவை உறைய வைக்கிறது. புழுக்கம் நிரம்பிய அந்த அறையில் மிகுந்த தோழமையோடும் வாஞ்சையோடும் தன் கல்லூரிக்கால நாடக அனுபவங்களை, ஒரு ஆவணிமாத ஈர நிலத்தில் விதைக்கப்படும் விவசாயியின் விதைநெல் மாதிரி விதைத்தார்.

தொடர்ந்து மழைபொழிவில் நனைந்த கடந்த வருட டிசம்பரில், 'காழ்ச்சப்பாடு' என்ற பெயரில் மலையாளத்தில் வெளிவந்து புகழ்பெற்றிருந்த மம்முட்டியின் வாழ்வனுபவங்களை என் மனைவி ஷைலஜா தமிழாக்கி, முதல் வாசகனாகக் கையெழுத்துப் பிரதியில்

படித்த பாக்கியம் எனக்கு வாய்ந்தது. நான் அதனோடு வாழ்ந்து திரிந்தேன். அச்சு முடிந்து கையில் கிடைத்த முதல் பிரதியோடு அவரைத் தொலைபேசியில் அழைத்தேன். என் உற்சாகத்திற்கு சற்றும் குறைவின்றி அவரும் குதூகலித்தார். இந்திய சினிமாவே தன் கிரீடத்தில் வைத்துக் கொண்டாடும் மம்முட்டி என்ற அத்திரைக்கலைஞனின் மனம் தன் எழுத்தின் பொருட்டு பட்ட பெருமிதமும் குதூகலமும் அது.

''நான் இப்போ பாண்டிச்சேரியில ஒரு ஷூட்டிங்ல இருக்கேன் பவா, நேற்றிரவு உன் ஊர் வழியாத்தான் வந்தேன். காரை நிறுத்தி உன்னைக் கூப்பிட நெனைச்சி டைம் பாத்தா நைட் இரண்டு மணி, வேண்டான்னு வந்துட்டேன். இன்னிக்கு சாயந்தரம் பொறப்பட்டு வரமுடியுமா பவா?''

''கண்டிப்பா வர்றேன் சார்''.

அன்று மாலையே கையில் 'மூன்றாம் பிறை' யோடு படிப்பிடிப்பு நடந்த வளாகத்தை அடைந்தேன் சில நண்பர்களுடன்.

அப்புத்தகத்தின்மீது பெரும் ஆர்வமும் எதிர்பார்ப்பும் கொண்டிருந்த அவர் கண்களைத் தரிசித்தோம். கையில் வாங்கி ஒவ்வொரு பக்கமாக புரட்டிவிட்டு,

''ஐ ஆம் இல்லிட்ரேட்'' என்று புத்தகத்தை என்னிடமே தந்து, ''தமிழ் பேசத் தெரியும், படிக்கத் தெரியாது'' என்றார்.

படப்பிடிப்பு நின்று மொத்தக் குழுவும் எங்களைச் சூழ்ந்து கொண்டது. அப்படத்தின் இயக்குனர் என்னை கொலைவெறியோடு பார்த்துக் கொண்டிருந்தார். எந்த பதட்டமும் இன்றி...

''பவா, இதில சில பாகங்களை நீயே எனக்காகப் படிக்க முடியுமா?' என்றார்.

நான் வாசிக்க வாசிக்க அக்குழு அப்பிரதியின் உண்மையிலும் உக்கிரத்திலும் கரைகிறது. அவர் தன்னால் எழுதப்பட்ட தன் எழுத்தின் வேறோரு மொழியின் பொருட்டே மிகுந்த கர்வமடைகிறார்.

மூன்று முழு பகுதிகளின் வாசிப்பிற்குப் பிறகு என்னைப் பார்த்து கேட்கிறார்,

"இப்புத்தகத்தின் எல்லா பக்கங்களிலும் நான் தானே பவா வில்லன், அழுக்கானவன், இரக்கமற்றவன், கர்வம்பிடித்தவன், அற்பன் எல்லாமும்..."

"ஆமாம் சார்"

"ஆனால் சினிமாவில் மட்டும் நான் உன்னதமானவன், உயர்ந்தவன், மேன்மையானவன்... எத்தனை முரண்பாடுகள் கவனித்தீர்களா?"

தன் வாழ்வை உண்மைக்கு மிக அருகில் கொண்டுபோக முயலும் ஒரு கலைஞனுக்கு, வெகுதொலைவில் நான் நிற்பதாக நினைத்த கணமது.

இழப்பதற்கும் அடைவதற்கும் ஏதுமற்ற கலைஞன்

பிரபஞ்சன்

பிரபஞ்சன்

நேற்றிரவு முழுக்க விடாமல் மழைபெய்து கொண்டேயிருந்தது. தூக்கம் வராத அந்த மழை இரவில் நினைவுகள், எழுத்தாளர் பிரபஞ்சனையே நிலை கொள்ளாமல் சுழன்று கொண்டிருந்தது. அவருக்கு சென்னை பீட்டர்ஸ் காலனியில் ஒதுக்கப்பட்ட வீடொன்று உண்டு. மூன்றாவது மாடி. இப்படியான மழைநாளில் முழுவீடும் ஒழுகும். தன் வாழ்நாளெல்லாம் தேடித்தேடி சேகரித்த பல அரிய புத்தகங்கள் மழையில் நனையும். ஒழுகாத இடம் தேடி, படுக்கவும் இடமின்றி, ஒரு தமிழ் எழுத்தாளனின் பல ஆண்டு கால அலைச்சல் யாராலும் கண்டு கொள்ளப்படாமலேயே போகிறது. போகட்டும். இதனாலெல்லாம் துவண்டுபோகாத படைப்புமனம் வாய்க்கப் பெற்ற படைப்பாளியாகத்தான் நான் பிரபஞ்சனைப் பார்க்கிறேன்

இருபதாண்டுகளுக்கு முன் பாண்டிச்சேரியில் எழுத்தாளர் கி.ரா.வுக்காக நடத்தப்பட்ட ஒரு விழாவில் பட்டுவேட்டி, பட்டுச்சட்டை, கையில் புகையும் ஒரு முழு சிகெரெட்டோடு நான் முதன் முதலில் பிரபஞ்சனைப் பார்த்தேன். கொண்டாட்டங்களுக்காகப் பிறந்த கலைஞன் என நான் அவரை எனக்குள் பதித்துக் கொண்டேன். ஆனால் பெரும் துக்கங்களை உள்ளடக்கிக் கொண்டு அப்படி வாழ ஆசைப்படும் எழுத்தாளன் என்பது அவரை ஆழ்ந்து படிப்பவர்களும், அவரின் நட்புக் கண்ணியில் ஏதோ ஒரு துளியில் ஒட்டிக் கொள்பவர்களுக்கும்கூடப் புரியும்.

ஆறேழு மாதங்களுக்கு முன் அவர் ஒரு இலக்கிய நிகழ்வுக்காக கனடா சென்றிருந்தபோது அவர் மனைவி இறந்துவிட்டார். பதறி அடித்து பாண்டிச்சேரிக்குப் போனால், அதே தூய்மையான வெள்ளை

வேட்டியும், வெள்ளைச் சட்டையுமாக எங்களை எதிர்கொள்கிறார். அப்பிரிவின்துயரை அவர் அன்று ஆற்றிக் கொண்ட விதம் வேறெந்த மரணத்திலும் நான் காணாதது. அதீத துக்கமும், சந்தோஷமும் மனப்பிறழ்வைச் சமீபிக்குமோ என பயத்தில் உறைந்த தருணமது.

ப.செயப்பிரகாசம், அ.மார்க்ஸ் என்று தமிழின் முக்கிய ஆளுமைகள் பலர் அம்மரணத்திற்கு வந்து கொண்டே இருக்கிறார்கள். பிரபஞ்சன் ஒரு நண்பரின் கைப்பிடித்து சொல்கிறார்.

"ராணிக்கு ஒரு நல்ல கணவன் வாய்த்திருந்தால் அவள் நன்றாக வாழ்ந்திருப்பாள். அவள் வாழ்நாளெல்லாம் இக்குடும்பத்தைக் காத்துக் கொள்ள ஓடிக் கொண்டேயிருந்தாள். நான் ஒரு போதும் அவளுக்கு ஒரு நல்ல கணவனாக இருந்ததில்லை......"

என்னால் என் அழுகையை அடக்க முடியவில்லை. இப்பூமி பரப்பெங்கும் உண்மையான கலைஞர்களின் குரல்கள், லௌகீக வாழ்வின்முன் இப்படித்தான் உள்ளடங்கிப் போய்விடுகிறது. மூன்றாந்தர மனிதர்களின் வெற்றிப் பெருமிதத்திற்கு முன் ஒரு படைப்பாளி ஒடுங்கிப் போவது இந்தப் புள்ளியில்தான். ஆனால் பிரபஞ்சன் தன் உன்னதமான உயரிய படைப்பின் மூலம் இத்தாக்குதலைத் தன் காலில் போட்டு நசுக்குகிறார். லௌகீக வாழ்வின் தோல்வியை, மானுட வாழ்விற்கான தன் ஆகச் சிறந்த படைப்புகளின்மூலம் இட்டு நிரப்பி விஸ்வரூபமெடுக்கிறார்.

எழுத்துக்கும் பொருளுக்குமான இச்சூதாட்டத்தில் ஒரு உண்மையான கலைஞன் பொருளின் பக்கம் சாய்வது மாதிரி ஒரு மாயத்தோற்றம் தெரியும். ஆனால் அவன் மிகுந்த பசியோடு தன் படைப்பின் பக்கத்திலேயே உட்கார்ந்திருப்பான்.

ஒரு பிரபல வாரப்பத்திரிகையில் ஒரு தொடர்கதை எழுத ஒப்புக்கொண்டு ஏழெட்டு வாரங்கள் எழுதி முடிக்கிறார். அச்சு இயந்திரத்தின் அகோரப்பசிக்கு இவரால் தீனி போட முடியவில்லை. அது அவரையே கேட்கிறது. படைப்புக்கும், அச்சேற்றத்திற்குமான இடைவெளியை ஒரு எழுத்தாளன் நிதானமாகத்தான் கடக்க வேண்டியுள்ளது. இட்டு நிரப்புவது அல்ல எழுத்து. இந்தப் பெரும் மனப்போராட்டத்துடனேயே, அவர் அக்கதையின் நாயகி சுமதியை அண்ணாசாலையில் நிறுத்திவைத்துவிட்டு திருவண்ணாமலைக்கு பஸ் ஏறி வந்துவிட்டார். எத்தனையோ அற்புதமான

இரவுகளைப்போல அவர்தன் கதாநாயகியை அம்போவென விட்டுவிட்டு வந்து எங்களோடு கொண்டாடிய அந்த இரவும் மறக்க முடியாதது. சலிப்படையாத உரையாடல் அவருடையது. சங்க இலக்கிய வாசிப்பும், கற்றுத் தேர்ந்த அம்மரபைத் தொடர்ந்து மீறுவதும், நவீன வாசிப்பைத் தன் மூச்சுக் காற்றைப்போல தனக்குள்ளேயே வைத்திருப்பதும் அவரை ஒரு காட்டாற்று வெள்ளமாகவே வைத்திருக்கிறது.

திருவண்ணாமலையில் அரசு ஊழியர்கள் தங்களுக்கென்று ஒரு இலக்கிய வட்டம் தேவையெனக் கருதினார்கள். குற்ற உணர்வுகள் மேலோங்கி வரும்போதெல்லாம் மனிதர்கள் அன்னதானமிடுவார்கள், கிரிவலம் போவார்கள், தேவாலயங்களில் முட்டி தேய்ப்பார்கள், இப்படி இலக்கியக் கழகங்களும் ஆரம்பிப்பார்கள். அப்படித்தான் அன்று அரசு ஊழியர் இலக்கிய வட்டத் துவக்கவிழா காந்தி சிலை மூலையில் பொது மேடையில் துவங்கியது.

சில அரசு ஊழிய நண்பர்களோடு நானும் போய், நெய்வேலியில் ஒரு இலக்கியக்கூட்டம் முடித்து பிரபஞ்சனை காரில் அழைத்து வந்தோம். வழியெங்கும் இலக்கியம், கலை, படைப்பாளிகள் என சொற்களின் விளையாட்டுகளினூடே ஊர் வந்து சேர்ந்தோம். அதுவரை அவர் அந்த இலக்கிய அமைப்பு பற்றி ஒரு வார்த்தை கேட்கவில்லை. அடுத்தநாள் மாலை அந்த இலக்கிய வட்டத்தைத் துவக்கி வைத்து உரையாற்றினார். அவர் துவங்கின நிமிடமே கூட்டத்திலிருந்த எல்லா அரசு ஊழியர்களின் முகங்களும் வெளிறிப் போனது. யாருக்காகவோ வெட்டப்படுகிறது என நினைத்த குழிகளில் அவர்களே ஒவ்வொருவராக இறக்கிவிடப்பட்டுக் கொண்டிருந்தார்கள். நிதானிப்பதற்குக்கூட அவகாசம் தராமல் அவர்களைத் தன் பேச்சால் நடுத்தெருவில் நிர்மூலமாக்கிக் கொண்டிருந்தார்.

என் அப்பா பெயர் என்ன? அவர் என்றைக்குச் செத்தார் என்பதற்கு நான் இவர்களுக்கு நூறு ரூபாய் தரவேண்டி உள்ளது என்பதில் துவங்கி, ஒவ்வொரு அரசு அலுவலகங்களும் எப்படி லஞ்சத்தால் மூழ்கடிக்கப்பட்டுள்ளது என்பதை விலாவாரியாக விளக்கி ஒவ்வொரு அலுவலருக்கான ரேட் என்ன? அதை அவர்கள் எங்ஙனம் பெறுவார்கள் என்பதுவரை அவர்களை வைத்துக் கொண்டே பேசித் தீர்த்தார். கூட்டம் முடிந்து நீடித்த மௌனம், ஒரு அகால மரணத்தை எதிர்கொள்வது மாதிரியிருந்தது எனக்கு.

அதுதான் அரசு ஊழியர்களின் இலக்கிய வட்ட துவக்க விழாவும் நிறைவு விழாவும். இப்படியாக அரசு ஊழியர்கள் ஆற்ற இருந்த ஒரு பெரிய இலக்கியப் பணியை முடிவுக்குக் கொண்டுவந்தார். ஒரு படைப்பாளியின் உன்னதத் தருணமிது. இதைக் கடப்பதற்கு மிகப் பெரிய ஆன்ம பலம் தேவை. பிரபஞ்சன் பல நேரங்களில் இதைச் சுலபமாகக் கடந்து விடுகிறார்.

எனக்கு சுந்தரராமசாமியைப் பார்க்கும் போதும், படிக்கும்போதும், இவரை மாதிரியான ஒரு பொருளாதாரச் சூழல் பிரபஞ்சனுக்கு வாய்த்திருந்தால், இன்னும்கூட வீரிய விதைகள் இவரிடமிருந்து இத்தமிழ் மண்ணில் விழுந்திருக்கும் எனத்தோன்றும். ஒரே மனிதன் ஒட்டுமொத்த மானுடப் பசிக்கான துயரத்தைப் பாடிக்கொண்டே தன் சொந்தப் பசிக்காகவும் ரொட்டிகளைத் தேட வேண்டியிருந்தது. அதுதான் பிரபஞ்சனுக்கு நேர்ந்தது. ஆனால் தன் ஒட்டுமொத்த படைப்புகளில் அவர் மனிதகுலத்தை ஒரு அடி முன்னே நகர்த்தவும், சக மனிதர்கள் மீது அன்பு செலுத்தவும், ஆண், பெண் உறவு நட்பின்மேல் கட்டப்பட்டுள்ள மிக உன்னதமான, வார்த்தைப்படுத்த முடியாத ஓர் உணர்வு. தினம் தினம் அதை ஸ்தூலமாக்கியும், உதறித் தள்ளியும் மனிதக் கால்களில் மிதிபட்டு அது நம் கண்ணெதிரே உடைபடுவதையும் பிரபஞ்சனின் கதைகளின்றி வேறெதுவும் எனக்குச் சொல்லித் தந்துவிடவில்லை.

அவர்தான் 'ஒரு ஊரில் ரெண்டு மனிதர்கள்' என்ற தன் கதை மூலம், மனிதர்களின் பொருளற்ற கணங்களில், வறுமைபிடுங்கும் தருணங்களில் அவன் அருவருக்கத்தக்க வெறொரு ஜந்துவாக மாறினாலும் கூட சாதாரண காலங்களில் மனதில் அத்தனை ஈரத்தோடு வாழும் ஓர் உன்னதப் பிறவிதான் என எனக்கு மனிதனின் மேன்மையைச் சொன்னவர்.

இந்நிலப்பரப்பெங்கும், அன்பைத்தேடி, விரசமற்ற விரல் ஸ்பரிசம் பற்றி, தோழமைத் தோள்களில் சாய்ந்து கொள்ள வேண்டி உள்ளும், புறமும் சதா அலைந்து கொண்டிருக்கும் பெண் மனதின் ஒரு சின்ன வெளிப்பாடுதான் 'மரி என்கிற ஆட்டுக்குட்டி'. புதரிலும் காட்டுமுள்ளிலும் சிக்கி, சிதறுண்டு கடைசியில் ஒரு மேய்ப்பனின் மடியில் ஆறுதலோடு படுத்துறங்கும் அந்த ஆட்டுகுட்டியைப் பார்க்கும் போதெல்லாம் எனக்கு மரி ஞாபகத்துக்கு வருகிறாள்.

கடைசிப் பேருந்தையும் தவற விட்டுவிட்டு வெளிச்சம் படாத ஏதோ ஒரு நகர பேருந்து நிலையத்தின் இருட்டில் தன்னை மறைத்துக் கொள்ள முயற்சிக்கும் மரியே! ஒரு படைப்பாளி தன் அன்பின் கரங்களை அகல விரித்து உனக்காகக் காத்திருக்கிறான் எனச் சொல்ல தோன்றும், அவரின் ஆண், பெண் நட்பை உறவைச் சொல்லும் கதைகள்.

எத்தனையோ முறை எங்கள் வீட்டில், நிலத்தில், பள்ளி மைதானத்தில், விடுதி அறையில், பஸ் பயணத்தில், கார் பின்னிருக்கையில் அவருடன் பேசித் தீர்த்த வார்த்தைகள் செலவழியாதவை. தினம் தினம் தன்னையே புதுப்பித்துக் கொள்பவை. பின்விளைவுகள் எதுபற்றியும் அவர் கவலைப் பட்டதில்லை. அதன் பொருட்டு தான் இழப்பதற்கு தன்னிடம் எதுவுமில்லை பவா என்று சொல்லிச் செல்வார். இழக்கப் போவது எதுமில்லை என்பது போலவே அவர் எதிர்பார்ப்புகளும் மிக எளிமையானவைதான்.

தன் குடும்பச் சிதைவை "மகாநதி" என்கிற உயிருள்ள ஒரு நாவல் மூலம் தன் வாசகர்களிடம் பகிர்ந்து கொண்டார். கள்ளுக்கடைகள் இழந்து, சாக்னா ஸ்டால்கள் இழந்து, வீடு இழந்து, அந்த ஆலமரம் வேரோடு சரியும்போதும் அதன் கம்பீரம் குலையாமல், தன் வேரில் கோடாரியோடு மல்லுக்கட்டுபவன்மீதும் விழும் ஆலமர நிழல் மாதிரியானது பிரபஞ்சனின் வாழ்வும் படைப்பும்.

கடவுளின் பூமியிலிருந்து ஒரு கலகக் குரல்

பால் சக்காரியா

பால் சக்காரியா

தன் இரண்டு ஷு கால்களிலும் தெறித்த குழந்தைகளின் ரத்தக் கறையோடு அப்போர்வீரன் அந்த வேசியின் விடுதிக் கதவைத் தட்டும்போது இரவு கிட்டத்தட்ட பத்து மணியைத் தாண்டியிருந்தது. பழக்கம்தான் எனினும் கொஞ்சம் கலக்கத்தினூடே கதவைத் திறந்த அவள் அப்போர்வீரனைப் பார்த்து இன்னும் கொஞ்சம் பதட்டமடைகிறாள்.

அவன் அவசரத்தோடும், ஆனால் ஏதோ நிறைவடைந்த பணியின்பொருட்டு ஏற்படும் ஆசுவாசத்தோடும் அவ்விடுதியின் அழுக்கடைந்த இருக்கையில் அமர்ந்து, ரத்தக்கறை படிந்த தன் ஷுக்களைக் கழற்றிக் கொண்டே, ''ரொம்ப சோர்வா இருக்கு, கொஞ்சம் வெந்நீர் போடச் சொல்லு'' என்று கிட்டத்தட்ட கட்டளையிடுகிறான்.

அவன் இருப்பு அவள் நிம்மதியை முற்றிலும் குலைக்கிறது. ஆனாலும் அவள் வெந்நீருக்கு ஏற்பாடு செய்து கொண்டே அவனிடம் பேச்சு கொடுக்கிறாள்.

''இன்றைக்கு நீ மட்டும் எத்தனை குழந்தைகளைக் கொன்றிருப்பாய்? ''

ஒரு சூடேறிய நீண்ட பெருமூச்சு மட்டுமே பதிலாக அவனிடமிருந்து வருகிறது. நறுமணம் வீசும் பெண்கள் நிறைந்த அவ்விடுதி இக்கவிச்சியின் பொருட்டு ஒரு நிமிடம் குமட்டிக் கொள்கிறது.

''எண்ணவில்லை''

''ஒரு குழந்தைக்காக வேண்டி இத்தனை குழந்தைகள் ஏன் சாகவேண்டும்?''

''அதையேதான் நானும் உன்னிடமும் ஏரோதுவிடமும் கேட்கிறேன்''

அப்போர்வீரன் தனக்குத் தானே பேசிக்கொள்வது மாதிரி முணுமுணுக்கிறான்.

''ஏரோதுவிடம் கேள். நான் அவனால் ஏவப்பட்ட ஒருகருவி மட்டுமே. ஜடம். உயிரற்ற ஜடம்''

இம்மௌனத்தைக் கலைத்து விடுதியின் மேலறையில் ஒரு குழந்தையின் அழுகுரல் கேட்கிறது. அப்போர்வீரன் சலனமற்றுக் கிடக்க, அக்கிழட்டு வேசி ஒருநிமிடம் துடித்துப் போகிறாள்.

''சே, என் வீட்டுப் பூனைக்குட்டிகூட குழந்தை மாதிரியே அழுகிறது''

அவன் மந்தகாசமாய் ஒரு புன்னகையை உதிர்க்கிறான்.

''அது குழந்தையாகவே இருக்கட்டுமே அல்லது எந்தக் குழந்தைக்காக வேண்டி இத்தனை குழந்தைகளைக் கொன்றோமோ, அக்குழந்தையாகவே இருந்தாலும் நான் அதைக் கொல்லப் போவதில்லை. ஏனெனில் என் வேலை நேரம் முடிந்துவிட்டது, நீ வெந்நீர் போடு.... எனக்கு ரொம்பக் களைப்பா இருக்கு....''

அவன் சற்றேறக்குறையப் பிதற்றினான்.

உண்மையில் அவ்விடுதியின் மாடியில், ஏரோதுவின் கத்திமுனைக்குத் தப்பிப் பிழைத்த இயேசுவும், அவனைக் கருத்தரித்துப் பெற்ற கன்னி மரியாளும், யோசேப்பும் அந்த இருட்டறையில் பேச்சற்று அவ்விரவைக் கழிக்கிறார்கள்.

போர்வீரனின் பிதற்றல் அதிகமாகிக்கொண்டே போகிறது. உடல் சோர்வு காமத்தைக் கழித்துக்கட்டுகிறது. விடிகிறவரை வெவ்வேறு பாத்திரங்களின் இச்சோக நாடகம் நீடிக்கிறது. அதிகாலைப் பனியினூடே யோசேப்பும், மரியாவும் தங்கள் கைக்குழந்தையோடு ஒரு கோவேறு கழுதை மீதேறி விடைபெறும்போது, அவ்வேசி, பெரும் நம்பிக்கையோடு மரியாவை நோக்கி, தன் கோரிக்கையைச் சமர்ப்பிக்கிறாள்.

''இக்குழந்தையின் ராஜ்ஜியம் வரும்போது இப்பாவியையும் இரட்சிக்கவேண்டும்''

மரியா அக்கோரிக்கையை தன் மகன் பொருட்டு பெருமிதத்தோடு ஏற்கிறாள். ஆனாலும் அவ்வேசிக்குச் சொல்வதற்கு இன்னும் ஏதோ மிச்சமிருப்பது முகத்தில் தெரிகிறது.

மரியா அப்பனிப்பொழிவின் இருள் பிரியாத அதிகாலையில் இன்னும் என்ன தேவையென்று தன் கண்களால் அவளிடம் பேசுகிறாள். மொழி அவர்களின் பாதங்களுக்கருகே படுத்துக் கிடந்த கணமது.

"மறக்காமல் அப்போர்வீரனையும்"

தன் முகமெங்கும் பரவும் புதூ சந்தோஷத்தோடே மரியா அதையும் அங்கீகரிக்கிறாள்.

தமிழில் முன்னூறுக்கும் குறைவான பிரதிகள் அச்சிடப்பட்டு வெளிவந்த 'சதுரம்' சிற்றிதழில் இக்கதையைப் படித்துவிட்டு பேச்சற்று பல மணி நேரம் மௌனமாகக் கிடந்தேன். இப்புனைவு என்னை அலைகழித்தது. அப்போர்வீரனின் ஷூவிலிருந்த ரத்தக்கறை என் ஆன்மாவில் படிந்திருந்தது. ஒரு குழந்தையின் ஜீவிதம் வேண்டி, அது தேவகுழந்தையாகவே இருந்த போதிலும் ஏன் அத்தனை ஆயிரம் குழந்தைகள் மரிக்கவேண்டும்? குழந்தைகளின் இளம் சூட்டு ரத்தம் படிந்த வீட்டுத் தாழ்வாரங்களை எப்படி பெற்றவர்கள் கூட்டிப் பெருக்குவார்கள்? பூமியெங்கும் காற்றில் கலந்த இக்குருதியின் கவிச்சியை எம்மழை சுத்திகரிக்கும்?

என்னில் அடுக்கடுக்காய் எழும்பிக் கொண்டேயிருந்த கேள்விகளை எழுப்பிக் கொண்டிருந்தவன், உலகம் முழுவதும் அறியப்பட்ட, மலையாள எழுத்தாளர் பால் சக்காரியா என அறிந்து அவரைத்தேட ஆரம்பித்தது எனக்கான விடைகளைப் பெறும்பொருட்டே.

ஆனாலும் நான் அவரைக் கண்டடைவதற்குள் தன் பல புனைவுகளின் மூலம் என்னை முற்றிலும் ஆக்ரமித்திருந்தார்.

முதன்முதலில் கேரளாவின் போர்ட் கொச்சினில் தன் நண்பர்களுடனான பெரும் கொண்டாட்டத்துடன் அவரைச் சந்தித்தேன். தன் பெரும்பாலான நாட்களை அப்படி வைத்திருக்கவே விரும்பும் எழுத்தாளனாக சக்காரியாவை அன்று உணர முடிந்தது. ஆனால் கேரளாவில் நடக்கும் அரசியல், சமூக, பொருளாதார

சற்றேறக்குறைய எல்லா நிகழ்வுகளிலும் ஒரு செயற்பாட்டாளராக அவர் தொடர்ந்து எதிர் வினையாற்றுகிறார். இந்தப் புள்ளியைத்தான் தமிழ்நாட்டின் பல எழுத்தாளர்கள் தவற விடுகிறார்கள், அல்லது சொந்த நலன் வேண்டி தம்மைச் சுருக்கிக் கொள்கிறார்கள். இந்தச் செயல்பாடு தன் படைப்பை எவ்விதத்திலும் சிதைக்க அவர் அனுமதித்ததேயில்லை என்பதை அவரின் புனைவுகளை வாசிக்கும் ஒரு ஆரம்பகால வாசகனால்கூட அறிந்து கொள்ள முடியும்.

சக்காரியாவின் பெரும்பாலான படைப்புகளை கே.வி.ஜெயஸ்ரீ, எம்.எஸ், சுரா போன்றவர்களே தமிழுக்குத் தந்துள்ளார்கள். தமிழ் எழுத்தாளர்கள் அடைய முடியாத எல்லைகளைத் தன் பல கதைகளில் அநாவசியமாக சக்காரியா எட்டியிருக்கிறார். "இரண்டாம் குடியேற்றம்" என்ற தன் புகழ்பெற்ற கதையை சக்காரியா, ஒரு சிரியன் கிருத்துவக் குடும்பத்தின் செழுமையான பின்னணியில் வளர்ந்து எம்.ஏ., ஆங்கில இலக்கியம் படித்த ஆனி மேத்யு என்ற அழகான இளம் பெண் ஒருத்தி, திருவனந்தபுரத்திலுள்ள பிரபல மனோதத்துவ மருத்துவர் ஒருவருக்கு எழுதும் கடிதமாகத் துவங்குகிறார்.

அந்தப் பெண்ணிற்கான பிரச்சனை பிரத்யேகமானது. பண்பாடு, மரபு, நாகரிகம் என்கிற பெயரிலெல்லாம் ஒளிந்து கொள்ளத் தெரியாத அல்லது அவற்றை மீற நினைக்கிற ஆனி மேத்யு, டாக்டருக்கு எழுதும் கடிதத்தில், என் திருமணத்திற்காக என் வீட்டில் தீவிரமாக மாப்பிள்ளைப் பார்க்கிறார்கள், மாப்பிள்ளை என்ற ஒற்றைத் தகுதியோடு எவனெவனோ என் வீட்டிற்கு வந்து, டிபன் சாப்பிட்டு, காபி குடித்துவிட்டு, அவர்கள் முன் சர்வ அலங்காரத்துடன் நான் நின்று... எனக்கு குமட்டுகிறது டாக்டர். என் வாழ்வின் பெரும்பகுதியை நான் பகிர்ந்து கொள்ளப் போகிறவனோடு எனக்கான இந்த சில நிமிட அறிமுகத்தின் போதாமையை நான் உணர்கிறேன். போனவாரம் என்னைப் பெண்பார்க்க வந்தவன், அப்போதுதான் குடித்து முடித்திருந்த ஒரு சிகரெட் புகையோடு நாங்கள் பரம்பரை பரம்பரையாய்ப் பாதுகாத்துவரும் அந்தத் தேக்குமர நாற்காலியில் கால்களைநீட்டி உட்கார்ந்தவிதமே எனக்குப் பிடிக்கவில்லை. பெண்பார்த்தல், மாப்பிள்ளையை உணர்தல் என்பதை இப்போதைய நடைமுறைகளுக்கும் மேலே போய் செயல்படுத்த விரும்பினேன். என் குடும்பத்தின் முன் வைத்த என் எளிய கோரிக்கை இதுதான்.

என்னைப் பெண்பார்த்து முடித்து குடும்பத்திற்குப் பிடித்திருக்கும் மாப்பிள்ளை வீட்டிற்கு நான் குறைந்தது பத்து நாட்கள் விருந்தினராகச் சென்று தங்கவேண்டும். அவ்வீட்டை, அவர்களின் பழக்கவழக்கங்களை நான் பருகிப் பார்க்க வேண்டும். அவர்கள் உள்ளாடைகளைச் சுத்தமாக வைத்திருப்பவர்களா என்பது உட்பட எனக்குத் தெரிய வேண்டும். என் பிறந்த வீட்டில் என் படுக்கையறை ஜன்னலை மூடிக்கொண்டு மிளகுக் கொடிகள் படர்ந்திருக்கும், அவர்கள் வீட்டுப் படுக்கையறையை எப்படி அமைத்திருக்கிறார்கள் என்பதுவரை எனக்குத் தெரியவேண்டும். இப்படி சில எதிர்பார்ப்புகளை என் குடும்பத்தின் முன் தாயக்கட்டைகளை உருட்டுவதுமாதிரி உருட்டிப் பார்த்தேன் டாக்டர்.

என் முழுக் குடும்பமும் நிம்மதி இழந்து, சூன்யமயமாகி எப்போதும் எனக்குத் தெரியாதென நினைத்து ரகசியமாகப் பேசி... என் எழுபது வயது முத்தச்சன் முதல் என்னைவிட இளையவனான தம்பிவரை இதில் அடக்கம். எல்லோருமே சமூகம் போட்டுள்ள இந்தக் கட்டத்துக்குள் ஓடி நின்று கொண்டார்கள் டாக்டர். இப்போது அவர்கள் எல்லோருக்கும் என் மீதான ஒட்டுமொத்த அபிப்ராயமும் ''எனக்கு மனநிலை பாதிக்கப்பட்டுள்ளது' என்பதுதான். நான் அப்படியா டாக்டர்? எனக்கு மனப்பிழற்வு ஏதேனும் ஏற்பட்டுள்ளதா? நான் வாழப்போகும் வீட்டை, அதன் மனிதர்களை, அதன் சுற்றுப்புறத்தை முன்கூட்டியே தெரிந்து கொள்ள முயன்றது மட்டும்தானே டாக்டர் நான் செய்த தவறு அவர்கள் பார்வையில்?

இக்கடிதம் அல்லது கதை என் தூக்கத்தைக் கலைத்து என்னை அலைகழித்தது. ஆனி மேத்யு என்ற அந்த அழகிய இளம் பெண்ணை நான் ஸ்நேகித்தேன். வளர்ந்துவரும் நவீனப் பெண்கள் தவறவிட்ட அவர்களுக்கான இடத்தை இப்பெண் இட்டு நிரப்புகிறாள் அல்லது அவர்களுக்கான இடத்தை ஆக்ரமிக்கிறாள் என்கிற பெருமிதம் எனக்கேற்பட்ட கணம் அது.

நான் சக்காரியாவைத் தொடர்ந்து எழுத்துகளால் ஸ்வீகரித்துக் கொண்டேயிருந்த நாட்கள் அவை. தொலைபேசியில் அழைத்து என்னை அறிமுகப்படுத்திக் கொண்டு திருவண்ணாமலைக்கு, நாங்கள் நடத்துகிற முற்றத்திற்கு வரமுடியுமா எனக் கேட்டேன். இக்கேள்வியை காப்ரியா கார்சியல் மார்க்யூஸ் முதல் ஓரான் ஃபாமூக்

வரை கேட்பதற்கான தைரியத்தை எனக்கு இயக்கமும் இலக்கியமும் தந்திருந்தது.

அவர் உடன் சம்மதித்திருந்தார். முற்ற மைதானத்தில் அன்று அவர் ஆற்றிய உரை என்றென்றும் நினைவுகூறத்தக்கது. சொந்தப் பெருமை பேசித்திரிபவர்களுக்கான சவுக்கடிகள் தொடர்ந்து விழுந்து கொண்டேயிருந்தன.

கேரளத்திலுள்ள நாற்பது நதிகளில் ஓடும் நீரில் எட்டு சதவீதம் மட்டுமே கேரள வாழ்விற்கும் விவசாயத்திற்கும் பயன்படுகிறது. மீதி 92 சதவீத நீர் வீணடிக்கப்பட்டு வெறுமனே கடலில் கலக்கிறது. இதில் தமிழ்நாட்டில் கசியும் கொஞ்சம் நீரைப் பற்றி இப்படிக் கூப்பாடு போடும் மலையாளிகள், வீணாகும் 92 சதவீத நீரை எப்படி கேரள மேம்பாட்டிற்குப் பயன்படுத்தலாம் என யோசிக்கலாம். கேரளத்தில் இப்போது நாம் பார்க்கிற கண்ணைப் பறிக்கிற நவீன வீடுகள் உண்மையில் அம்மாநிலத்தின் நாற்பது நதிகளைக் கொன்று மணலெடுத்துக் கட்டப்பட்டவையே.

ஒவ்வொரு மலையாளியும் உண்ணும் சோறும், குழம்பும் தமிழ்நாட்டிலிருந்து வருபவை மட்டுமே. கறிவேப்பிலைகூடக் கேரளத்தில் விளையவில்லை. எந்த மலையாளியும் நிலத்தில் வியர்வை சிந்தி பாடுபடத் தயாராய் இல்லை. தமிழ்நாட்டு விவசாயி தன் சொந்த உழைப்பில் தரும் பிச்சையில் வாழ்ந்துகொண்டு, இவன் அவனுக்குத் தண்ணீர்த் தர மறுக்கிறான் எனப் பேசிக் கொண்டே போகிறார்.

நான் ஒரு படைப்பாளியின் நேர்மைத் திறனில் என்னை முற்றிலும் ஒப்புவிக்கிறேன். பின் விளைவுகள் பற்றிய பிரக்ஞையற்றவனே கலைஞன் என்பதை சக்காரியா மீண்டும் மீண்டும் தன் உரையாடலால் நிரூபித்தார்.

அன்றிரவு எங்கள் வீட்டு மொட்டைமாடியில் அவருக்கான இரவு விருந்துக்கு ஏற்பாடு செய்திருந்தோம். தன் மகள் மற்றும் பேரனோடு வந்திருந்தார். சுற்றிலும் குடும்ப உறுப்பினர்களும், நண்பர்களுமாகச் சூழ்ந்திருந்தோம். விதவிதமான அசைவ உணவுகளை ஷைலஜா அடுக்கிக்கொண்டே போனாள். ஒரு குழந்தையின் ஆர்வத்தோடு

அவற்றைக் கவனித்துக் கொண்டேயிருந்தார். ருசி அவர் கண்களிலும் தெரிந்தது.

நாங்கள் சற்றும் எதிர்பார்க்காத ஒரு கணத்தில் தன் பையிலிருந்து ஒரு குவார்ட்டர் பாட்டில் விஸ்கியை எடுத்து சாப்பாட்டு மேசைமீது வைத்துவிட்டு,

"ஷைலஜா என்னை மன்னிக்கனும். உங்கள் வீட்டில் குடிக்க ஜெயகாந்தனுக்கே அனுமதி இல்லை என்பது எனக்குத் தெரியும். ஆனால் இன்று மட்டும் அதிலிருந்து எனக்கு விதிவிலக்கு வேண்டும். நினைவு தெரிந்த நாளிலிருந்து இரவு உணவு இதுவன்றி சாத்தியமானதில்லை" என்று சொல்லிக்கொண்டே அருகிலிருந்த ஒரு எவர்சில்வர் டம்ளரில் தன் தேர்ந்த கைகளால் விஸ்கியையும், தண்ணீரையும் கலந்துகொண்டார். அவர் மகள் வெட்கத்தால் முகம் சிவந்து எங்களையே பார்த்துக் கொண்டிருந்தார்.

எனக்கு ஜெயமோகன் எப்போதோ சொன்னது நினைவுக்கு வந்தது.

ஒரு பிரபல ஆங்கிலப் பத்திரிகையில் சக்காரியாவை ஒரு இளம்பெண் நிருபர் பேட்டி எடுக்கிறாள்.

"சார் எத்தனை வயசிலிருந்து குடிக்கறீங்க?"

"அநேகமாக ஒன்றரை வயதிலிருந்து...

ஒவ்வொரு கிறிஸ்மஸ் காலங்களிலும் வீட்டிலேயே சொந்தமாக ஒயின் தயாரிப்போம். எங்கள் வீட்டில் அது இன்னும் கூடுதல் விஷேசத்தோடு நடக்கும். அப்பாவும் அம்மாவும் புளித்த ஒயினின் சொட்டுகளை என் நாக்கில் விட்டு ருசி கற்றுக் கொடுத்தார்கள்.... அப்படித் தொடர்ந்த இந்த ரத்தபந்தம் இல்லை, இல்லை, ஒயின் பந்தம் இன்றும் வஞ்சனையின்றி தொடர்கிறது மோளே..."

பூக்களில் காய்ப்பூவாக

கந்தர்வன்

கந்தர்வன்

வழி முழுக்க சரளைக் கற்கள் நிரம்பியிருந்தது. வெகுதூரம் நடந்து கொண்டிருந்தோம். எல்லோர் முகத்திலும் துக்கமும், களைப்பும், தூக்கமின்மையும் நிரம்பி வழிந்தது. யாரும் யாரையும் தொட்டுவிட்டால் உடைந்து அழத்தயாராக இருந்தார்கள். என் கையைப் பற்றியவாறு பாரதி கிருஷ்ணகுமார் நடந்து கொண்டிருந்தார். வெண் சரளைக்கற்கள் கால்களில் மிதிபட்டு ஒரு விதமான சப்தத்தில் மௌனத்தை உடைக்க முயன்று கொண்டிருந்தன.

எங்களுக்கு முன் பத்தடி தூரத்தில் சென்ற, பூக்களால் அலங்கரிக்கப்பட்ட அந்த சவ ஊர்தியில் கந்தர்வனின் உடல் கிடத்தப்பட்டிருந்தது. மேடு பள்ளங்களில் அதன் அதீத அசைவு என்னை நிலைகுலைய வைத்துக் கொண்டிருந்தது. வாழ்வின் நிலையாமை எப்போதும் நம்மை இப்படி நினைவுபடுத்திக் கொண்டேதான் இருக்கிறது. நாம்தான் அதைக் கவனிக்காத மாதிரியும், புரியாத மாதிரியும் அதை அலட்சியப்படுத்திக் கொண்டு என்னவெல்லாமோ செய்து கொண்டிருக்கிறோம்.

'பூவுக்குக்கீழே' என்ற சிறுகதையின் மூலமே நான் கந்தர்வனைச் சென்றடைந்தேன். நான் அவரைப் பற்றிய தேடுதலில் பெற்ற தகவல்களினால் இக்கதை அவர் எழுதச் சாத்தியமற்றது என நம்பியிருந்தேன். எங்கள் முதல் சந்திப்பின் முதலே அது எத்தனை தவறான அபிப்பிராயமென என் அவசரத்தைத் தண்டித்தேன்.

''மொதல்ல கவர்மெண்ட் ஆபீஸ், அப்புறம் தொழிற்சங்கம், அதுல வர்ற ஆயிரம் ஆயிரம் பிரச்சனைகள், இயக்கம், போராட்டம்,

கட்சி இதையெல்லாம் கடந்துதான் எனக்கு வாசிப்பும், எழுத்தும்" ஒரு பிரகடனம் போல எப்போதும் இவ்வரிகள் கந்தர்வன்மேல் படிந்து கிடந்தன.

ஆனால் இவ்வனுபவங்கள் கந்தர்வனால் கலாபூர்வமாக்கப் பட்டன. மன ஒருங்கிணைப்பு கூடிவரும் நிமிடத்திற்குக் காத்திருந்த நிதானமான எழுத்து அவருக்கு வாய்த்திருந்தது.

எந்த மனித மனமும் தட்டையானதல்ல. அது முரண்பாடுகளால் ஆனது. எந்த மனிதனையும் முழுக்கப் புரிந்து கொண்ட சகமனிதனோ, உறவுகளோ நிச்சயம் இல்லை.

தன் வாழ்நாளெல்லாம் எதிர்த்த, முரண்பட்ட காங்கிரஸின் அடையாளமான காந்தியின் புகைப்படத்தைத் தன் வீட்டில் மாட்டி வைத்திருந்த இ.எம்.எஸ்சை அவர் சார்ந்திருந்த கட்சியோ, அவர் குடும்பமோ எப்படிப் புரிந்து கொண்டிருக்கும்?

கந்தர்வனின் குரல், அதிகாரத்தை நோக்கி சதா உயர்ந்து கொண்டேயிருந்தது. அது ஆளும் வர்க்கத்தினரிடமிருந்தும், அதிகாரத்துக்கு எதிராகவும் தினம் தினம் ஒளிர்ந்து அவர்களை நிம்மதியிழக்கச் செய்து கொண்டிருந்த போர்க் குரல்.

ஆனால் கந்தர்வனின் ஒரே பையன் பெயர் வெங்கட். அப்பெயர் ஒரு ஐஏஎஸ் அதிகாரியின் நினைவு கூறலுக்காகத் தன் பையனுக்கு வைக்கப்பட்டது எனப் பெருமிதப்படுவார். அந்த அதிகாரியின் பெயர் வெங்கட் ரமணன். அரசுக்கு எதிராக நடத்தப்பட்ட ஒரு மகத்தான அரசு ஊழியர் போராட்டத்தைத் தலைமை தாங்கி நடத்தியதற்காக, கந்தர்வனுக்குப் பத்தொன்பது மாதங்கள் சஸ்பென்ஷன். தோழர்கள், நண்பர்களின் வருகை குறைந்து, உறவினர்களின் பாராமுகம் பார்த்து அதிர்ந்து, தன் பகல் நேரங்களை வாசிப்பிலும், எழுத்திலும் கரைத்த நாட்கள் அவை என அந்நாட்களின் வெறுமையை வென்றதைக் கந்தர்வன் சொல்லி நாம் கேட்க வேண்டும்.

எந்த மன உறுதியையும் குலைக்கும் அந்நாட்களில் அந்த அதிகாரி இடம் மாறி இவர் பக்கம் நின்று, இவர் கைப்பற்றி,

இவருக்குத் தோள் கொடுத்து... எல்லாமும் மாறுதலுக்குட் பட்டதுதான். ஊழியர்களின் வீரம் செறிந்த போராட்டத்தைக் காட்டிக் கொடுக்கும் பூதங்கள் அதே தொழிற்சங்கங்களில் ஒன்றெனக் கலந்திருப்பதும், இப்படி ஒரு ஈர மனதோடு ஒரு அதிகாரி அதிகாரத்தின் நாற்காலியில் உட்கார நேர்வதும் முரண்பாடுகள் எனினும் ஒரு போராட்ட காலத்தின் நெருக்கடிகளில் மூச்சுத் திணறும்போது இவர்கள் வெளிப்பட்டு விடுகிறார்கள்.

கந்தர்வனின் படைப்புகள் தொழிற்சங்க அரசியலுக்கும், கொள்கைக்கும், தத்துவத்திற்கும் அப்பால் போய் மனித மனங்களில் படிந்து கிடந்த மென் உணர்வுகளைத் தேடிக்கொண்டு வந்தவை. ஒரு பின்னரவில் நீளும் பேருந்துப் பயணத்தில், ஓட்டுநர் இருக்கைக்கு இரண்டாவது இருக்கையில் உட்கார்ந்திருக்கும் அந்த நடுவயதுப் பெண் திடீர் திடீரென விழித்து ''நான் பத்தினிடா, நான் உத்தமிடா'' எனத் திமிறும் காட்சி வேறெந்த படைப்புகளிலும் நான் அடையாத உக்ரம். இன்னும் தூக்கம் வராத ஏதோ பின்னிரவில் அப்பெண்ணின் குரல் உடைந்து என் கழுத்தை நெரிக்கிறது. என் சரீரத்தைப் பிடித்துள்ள அக்கதையிலிருந்து என் மரணம்வரை என்னால் விடுபட முடியுமெனத் தெரியவில்லை.

மனிதனின் மென் உணர்வுகளைத் தன் படைப்புப் பக்கங்களெங்கும் படிய வைத்துக் கொண்டேயிருந்தவர் கந்தர்வன். கவர்மெண்ட் ஆபீஸ்களின் பழுப்பேறிய கோப்புகளுக்கிடையே கிடந்த இந்த மகத்தான மனிதர்களை அள்ளிக் கொண்டுவந்து நம் முன் நிறுத்தினார்.

ராமன் சார் என்ற அலுவலக சூப்பரின்டெண்ட். அந்தக் குட்டி சாம்ராஜ்ஜியத்தின் மகாராஜா. எப்போதும் வெற்றிலையைக் குதப்பிக் கொண்டு, தனக்கும் கீழே உள்ள பதவிகளில் இருப்பவர்களை நிமிர்ந்து பார்த்தாலே தன் கௌவரவத்திற்கு இழுக்கு என நினைக்கும் அதிகாரத்தின் கடைசிப் பிரதிநிதி ராமன் சார்.

அந்த அலுவலகத்திற்கு ஆறடிக்கும் மேலான உயரத்தில் சகல மரபுகளையும் உடைத்தெறியும் ஆவேசத்தோடு ஒரு புது இளைஞன்

மாறுதலில் வருகிறான். முதல் பார்வையிலேயே ராமன் சாருக்கு அவனைப் பிடிக்கவில்லை. மெல்ல அலுவலகம் ராமன் சாரின் பிடியிலிருந்து விலகி, ராமன் சார் அவ்வலுவலக அதிகாரப் பிரதிநிதியாகவும் ரெங்கராஜன் ஊழியர்களின் அடையாளமாகவும் தினம் தினம் சுவாரஸ்யமான மற்றும் அவமானமான நிகழ்வுகளால் காய்களை நகர்த்துகிறார்கள். ஒருநாள் காய் முற்றி வெடிக்கிறது. ரெங்கராஜனை மேல் தளத்திற்கு மாறுதல் செய்து ராமன் சார் போட வைக்கும் உத்தரவு கொந்தளிப்பாகிறது. ஊழியர்கள் உள்ளிருந்து தெருவுக்கு வருகிறார்கள். ஒரே நிமிடத்தில் காட்சிகள் தலைகீழாய் மாறுகிறது. அம்மாறுதல் உத்தரவு ரத்தாகிறது. ராமன் சாருக்குப் பெருத்த அவமானமாகி விடுகிறது. பார்த்துக் கொண்டிருந்த கோப்புகளை மேசை மீது விட்டெறிந்துவிட்டு அவர் அலுவலகத்தை விட்டு வெளியேறுகிறார். ஒரு மாதமாகியும் அலுவலகம் திரும்ப முடியாத மனவலியை அவரே ஏற்படுத்திக் கொள்கிறார். அதன்பிறகு அவர் வீட்டிலேயும் இல்லை என்ற தகவல் பெரும் அதிர்வை ஏற்படுத்துகிறது.

ஒருநாள் சகஜமாகி மீண்டும் அலுவலகம் திரும்பி அன்று முழுக்க அலுவலகத்தில் இருக்கிறார். அதன்பிறகு அவர் மைத்துனனின் மூலம் வி.ஆர்.எஸ். கடிதம் வருகிறது. பி.எப்., ஜி.பி.எப்., என சம்பிரதாயங்கள் பணமாக்கப்பட்டு, அறுபதாயிரம் ரூபாய் ஒரு மஞ்சள் பையில் திணிக்கப்பட்டு அவருக்கு அளிக்கப்படுகிறது. யாரையும் நிமிர்ந்து பார்க்கவோ, புன்னகைக்கவோ மனமின்றி வீடு திரும்புகிறார். வரும் வழியில் வண்டியை நிறுத்தி ஒரு இசைக்கருவிகள் விற்பனையகத்தின் முன் இறங்கி, ஒரு புல்புல்தாராவைப் பிரியத்தோடு வாங்குகிறார். அதற்கான பணத்தைத் தன் உழைப்பில் கனத்த மஞ்சள் பையிலிருந்து கணக்கு பார்க்காமல் எடுத்துத் தருகிறார்.

ஒரு மாதத்திற்குப் பிறகு சன்னதித் தெருவில் ரெங்கராஜன், ராமன் சாரைத் தற்செயலாய் அந்த புல்புல்தாராவை ஒரு குழந்தை மாதிரி அணைத்துக்கொண்டே நடப்பதைப் பார்க்கிறார். ரெங்கராஜனுக்குப் பொங்கி வரும் அழுகையை அடக்க முடியவில்லை என்று அக்கதை முடிகிறது.

நுண் உணர்வுகளையும், இசை மனதையும் கவர்மெண்ட் குப்பைகளும், கோப்புகளும் அடைத்துக் கொள்கின்றன. திமிறி மீண்டு வருபவன் கையில் கொடுப்பதற்குப் பூங்கொத்துகளோடும், வீணைகளோடும் தேவதைகள் காத்துக் கொண்டிருப்பார்கள். ராமன் அப்படித் தப்பித்த ஒரு அரசு ஊழியன்தான்.

இக்கதை என்னை என்னவெல்லாமோ செய்தது. ஒரு சூறாவளி உட்புகுந்து என்னுள் பேயாட்டம் போட்டது.

இக்கதையின் சொல்லாத செய்திகள் வேண்டி நான் பஸ் பிடித்து புதுக்கோட்டை போய் ஒரு இரவு முழுக்க அவரோடு உரையாடியிருக்கிறேன்.

என் 'எஸ்தரும் எஸ்தர் டீச்சரும்' என்ற கவிதைத் தொகுப்பிற்கு ஒரு அற்புதமான முன்னுரை தந்தார். 'பூக்களில் காய்ப்பூவாக' எனத் தலைப்பிட்ட அம்முன்னுரை போலவே வேண்டுமெனப் பல படைப்பாளிகள் என்னிடம் கேட்டார்கள். 'என்னால முடியலடா. நீ என் தம்பி, என் உதிரம்' என உணர்வு பொங்க, பலமுறை என் தோள் தொட்டிருக்கிறார்.

2004 - மார்ச் 8. மதுரை காமராஜர் பல்கலைக்கழகத்தில் சாகித்ய அகாடமி நடத்திய இந்திய அளவிலான கருத்தரங்கிற்கு ஜெயகாந்தன், கந்தர்வன், சிவகாமி, நான் எனப் பலர் அழைக்கப் பட்டிருந்தோம். நான் தங்கியிருந்த பல்கலைக்கழக விருந்தினர் மாளிகையின் எதிர்அறை ஜே. கே. வுடையது. நெடுநேரம் அவ்வறையைத் தட்டத் தயங்கி நின்றவர்களை விசாரித்தேன்.

'சார், மிஸ்டர் பொன்னுசாமி, யுனிவர்சிட்டி வி.சி. அய்யாவைச் சந்திக்கணும்'

நான் கதவைத் திறந்து உள்ளே போனேன். ஜே. கே. வெற்றுடம்பில் ஒரு காங்கிரஸ் துண்டு போட்டு இரவுக் கொண்டாட்டத்திற்கு நண்பர்களோடு தயாராகிக் கொண்டிருந்தார்.

நான் சொன்னதைக் கேட்டதும், அவசரமாகத் தயாராகி அவரை வரவேற்று, ஓரிரு நிமிடங்களில் உரையாடல் முடித்து விடைபெற்றார்.

ஜே. கே. எதிரில் கந்தர்வன், கே.எஸ் என அவ்வறை படைப்பாளிகளின் சொற்களால் நிரம்பியிருந்தது.

உரத்த குரல்களால் விவாதம் உற்சாகமாகியிருந்தது. நான் மதுரை நகரில் வாங்கப்பட்ட அயிரைமீன் குழம்பையும், கல்தோசையையும் பிரித்து சாப்பிட ஆரம்பித்தேன். இரு செல்லக் குழந்தைகளைப் போல ஜே.கேயும் கந்தர்வனும் என்னிடம் தோசை, அயிரை மீனுக்கு மாற்றி மாற்றி கை நீட்டிச் சாப்பிட்டது மறக்க முடியாத காட்சிப் பதிவுகள். அதுதான் கந்தர்வனை நான் கடைசியாய்ப் பார்த்தது.

அதன்பின் அந்த வெண் சரளைக் கற்களுக்கிடையே நடந்து, தூரத்திலிருந்தே கண்களால் அவரைப் பருகியது மட்டும்தான்.

பல நூறு தோழர்களின் மௌன நடையினிடையே, 'நான் பத்தினிடா, நான் உத்தமிடா' என்று அகாலத்தில் ஒலித்த அந்தப் பெண்ணின் குரல் எனக்கு மட்டும் கேட்கிறது. உடலெங்கும் ஒரு குரல் என்மீது மின்சாரத்தைப் பாய்ச்சுவதைப்போல் உணர்ந்த தருணமது. ஒரு படைப்பாளி படைப்பின் உச்சத்தில் ஒளிரும்போதே கீழே விழுந்து கருகிவிட வேண்டும். அதுதான் கந்தர்வனுக்கு நேர்ந்தது, நான் வேண்டுவது.

ஒரு வழிப்போக்கனின் எளிய பாடல்

லெனின்

பவாசெல்லதுரை

லெனின்

அது என்னமோ எனக்கு எப்போதும் தொலைக் காட்சியின் முன்னால் எதன் பொருட்டும் உட்காரப் பிடித்ததில்லை. நேற்று மாலை என் பல நண்பர்கள் இந்த ஆண்டிற்கான சிறந்த திரைப்படக் கலைஞர்களுக்கான விருதுகளை வாங்கும் விழா டி.டி.யில் ஒளிபரப் புவதாகச் சொன்னதால் நண்பர்கள் பொருட்டு, அதைப் பார்த்துக் கொண்டிருந்தேன். ஜனாதிபதி பிரதீபா பட்டேல் புன்னகையற்ற முகத்தோடேயே அவ்விருதுகளை ஒவ்வொருக்காய் வழங்கிக் கொண்டிருந்த காட்சி என்னைப் பல ஆண்டுகளுக்கு முன் இதே போலொரு மழைநாளில், ஜனாதிபதி கே. ஆர். நாராயணன் அவ்வருட தேசியவிருது பெற்ற திரைப்படக் கலைஞர்களுக்கு விருது வழங்கும் நிகழ்வை ஞாபகப் படுத்தியது. நான் மிகவும் நேசித்து மதிக்கும் எங்கள் லெனின் பொருட்டு அதைப் பார்த்துக் கொண்டிருந்தேன்.

பதக்கம் தந்து, சால்வை போர்த்தி, கைக்குலுக்கல்களோடு எல்லோரையும் அனுப்பிக் கொண்டிருந்தார் ஜனாதிபதி. எடிட்டர் பீ.லெனின் அந்த ஆண்டு அவர் இயக்கிய 'ஊருக்கு நூறு பேர்' திரைப்படத்திற்காகப் பரிசுபெற மேடையேறினார். எப்போதும் எளிமையை மட்டுமே அணிந்திருக்கும் லெனின் சார் அன்று அநியாயத்துக்கு நாலு முழ வேட்டி கட்டி, ஒரு கதர்ச் சட்டை போட்டு, சினிமாக்காரர்களுக்கான மொத்த காஸ்டியூமையும் புறந்தள்ளி இருந்தார். மேடையில் யாரிடமும் பேசாத ஜனாதிபதி, லெனின் சாரோடு ஒரு நிமிடத்திற்கும்மேல் ஏதோ பேசினது தேசம் முழுவதும் ஒளிபரப்பானது. லெனின் சிரித்துக்கொண்டே மேடையில் இருந்து இறங்கினார். என்ன பேசினார்கள் என்பதை அறிந்துகொள்ளும் ஆவலில் சாரிடம் கேட்டபோது, தன் அக்மார்க் சிரிப்போடு அவர்

சொன்னார், ''என் வேட்டியைப் பார்த்துவிட்டு என்னைக் கேரளாக்காரன் என்று நினைத்துவிட்டார் போல''

''ஆர் யூ ஃப்ரம் கேரளா?'' என்றார்.

நான் கிடைத்த அந்த நொடியின் இடையில்,

''மை பாதர் ஃப்ரம் மகாராஷ்ரா சார், மதர் ஆந்த்ரா, நான் தமிழ்நாடு என ஆரம்பித்து, என் மொத்தக் குடும்பமும் எப்படி வெவ்வேறான ஜாதிகளில், மதங்களில், மாநிலங்களில், நாடுகளில் கலந்திருக்கிறோம் எனச் சொல்லி முடித்தேன்.

ஜனாதிபதி சிரித்துக்கொண்டே,

ஸோ யூ ஆர் கால்டு ''லெனின்'' என்று சத்தம் போட்டுச் சொன்னார்.''

பொங்கி வந்த சந்தோஷத்தோடே ''இதுதான் லெனின்''என மீண்டும் எனக்கு நானே சொல்லிக் கொண்டேன்.

தமிழில் நடந்த புதிய கலை, இலக்கிய, சினிமா முயற்சிகளைத் தேடித் தேடி திருவண்ணாமலைக்குக் கொண்டு வந்த காலம் அது. புகழ்பெற்ற திரைப்பட எடிட்டர் லெனின் 'நாக் அவுட்' என்ற குறும்படம் எடுத்திருப்பதாகவும், அதைத் திரையிட முடியாமல் இருப்பதாகவும், பத்திரிகையிலோ நண்பர்கள் மூலமாகவோ கேள்விப்பட்டு ஏ. வி. எம். ஸ்டுடியோவில் அவரின் எடிட்டிங் அறைக்கு முன்னால் நின்றேன்.

முதல் பார்வையிலேயே பிரியம் ஒட்டிக் கொண்டது. ஏ. வி. எம். வேப்ப மரத்தடி சிமெண்ட் திட்டில் அவரோடு உட்கார்ந்து மணிக்கணக்கில் பேசிக் கொண்டிருந்தோம். சினிமாமீது எனக்கிருந்த எல்லா மாயைகளையும் கழுவியெடுத்து ஞானஸ்தானம் கொடுத்தார். நான் அதுவரை பிரமிப்பாகப் பார்த்த பல நடிகர்கள் அவருக்கு வணக்கம் சொல்லி, அவரோடு சில நிமிடங்கள் பேசி, கைகுலுக்கிச் சென்றது என்னை பிரமிப்பின் எல்லைக்கே கொண்டு போன நாள் அது.

''நாக் அவுட்'' குறும்படத்தைத் திருவண்ணாமலையில் நடந்த தமுஎச மாவட்ட மாநாட்டில் திரையிட்டோம். தமிழ் கலை இலக்கிய உலகில் இன்று நட்சத்திரங்களாக ஒளிரும் பலரும் மிகுந்த தோழமையோடும், நட்போடும் சங்கமித்த மாநாடு அது.

எஸ். ராமகிருஷ்ணன், ஜெயமோகன், கோணங்கியில் ஆரம்பித்து தங்கர்பச்சான், லெனின், ஓவியர் சந்ரு, ட்ராஸ்கி மருது என்று நீண்ட ஆளுமைகளின் சங்கமம் அது.

பெரியார் சிலையில் இறங்கி, மாநாடு நடந்த சாரோன் போர்டிங் ஸ்கூல் வளாகம்வரை இரண்டு கிலோமீட்டரும் நடந்தே வந்தார் லெனின். (இன்றுவரை அப்படியே...) கூடவே 16 எம்.எம் பிலிம்ரோல் அடங்கிய அந்தப் படப்பெட்டியை இவரும், கூட வந்த ஒரு ஆளும் மாற்றி மாற்றித் தூக்கி வந்தனர். பல ஆண்டுகள் கழித்து இயக்குனர் எஸ். பி. ஜனநாதன் என்னை என் வீட்டில் சந்தித்தபோது,

''நாம ஏற்கனவே பார்த்திருக்கோம் சார்'' என்றார். ஞாபகங்களின் மீது மிகுந்த நம்பிக்கையுள்ள நான் உடனே மறுத்தேன். இயக்குனர் ஜனா சிரித்துக்கொண்டே, ''பதினைந்து வருசத்துக்கு முன்னே லெனின் சாரோடு 'நாக் அவுட்' பெட்டி தூக்கினு வந்த பையன் நான்தான் சார்'' என்றார். ஒரு நிமிடம் உறைந்து போனேன்.

லெனின் இந்த வாழ்வுமுறையையும், எளிமையையும் சின்ன வயசு முதலே ஒரு தவம் மாதிரி காத்து வருகிறார் என அவரை ஊடுருவிப் பார்த்த எல்லோருக்கும் தெரியும். இளம் வயதிலேயே ஜெயகாந்தனின் மடம் மாணவர்களில் அவரும் ஒருவர். சமூகத்தில் பொருட்படுத்தத் தகுந்த எந்த இடத்திலும் இருக்க லாயக்கற்றவன் நீ என மதிப்பிட்டாலும் ஜெயகாந்தனின் மடத்திற்கு அவன் வருகை முதலில் நிகழ்ந்தால் அவனுக்கு நாற்காலியில் இருக்கை உண்டு. நீ எவ்வளவு பெரிய மனிதன் எனினும், சமூக அந்தஸ்தில் உனக்குக் கீழேதான் பூமி எனினும் நீ தாமதமாக வந்தால் தரையில்தான் உட்கார வேண்டும்.

பல சமயங்களில் நாகேஷ், ஸ்ரீகாந்த் போன்றவர்கள் தரையில் உட்கார்ந்தும், ஆழ்வார்ப்பேட்டை ஏரியா ரிக்ஷாக்காரர் அவர்கள் எதிரில் நாற்காலியில் உட்கார்ந்து புகைப்பதைப் பலர் பார்த்திருக்கலாம். இந்தத் தோழமையை இளமையிலேயே கற்றவர் லெனின்.

இன்றுவரை யாராலும் எந்த வகைமைக்குள்ளும் அடக்க முடியாத ஆளுமை அவர். கம்யூனிஸ்டா? சித்தரா? கொஞ்சம் சாமியார் மனநிலையா? கால்போன போக்கில் போகும் தேசாந்திரியா? இதையெல்லாம் வைத்து யாரும் அவரை எடை போட்டுவிட முடியாது. ஆனால் இவர்கள் எல்லாருக்குமானவர் அவர்.

தான் மிக மதிக்கும் ஒரு ஆந்திரச் சாமியாரைப் பல ஆண்டுகளுக்குமுன் சந்திக்கிறார். விலை மதிக்க முடியாத தன் சீடன் என அக்குரு லெனினை நினைக்கிறார். ஒருநாள் பின்னிரவுவரை அவர்கள் உரையாடல் நீள்கிறது.

அச்சாமியார், கேரளாவின் உட்புறம் உன்னைப் போலவே தன்னை நேசிக்கும் ஒரு சிஷ்யன் தனக்குண்டு எனவும், நாலைந்து பெண்பிள்ளைகளோடு அவன் மிகுந்த சிரமத்திலிருப்பதாகவும், அவர் பெண்களில் ஒருத்தியை நீ திருமணம் செய்து கொள்வாயா எனவும் கேட்கிறார்.

அடுத்தநாள் லெனின் புறப்பட்டு கேரளா போகிறார். மிகுந்த வறுமையிலிருக்கும் அக்குடும்பத்தைச் சந்திக்கிறார். எனக்கு உங்கள் பெண்ணை மணப்பதில் பிரச்சனை ஏதுமில்லை. உங்களுக்குச் சம்மதமா எனக் கேட்கிறார். பெருகும் கண்ணீரில் நனைகிறது இருவரின் கைப்புதைப்பும்.

திருமணத்தின் பொருட்டு முதல்நாளே திருப்பதிக்குப்போய் மொட்டையடித்து, தன் உயிர் நண்பர்கள் இருவரை மட்டும் துணைக்கு அழைத்துக்கொண்டு ஒரு பின்னிரவில் கேரளாவின் கோட்டயத்திற்கருகே உள்ளடங்கிய அக்கிராமத்திற்குப் போய்ச் சேருகிறார். திருமணத்திற்கென்று வந்திருந்த பத்திருபது பேரும் அசந்து தூங்குகிறார்கள். தன் நண்பர்களுக்கும் தனக்கும் மூன்று பென்ச்சை எடுத்துப்போட்டு வீட்டின்முன் போடப்பட்டுள்ள பந்தலிலேயே படுத்துத் தூங்குகிறார். அப்படிப்போன அவர் உயிர் நண்பர்கள் இளையராஜாவும் கங்கை அமரனும். பின்னிரவுவரை மாப்பிள்ளை வராதது கண்டு திடுக்கிட்ட அப்பெண் வீட்டாருக்கு, மாப்பிள்ளை இப்படி மொட்டையடித்து, இரண்டு பேரோடு மட்டும் திருமணத்திற்கு வந்தது ஒன்றும் பெரிய அதிர்ச்சியைத் தந்துவிடவில்லை.

இந்திய சினிமாவில் இப்படியான ஓர் ஆளுமையாக ஜான் ஆப்ரகாமைச் சொல்லலாம். ஜானும் லெனினும் உற்ற நண்பர்கள். சொகுசு பங்களா, சொகுசு கார் என வாழ்வை உப்ப வைத்துக்கொள்ளும் பிரபலங்களுக்கு முன் இன்னும் எளிமை இன்னும் எளிமை, எனடவுன் பஸ் பயணத்திற்கு மேம்பட்டு எதையும் யோசிக்காத மனது யாருக்கும் வாய்க்காதது.

லெனினின் பல சினிமா முயற்சிகள் தோல்வியில் முடிந்தன. அதை அடுத்த நொடியே உதறித் தள்ளும் மனம் அவருக்கு வாய்த்திருந்தது. இன்றைய முதல்வர் ஜெயலலிதா, முதல்வர் ஆவதற்குமுன் நடித்துக் கொடுத்த கடைசிப் படம் ''நதியைத் தேடி வந்த கடல்'' வாழ்வின் எந்தப் பெருமிதங்களையும், புகழையும் சேகரிக்கத் தெரியாத துறவு மனம் அவருக்கு.

''நாக் அவுட்'' படத்திற்கு வாங்கிய ஜனாதிபதி விருதினை (சுமார் கால் கிலோ வெள்ளியிலானது) ஒரு விழாவில் என் கழுத்தில் மாட்டி, இது பவாவுக்குத்தான் பொருந்தும். அவர்தான் பெட்டியில் கிடந்த இப்படத்தை வெளியில் எடுத்தவர் எனச் சொல்லிவிட்டுச் சென்றார். முழு புரிதலுக்கு மனிதனை உட்படுத்தாத வழிப்போக்கர் அவர்.

அவர் இயக்கிய படங்களில் ''குற்றவாளி'' என்றொரு குறும்படம் என்றென்றும் பேசத் தக்கது. ஒரு சிறைச்சாலையில் அடைபட்டிருக்கும் ஆயுள் தண்டனைக் கைதி. அவன் அறைக்கு மிக அருகில் இருக்கும் ஜெயிலரின் வீட்டிலிருந்து தினந்தோறும் வார்த்தைப்படுத்த முடியாத இசை வழிகிறது. இசைக்கு வீடென்றும் சிறையென்றும் பேதமுண்டா என்ன? அந்த இசைக்கருவியை மீட்டும் விரல்களைப் பார்த்துவிடத் துள்ளும் மனதோடு அக்கைதி அதற்கான ரகசிய முயற்சிகளில் இறங்குகிறான். தினம் தினம் அதற்காகப் பிரயத்தனப்படுகிறான். சிறையிலிருந்து தப்பிப்பதற்கான அவன் முயற்சி என அச்சிறைக் காவலன், அவன் தப்பிக்கும் நிமிடத்தில் அவனைச் சுடத்தக்க தருணத்திற்குக் காத்திருக்கிறான். காலம் நீர் போலக் கரைகிறது. இதோ இருவருக்குமான மையப்புள்ளி இதுதான், இதற்குத்தான் இருவருமே காத்திருந்தது. அவன் உடைக்கப்பட்ட சுவரின் வழியே, அடுக்கப்பட்ட பொருட்களின் மீதேறி அவ்வீணையைப் பார்த்துவிடுகிறான். அச்சிறைக் காவலனின் பெண்ணே அதை மீட்டுபவள் என்பதறிந்து பரவசப் படுகிறான். ஒரு நிமிடத்தில் அக்கலை மனதை உள்வாங்கிக் கொள்ளும் அச்சிறைக் காவலன் தன் தொப்பியைக் கழற்றி, தன் துப்பாக்கியைத் தாழ்த்தி அக்குற்றவாளிக்கு சல்யூட் அடிப்பதோடு படம் முடியும். படத்தின் தலைப்பு 'குற்றவாளி'.

இப்படத்தை இயக்குவதென்பது லெனின் மாதிரியான ஒருவருக்கு மட்டுமே சாத்தியம். தொடர்ந்து பார்த்த தமிழ்ப்படங்கள்

அவரைக் கோபப்படுத்தியுள்ளன. அவைதான் அவரைத் திரைப்படத்தை விட்டு விலகியிருக்க நிர்பந்திக்கின்றன. ஆனால் எப்போதாவது வரும் சில நல்ல படங்கள் அவரை மீண்டும் உள்ளிழுத்துக் கொள்கின்றன.

எஸ். ராமகிருஷ்ணனின் "நகர் நீங்கிய காலம்" என்றொரு சிறுகதையில், வேலை கிடைக்காத ஒரு நண்பன் உள்ளூரில் டுடோரியல் நடத்தும் இன்னொரு நண்பனைச் சந்திக்க வருவான். இருவரும் ஒரு சித்திரை மாத மாலையில் வரப்பில் உட்கார்ந்து பேசிக் கொள்வார்கள். இவர்களின் உரையாடலினூடே, அந்த வரப்புக்குள்ளிருக்கும் வளையிலிருந்து ஒரு வயல் எலி வெளியே வரும். நண்பர்கள், வாழ்வின் இருண்ட பகுதியைப் பற்றிப் பேசும்போதெல்லாம் அந்த எலி புழுக்கமான அவ்வளைக்குள் ஓடி விடும். அவர்களின் காதலிகளைப் பற்றி, அச்சந்திப்புகளைப் பற்றிப் பேசும் இனிமையான தருணங்களில் அதே எலி வரப்பு ஈரத்திற்கு வந்து இளைப்பாறும். எத்தனை அற்புதமான படிமம் இது!

லெனின் சாரும் இந்த எலி மாதிரிதான். தமிழ் சினிமாவின் கொடுமை தாங்காமல் அதை விட்டு விலகி தன் கூடுகளுக்குள் திரும்ப நினைப்பதும், சில நல்ல பட முயற்சிகளின்போது அந்த எளிய இயக்குநர்களின் தோள்பற்றி அதை உரமேற்றுவதுமாக நகர்கிறது இந்த வழிப் போக்கனின் பாடலோடு கூடிய வாழ்வு.

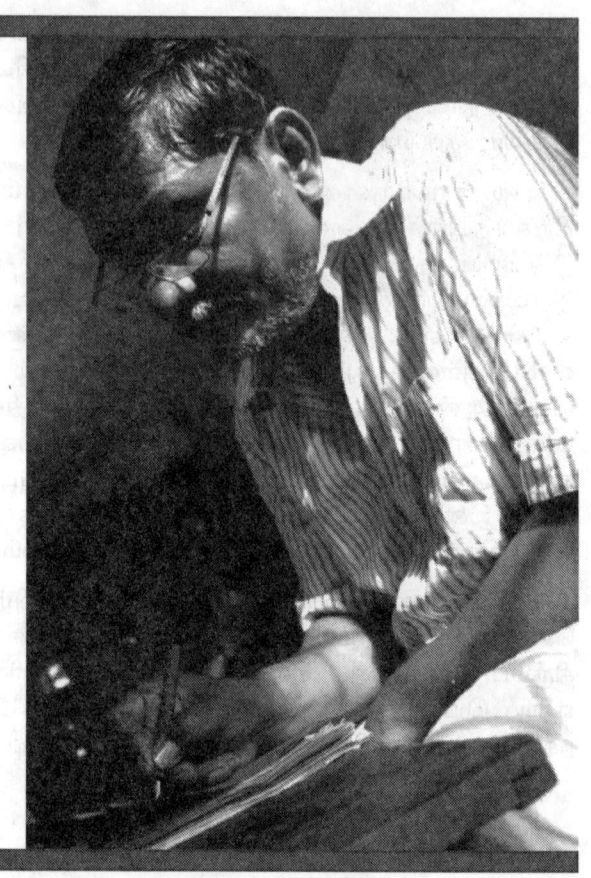

கல்வராயன் மலையிலிருந்து இறங்கி வந்த கல்குதிரை

கோணங்கி

கோணங்கி

எஸ். ராமகிருஷ்ணனின் தலைப்பு மறந்து போன ஒருசிறுகதையில் மார்கழி மாதத்தில் ஏதோ ஒரு இரவின் மூன்றாம்ஜாமத்தில், வீட்டின் ஓடுகளைப் பிரித்து களவுக்கு இறங்கும் திருடன், அந்தப் பனிபொழியும் நிசப்தத்தில் அவனுக்கு மட்டுமே கேட்கும் அபூர்வ ஒலியில் ஒருநிமிடம் உறைந்து போவான். கொஞ்சம் நிதானித்து அது அந்தவீட்டின் மேல் படர்ந்திருக்கும் பூசணிப்பூ பூக்கும் சப்தம் என்பதை உணர்வான். இந்த அபூர்வங்கள் எப்போதும் எல்லோருக்கும் கிடைக்காது. எப்போதாவது இந்த ஒலி திருடர்களுக்கும், எழுத்தாளர்களுக்கும் மட்டுமே கேட்கும். கடந்த இருபத்தைந்து வருடங்களுக்கும் மேலாக, கோணங்கி இப்படி ஏதாவதொரு நள்ளிரவில் பூசணிப்பூ பூக்கும் அபூர்வத்தோடேயே மட்டும்தான் என் வீட்டின் கதவைத் தட்டியிருக்கிறான்.

ஒவ்வொரு முறையும் அவனுடன் ஒரு எழுத்தாளனோ, கலைஞனோ, வாசகனோ உடன் வருவார்கள். இவன் பாரதி, இவன் கைலாஷ், இவன் ராமகிருஷ்ணன் என மின்னல் மாதிரியான அறிமுகம் போதும் அவர்கள் என் வீட்டில் புழங்க.

அவன் குரல் கேட்டு உடலெங்கும் சந்தோஷம் பொங்கும் உவகையோடு அப்பா விளக்கைப் போடுவார். அப்பாவும், கோணங்கியும் மட்டுமே பேசித் தீர்த்த இரவுகள் உற்சாகமாய் விடிந்திருக்கின்றன. அப்பாவின் தோள்பட்டையில் ‘பட்டப்பன்’என்ற அவரின் உற்ற நண்பனின் பெயரைப் பச்சைக் குத்தி இருப்பார் என்று அப்பாவின் மரணத்தின்போது கோணங்கி சொல்லி அழ, போர்த்திய துணி விலக்கிப் பார்த்துக் கதறினேன்.

அவன் எப்போதும் அந்தப் பூசணிப்பூவின் மலரும் ஒலி போல எங்களுக்கு அபூர்வமானவன்தான்.

முப்பது வருட காலத்தை நான்கு A4 பக்கங்களில் அடைத்துவிட முடியவில்லை. அதில் மார்கழிப்பனி, சித்திரைவெயில், சிபியின் இரத்தம், வம்சியின் பிறப்பு, உரையாடல்களின் கனமென வாழ்ந்துத் தீர்த்த பாதையெல்லாம் தானியங்கள் கொட்டி இறைந்து கிடக்கிறது. நான் சிட்டுக் குருவியாகக் கொத்தினாலும் நான்கைந்து பருக்கைகளை மட்டுமே கொறிக்க முடிகிறது. கோணங்கியே எப்போதும் சொல்வது போல, ''நீ மரமாக மாறாவிட்டால் கிளிகளைப் பிடிக்க முடியாது'' நான் மரமாக மாற முடியாத ஒரு மரண அவஸ்தை இது.

மதினிமார்கள் கதைகளின் வழியே என்னை வந்தடைந்தவன் கோணங்கி. எப்போதும் தமிழின் ஆகச் சிறந்த கலைஞன் இவன் என என் வாசிப்பில் உணர வைத்த படைப்புகள் அவை. ஆளரவமற்ற சாத்தூர் ரயில் நிலையத்தில் பிரியத்தை மடிநிறையச் சுமந்து கொழுந்தன்கள் கையில் வெள்ளரிப் பிஞ்சுகளைத் திணிக்கும் கைகளை நேரடியாய்ப் பார்க்கும் ஆசை மேலெழுந்த காலமது.

கவிஞர் சச்சிதானந்தன் சொல்வார், என் பாட்டியின் தங்கை முழுப்பைத்தியம், என் சித்தியும் அப்படியே, குடும்பத்தில் பலரும் இந்த மனப்பிறழ்வின் எல்லைகளைத் தொட முயற்சிப்பவர்கள். அவர்களின் விதை நான். நான் மட்டும் எப்படி கோழிக் கொண்டைகளின் சிவப்பைப் பற்றி கவிதை எழுதாமல் இருக்க முடியும்?

மனப்பிறழ்வுக்கும் எழுத்துக்குமான இடைவெளி ஒரு மெல்லிய கோடு மட்டுமே. காலம் முழுக்க இருவருமே இதைக் குறுக்கும் நெடுக்குமாக இரகசியமாகவேனும் கடந்துகொண்டேதான் இருக்கிறார்கள்.

கோணங்கியின் எழுத்துகளும் அப்படியே. என்ன செய்ய, என்னைப் போல மரமாக மாறமுடியாதவனின் கிளைகளில் ஒரு கிளியும் உட்கார மறுக்கிறது.

கோணங்கி ஆரம்பத்தில் கூட்டுறவு சொசைட்டியில் செகரட்டரியாக வேலை பார்த்தான். இப்போது நினைத்தால் அதை

யாராலும் நினைவின் முற்றத்திற்குச் சிரிப்பில்லாமல் கொண்டுவர முடியாது.

விவசாய வாழ்வு, தொடர்ந்து அதன்மீதே கொட்டிய அமிலமழை, நேசித்த நிலம் அவனையே காவு கொண்ட கொடூரம் இதையெல்லாம் தமிழில் அவன் ஒருவன் மட்டுமே தன்‘கைத்தடி கேட்ட நூறு கேள்விகளில்’ படைப்பாக்கி இருக்கிறான். விவசாயியையே பலிகேட்ட விவசாயத்தைப் போலவே அவனுடைய அரசாங்க வேலையைக் காவு கேட்டது அக்கதை.

ராஜினாமா எழுதிக் கொடுத்துவிட்டு வெளியே வந்து, தன் தோள் பையோடு தேசாந்திரியாக இந்தியாவின் வடக்கும், தெற்குமாக அவன் பயணித்த காலங்களும், தூரங்களும், பட்ட அனுபவங்களும், பெற்ற வலியும் ஏராளம்.

அப்படி ஒரு பயணத்தினிடையே, அதே போலொரு அகாலத்தில் தூக்கக் கலக்கத்தில் கதவைத் திறந்த என் முன் கோணங்கியும் அவன் நண்பன் பாரதியும் மழையில் நனைந்தும், குளிரில் விறைத்தும் நின்றிருந்த காட்சி கேன்வாஸில் வரையப்பட்ட கோட்டோவியம் போல் அப்படியே தெரிகிறது.

கல்வராயன் மலைக்கு ‘கல்குதிரை’ பிடிக்கப் போகிறேன் எனச் சொல்லிவிட்டுப் போனான். கல்வராயன் மலையில் அப்போது போதகராயிருந்த என் நண்பர் கிடியன் தேவநேசனுக்கு அவன் வருகையைச் சொன்னேன். மூன்று இரவுகளுக்குப் பின் ஒரு ஞாபகம் மேலிட்ட மாலையில் அவரை அழைத்து கோணங்கியைப் பற்றி விசாரித்தேன். அவரின் கள்ளச்சிரிப்பொலி தொலைபேசியில் வழிந்தது. சுவாரஸ்யமுற்று நான் ஊடுருவியதில், அவன் முதல்நாளே அவர் தந்த அறையை நிராகரித்து கல்வராயன் மலைப் பழங்குடிகளோடு இரண்டறக் கலந்துவிட்டான் என்றும், இரண்டாம் நாள் அதிகாலை தன் நடைப்பயிற்சியின்போது இரத்தம் சொட்டச்சொட்ட மூங்கிலில் கட்டி காட்டுப் பன்னியைச் தூக்கிவந்த நால்வரில் உங்கள் நண்பர் கோணங்கியும் ஒருவர் என்றும் சொன்னார்.

அவனுக்கு எப்போதும் தானிய வகைகளும், காட்டுப்பன்னியின் இரத்தக் கவிச்சியும், தீப்பெட்டியில் இரண்டு கொடுக்காப்புளி தழைகளோடு படுத்துக் கிடக்கும் பொன்வண்டுகளும்தான்

வேண்டும். நவீனத்தையும் நாம் வசதி எனப்போற்றும் பலதையும் அவன் தன் சுண்டு விரலால் தள்ளிவிட்டு வந்திருக்கிறான்.

வாழ்வின் பேருவகை பொங்கும் ஒரு காதலுக்கான இரகசியக் கணம் என்பது காதலியின் மடியில் படுத்து சரீரத்தால் அதிகமும், வார்த்தைகளால் கொஞ்சமுமாய் உரையாடின பொழுதுகள்தான். அது அவர்களுக்கு மட்டுமேயானது. அதை உள்ளுக்குள் ஒளித்து வைத்து, எல்லாம் வறண்டுபோன ஒருவெற்றிட காலத்தில் அவர்கள் மட்டுமே எடுத்துப் பருகிக் கொள்ள அவர்களுக்குள்ளேயே ஒரு திறக்கப்படாத ஊற்றுமாதிரி பொதிந்து கிடப்பது.

அதை அடைத்து நிற்கும் அச்சிறுக்கல்லை மெல்ல எடுத்தால் .....

ஓ... நானும் என் நண்பனும் மட்டும் தாமரைக் குளத்தின் பச்சை நீரில் முட்டிக்கால் வரை நனைய விட்டு, நாங்கள் பருகிய எங்கள் காதல் காலங்கள். தன் இழந்த காதலைச் சொல்ல கோணங்கி என்ற அந்த மகா கலைஞன் வார்த்தைகள் வராமல் தவித்த அந்த இருள் கவிழ்ந்த குளப்படிக்கட்டுகளை இப்போது கடக்கும்போதும் திரும்பிப் பார்த்துக் கொள்கிறேன். எனக்குக் காதலியின் மடியில் படுத்துக் கிடந்த நாட்கள் ஞாபகத்தில் இல்லை. கோணங்கியுடன் நீரில் பாதியும், நினைவில் பாதியுமாய்ப் புதையுண்ட அந்த நாளே இவ்வெறுமையைத் துடைத்துக் கொள்ளும் ஒரே ஈரிழைத்துண்டு எனக்கு.

அதன் பிறகான நாட்களில் தமிழ் வாழ்விலிருந்து தன் உரைநடையை ஏழு மலை தாண்டி, ஏழு கடல் தாண்டி, வெகுதூரத்திற்கு அவனே வலிய சுமந்து சென்று மந்திரவாதியின் தலையில் உட்கார்ந்திருக்கும் கிளிக் கழுத்தில் ஒளித்துவைத்துக் கொண்டான். கிளியைக் காப்பாற்ற கோணங்கி விதவிதமான பல புதிரான விடுகதைகளில் வாழ வேண்டியுள்ளது.

இரண்டு வருடத்திற்கு முன் திருவண்ணாமலைக்கருகில் நடந்த ஒரு புத்தக வெளியீட்டில் தமிழ் நிலப்பரப்பை முல்லை, மருதம், நெய்தல் என ஒவ்வொன்றாகப் பிரித்து அவன் கண்டராதித்தனுக்கும், ஸ்ரீநேசனுக்கும், பழனிவேலுக்கும் சகட்டுமேனிக்குக் கொடுத்துக் கொண்டிருந்ததைப் பார்த்தேன். கிளியின் உயிர் இரகசியம் அறிந்தவர்கள் எனச் சொல்லிக் கொள்பவர்களுக்கான, அவனால் முடிந்த எளிய நலத்திட்ட உதவிகள் அவை.

ஆனால் இதெல்லாம் இல்லை அவன் மனம் என்பதை நானறிவேன். என் சிபிக்குட்டியை ஒரு விபத்தில் இழந்து, பித்துப் பிடித்தலைந்து, என் வம்சியின் பிறப்பின் கணத்திலேயே மீண்டும் என்னை மீட்டெடுத்தேன். வம்சியின் வருகைக்காக ஐந்து கிலோ கருப்பட்டி மிட்டாய்களோடு கோவில் பட்டியிலிருந்து புறப்பட்டு வந்து, மருத்துவமனை வாசலில் காத்திருந்த நாட்களில் என் பழைய கோணங்கியைக் கண்டேன்.

போர்ட் கொச்சினுக்குக் கதை சொல்லப்போய், மொழி தெரியாத அந்த நண்பர்களின் அன்பில் கரைந்து, அங்கிருந்து கோணங்கியைத் தொலைபேசியில் அழைத்த இரவின் விடியலில் அவன் என்னுடன் இருந்தான். வேண்டுதல்கள் சுமந்த இரு யாத்திரிகர்களைப் போல, நாங்களிருவரும் கொச்சியிலிருந்து புறப்பட்டு கொடுங்கல்லூர் போய் கண்ணகி சிலையைப் பார்த்து, கையெடுத்துக் கும்பிட்டு அந்த அதிகாலை மழையினூடே ஒரு கூரைக்கடையில் கள்குடித்து, மீன் தின்ற நாள் எழுதி முடித்த ஒரு உன்னதப் படைப்பிற்கு நிகரானது.

இலக்கியக் கூட்டங்களில் எப்போதும் பேசும் பேச்சாளனல்ல கோணங்கி. இருபது வருடங்களுக்கு முன் நாங்கள் நடத்திய ஒரு இலக்கியக் கருத்தரங்கில் திடீரென ஒரு புயல் மாதிரி பிரவேசித்து அவன் ஆற்றிய உரை அதற்கு முன் வேறு எவராலும் எப்போதும் கேட்டறியாததவை. அக்கருத்தரங்கில் அதன்பின் பேச வேண்டிய மூன்று முக்கிய இலக்கியவாதிகளும் பேசமுடியாமல் அதோடேயே அக்கூட்டத்தை முடிக்க வேண்டியதிருந்தது. இதுதான் ஆத்மாவின் உள்ளிருந்து எழும் ஒரு நிஜப்படைப்பாளியின் ஆவேசக் குரல். அதைக் கேட்ட பாக்கியம் இருமுறை திருவண்ணாமலை வாசகர்களுக்கு வாய்த்திருக்கிறது.

இதோ இப்போதும் மகாராஷ்ட்ராவின் பெயர் தெரியாத ஏதோ ஒரு குக்கிராமத்திலிருந்து காய்ந்த சுரைக் குடுக்கைகளைச் சேகரித்தவாறு அலையும் இந்த நாடோடிக் கலைஞனின் வருகைக்காக, திக்கித் திக்கி அவன் உதிர்க்கும் ஆதித் தமிழ்ச்சொல்லை அள்ளிப் பருகுவதற்காகக் காத்திருக்கும் ஆளுமைகளை நானறிவேன்.

அவனை ஒரு பேட்டி எடுக்கவோ கதை எழுதி வாங்கவோ பிரபலமான தமிழின் பத்திரிக்கைகள் எடுத்த அத்தனை முயற்சிகளும் தோல்வுயுற்றதையும் கோணங்கியின் புகைப்படங்களை வேண்டி

தவமிருந்த பத்திரிகைகளையும் நானறிவேன். நேர்காணலுக்காக, கோவில்பட்டிவரை சென்று பேட்டி எடுக்க முடியாமல் திரும்பிய தமிழ்ச் சேனல்களின் வாடிய முகங்களையும் நான் எதிர் கொண்டிருக்கிறேன்.

கமலஹாசன் தன் வாழ்வில் சந்திக்க விரும்பும் ஒரே படைப்பாளி கோணங்கி என்று பல நேர்காணல்களில் சொல்லியும், அதை உதறிச் செல்லும் செம்போத்து பறவை அவன்.

அடர்மழை நாளொன்றின் அதிகாலை அது. நான் என் கிணற்று மேட்டில் காவலிருக்க, கிணற்றில் குதித்து நீந்திக் கொண்டே வேலா, 'என் கோட்டைக் கிணறு கதை சொல்லவா?' என இருமடங்கு சத்தத்தில் கத்துகிறார். உள்ளேயிருந்து கேட்கும் குரலைக் கரையிலிருந்து அள்ளுகிறேன். கதையின் உக்ரத்தை நீரில் கரையாமல் அப்படியே வைத்துவிட்டு,

'பவா இந்நேரம் கோணங்கி இங்க வந்தா எப்படி இருக்கும்?' இதுவேலா.

ஏதோ ஒரு உள்ளுணர்வு உந்த, மேற்கு திசையில் திரும்பிப் பார்க்கிறேன்.

தோளில் தொங்கும் நீண்ட தோள்பையோடு இரவெல்லாம் விழித்த களைப்பின்றி சட்டைப் பட்டன்களைக் கழட்டியபடியே ஓடிவந்து அந்தக் கிணற்றில் குதித்த, கோணங்கியின் அந்நிமிடம், பூசணிப்பூவின் அபூர்வ சத்தம் அருந்தின அத்திருடனுக்கும், எங்களுக்கும் மட்டுமே வாய்த்தவை.

தடுப்பணையற்ற காட்டாறு

பாலச்சந்திரன் சுள்ளிக்காடு

பாலச்சந்திரன் சுள்ளிக்காடு

'பூமியைத் தேடிவரும் சில சிறகுகள்
யாதொன்றும் வேண்டுவதில்லை
வானை உராய்ந்தது போதும்'

பாலச்சந்திரன் சுள்ளிக்காட்டைப் பற்றி எப்போது நினைத்தாலும் கூடவே குட்டி ரேவதியின் இக்கவிதைதான் நினைவிற்கு வரும்.

நிற்க மனமின்றி மழை இன்னும் தூறிக் கொண்டிருக்கும் ஒரு அதிகாலையில் எர்ணாகுளத்தின் முகப்பிலுள்ள எடப்பள்ளி ஆட்டோ ஸ்டாண்டில் நின்று தடுமாறுகிறேன், ''பாலச்சந்திரன் சுள்ளிக்காடு'' எனத் தமிழில்...

அடுத்த நொடி ''நம்ம பாலனோ?'' என இரண்டு, மூன்று குரல்கள்.

கொஞ்சம் நம்பிக்கையோடும், நிறைய நம்பிக்கையின்மை யோடும் ஆட்டோவில் ஏறுகிறேன். ஐந்தாவது நிமிடம் ''வெல்கம் பவா'' என்ற கணீர் குரலின் வரவேற்பில் பாலச்சந்திரன்!

கலர் லுங்கி கட்டி, வெற்றுடம்போடு வரவேற்கும் இம்மனிதனை எடப்பள்ளி ஆட்டோ டிரைவர்கள் முதல் கேரளாவின் முதல்வர்வரை தெரியும்.

இவர்கள் எல்லோரும் இக்கவிஞனைக் 'கேரளாவின் சொத்து' எனக் கருதுகிறார்கள். இவன் எழுத்து மட்டுமே எழுநூறு மைல்களுக்கப்பால் என்னை இழுத்து வந்திருக்கிறது. கொட்டும் நீரில் வார்த்தைகளற்று நிற்கிறேன்.

''உள்ள வா'' எனத் தோள்பற்றி அழைக்கும் தோழமையில் எங்கள் முதல் சந்திப்பை மீட்டெடுக்கிறேன்.

இலக்கியத்தின் பேரில் தனக்கு வழங்கப்பட்ட அத்தனை பரிசுகளையும், பணத்தையும் தயவு தாட்சண்யமின்றி நிராகரித்தவன் சுள்ளிக்காடு!

எழுத்தாளரும், காவல் துறை அதிகாரியும், என் சிநேகிதியுமான திலகவதிதான் எங்களுக்கு பாலச்சந்திரன் சுள்ளிக்காடு என்ற கவிஞனை அறிமுகப்படுத்தினார்கள். திருவண்ணாமலை ''முற்ற'' த்திற்கு உரையாற்ற அழைத்த எங்கள் அழைப்பை அப்போதே ஏற்று, அடுத்த வாரத்தின் ஒரு வெயிலேறிய மத்தியானத்தில், அழுக்கேறின ஜீன்ஸும், கசங்கிய டீ-ஷர்ட்டுமாய் என் வீட்டிற்கு ஒரு ஆட்டோவில் வந்திறங்கிய அம்மனிதனை அத்தனை முக்கியத்துவம் வாய்ந்தவரென நாங்கள் யாரும் அப்போது அறிந்திருக்கவில்லை.

அன்றுமாலை ''முற்ற'' மைதானத்தில் சுள்ளிக்காட்டின் உரையை விடவும், அவர் குரல் வசீகரம் எல்லோரையும் கட்டிப் போட்டது. தன் கவிதைகளைத் தாள லயத்தோடு அவர் பாடியது எங்களுக்கு முற்றிலும் புதிய அனுபவம். ''எவிடெ ஜான்? எவிடெ ஜான்?'' என ஒரு விபத்தில் இறந்துபோன ஜான் ஆப்ரஹாமை நோக்கி அலைவுற்ற பாலனின் குரலில் நாங்கள் எல்லோருமே எங்களைப் பறிகொடுத்திருந்தோம். தவித்த குரலை அங்கேயே தனித்தலைய விட்டு, மைதானத்தை விட்டகன்ற அந்தப் பின்னிரவில் வெகுநேரம் வரை என்னை மட்டும் அழைத்துக் கொண்டேயிருந்தது அக்குரலின் வசீகரம்.

அன்றிரவு எங்கள் வீட்டிலேயே தங்கியிருந்த பாலன், கையில் ''சிதம்பர ஸ்மர்ண '' என்ற தன் புத்தகத்தோடு அதிகாலையிலேயே எழுந்து, அலைவுறும் தன் மனதை எதிலாவது கொட்ட குறுக்கும், நெடுக்குமாக நடந்து கொண்டிருந்த காலை நினைவிருக்கிறது.

அம்மா, குழந்தைகள் என எல்லோரும் எழுந்து வட்டம் போட்டு உட்கார்ந்து ஒரு புது அனுபவத்தை அடைய மௌனத்தோடு காத்திருந்த நிமிடமும் ஞாபகத்தில் உள்ளது.

''இந்தப் புத்தகத்திலிருந்து சில பகுதிகளை வாசிக்கட்டுமா?''. ஏற்கனவே மனத் தயாராகி விட்டிருந்த எங்கள் மௌனம் அவர் சம்மதத்தைத் துரிதப்படுத்தி வார்த்தைகளாக்கியது.

எல்லாவற்றையும் இழந்துவிட்டு, ஒருவருக்கு இன்னொருவர் மட்டுமே ஆறுதல் என்ற வாழ்வின் இறுதி எல்லையில் நின்று கொண்டிருந்த ஒரு முதிய கணவன், மனைவியின் அளவிட முடியாத நேசம் அது. சிதம்பரம் கோவிலின் பருத்த கல்தூண்களுக்கிடையே கால்களை நீட்டிப் போட்டுக் கொண்டு, கடந்து போன வாழ்வின் நெரிசல்களையும், நேசத்தையும் கண்களால் பகிர்ந்து கொள்ளும் அக்காட்சியை பாலேந்திரன் வாசிக்க, வாசிக்க என் அம்மாவிலிருந்து, வம்சி வரை கண்களைத் துடைத்துக் கொண்டோம்.

ஓ............ அந்தக் குரல்...............

அடுத்த பகுதி, அடுத்த பகுதி என்ற ஒற்றை வார்த்தை மட்டுமே பிரயோகிக்கப்பட்ட பொழுது அது. கண்ணீரும்,மௌனமும் அக்காலை வேளையைப் போட்டிபோட்டு மெழுகிவிட்டது. நெடுநேரம் கழிந்து, விடுபட நினைத்த எங்களெல்லோரையும் ஒரு மெல்லிய கண்ணி கவ்வியிருந்தது. பாலச்சந்திரன் சுள்ளிக்காடு என்ற கலைஞன் எங்கள் வீட்டிற்குள் ஒரு ஒளியைப் போல ஊடுருவியது இப்படித்தான்.

சிலர் விட்டகன்றிருப்பினும் அரூபமாய் அங்கேயே தங்கியிருப்பது மாதிரி அவன் குரலும், அவன் வாழ்வின் குரூரமான பகுதிகளும் அந்த அறை முழுவதும் நிரம்பியிருந்தது. அதைத் தமிழ்ப்படுத்தவே ஷைலஜா மலையாளம் கற்றதும், அதன் பிறகான ஆறேழு மாதங்கள் 'சிதம்பர ஸ்மரணாவில்' அவள் பித்துப் பிடித்தலைந்து 'சிதம்பர நினைவுகளில்' மீண்டதும் நிகழ்ந்தது.

இன்றுவரை அப்புத்தகத்திற்கு ஏதாவது ஒரு வாசகர் கடிதமோ, தொலைபேசி அழைப்போ, வலைப்பதிவோ இல்லாத நாட்களை எண்ணிவிடலாம். அவ்வாசிப்பு தமிழ் வாசகர்களிடையே ஏற்படுத்திய அனுபவங்களை மட்டுமே தனித் தொகுப்பாக கொண்டு வரலாம். தவத்திரு பொன்னம்பல அடிகளார், தான் இதுவரை வாசித்த புத்தகங்களில் எந்த ஒரு புத்தகமும் தன்னை இப்படி அலைக்கழித்ததில்லை என்று நாலைந்து பக்கம் கடிதம் எழுதி, இதுவரை இருநூறுக்கும் மேற்பட்ட மேடைகளில் இப் புத்தகப்

பக்கங்களை நான் கண்ணீரோடு பகிர்ந்து கொண்டுள்ளேன், எனச் சொன்னதும் அந்த அனுபவங்களில் அடக்கம்.

அது ஒரு கோடைகால ஆரம்பம். அரசு வேலையில் மனம் லயிக்காத மத்தியானத்தில் அரைநாள் விடுமுறை எடுத்துக்கொண்டு, அப்போதுதான் வாங்கியிருந்த 'சே' வின் வாழ்வைப் பற்றிய ஒரு புதுப் புத்தகத்தோடு அலுவலகத்திலிருந்து வீட்டிற்கு வருகிறான் பாலன்.மனைவி அலுவலகத்திற்கும் மகன் பள்ளிக்கும் போயிருந்த அறையின் தனிமை அவன் வாசிப்பிற்கு இயைந்து தருகிறது.

நான்கு பக்க வாசிப்பில் அறைக்கதவின் லேசான தட்டலில் எரிச்சலோடு திறக்கிறான். ஒரே நொடியில் அறைக் கதவையும், மனக்கதவையும் அசைத்துப் பார்க்கும் வல்லமையோடு ஒருத்தி. நெற்றியில் இடப்பட்டிருந்த சந்தனக்கீற்றுகூட அவள் அழகிற்குத் தேவையற்றதுதான். இத்தனை வருடங்கள் காத்திரமாக்கி வைத்திருந்த எதையும் இல்லாமலாக்கி விடும் பேரழகு அது. உடல் தடுமாற்றத்தை முடிந்தவரை மறைத்து அவளை உள்ளே அழைக்கிறான். அவ்வறை அவளால் எல்லாமுமாய் நிறைகிறது. தான் ஒரு சேல்ஸ்கேர்ள் என்றும், மார்க்கெட்டில் புதிதாய் வந்திருக்கும் ஒரு ஊறுகாய் விற்பனைக்காக வந்திருப்பதாகவும் சொல்லிக் கொண்டே அவள் குனிந்து பையிலிருந்து ஊறுகாய் பாட்டில்களை வெளியே எடுக்கிறாள்.

வெண்ணெய்க்கட்டிகளின் வழுக்கல்களான அடுக்குகளில் தன்னைப் பறிகொடுத்து அவள் இடுப்பின் வனப்பில் வலது கை பதிக்கிறான் பாலச்சந்திரன். அவள் பதட்டமாகி அவனை முடிந்த மட்டும் வலுவுடன் பொறி பறக்க அறைகிறாள்.

''கையை எடுடா நாயே, ஒடம்ப வித்துப் பொழைக்கனுன்னு நெனச்சா ஊறுகா வித்து ஏன் பொழைக்கணும்? சேல்ஸ் கேர்ள்தானே கூப்ட்டா ஒடனே படுத்துருவான்னு நெனச்சியா?''

ஒரு நிமிட இடைவெளி. வாழ்வின் வசீகரத்தையும், அவமானத்தையும், ரௌத்திரத்தையும் ஒரு சேரக் குடித்த கணம் அது.

அவன் அப்படியே விக்கித்துப் போய் நிற்கிறான். அவள் நிதானப்படுகிறாள். பொங்கும் ஆத்திரத்தினூடே சம்மந்தமின்றி

அவள் கல்லூரி ஆண்டுவிழா கொண்டாட்டங்கள் நினைவுக்கு வருகிறது.

அன்று வெற்றி பெற்ற ஒவ்வொருவருக்கும் பெரும் ஆரவாரத்தினூடேயே பரிசளித்த கேரளாவின் மிகப் பெரும் ஆளுமை, இதோ என் முன் கூனிக்குறுகி ஒரு குற்றவாளியாய் மன்னிப்புக் கோரும் முகத்தோடு நிற்கிறான். அவள் சட்டெனத் தன் கோபத்திலிருந்து இறங்கி விடுகிறாள். மனிதனின் பலவீனத்தைத் தன் வசீகரத்தால் ஒரு நிமிடத்தில் துடைத்தெறிகிறாள் ஸ்ரீதேவி.

எதை எதையோ எனக்காகத் தாங்கிக் கொண்ட என் மனைவி விஜயலஷ்மி என் பொருட்டு இதையும் பொறுத்துக்கொண்டே, அறையில் உடைந்து கிடந்த வளையல் துண்டுகளைப் பெருக்கித் துடைத்தாள் எனத் தன் வாழ்வை நினைவுகூறுகிறான் இக் கவிஞன்.

அவர் மனைவி அவருக்குச் சமைத்துப் போடும் சராசரி அல்ல, சாகித்ய அகடாமி பரிசு பெற்ற கவிதாயினி. நவீன மலையாளக் கவிதையின் இன்னொரு முகம்.

தான் சேகரித்து வைத்துள்ளவை புத்தகங்கள் மட்டுமல்ல, எழுதப்படாத வாழ்வின் நல் நினைவுகள். "அவற்றை நான் அடைந்த அதே ஈரத்தோடு அப்படியே மன அறைகளில் அடைகாக்கிறேன் பவா" நினைவுகளின் அழுத்தத்தில் வருகிறது வார்த்தைகள்.

ஒரு முறை கேரள சாகித்ய அகாடமி நடத்திய பன்னாட்டுக் கருத்தரங்கைத் துவக்கிவைக்க உங்க ஊர் ஜெயகாந்தன் வந்திருந்தார். அவரை ரயில் நிலையத்திலிருந்து அழைத்து வந்து, அறையில் சேர்ப்பது வரையிலான பொறுப்பை நான் விரும்பி ஏற்றிருந்தேன். எல்லாமும் திட்டமிட்டபடியே நிகழ்ந்தது. குளித்து முடிந்து உடை மாற்றி கட்டிலில் அமர்ந்தவரிடம் கேட்டேன்,

"சாருக்கு என்ன வேணும்?"

"ப்ரஷ்ஷா கஞ்சா".

அதிர்வில்லையெனினும், அதிலிருந்தெல்லாம் எப்போதோ விடுபட்டிருந்ததால் எழுந்த சிறு அசைவினை அவர் கவனிக்கும் முன்,

''கொச்சின்ல அது இப்ப எங்க கெடைக்குன்னு நான் அறியில்ல சார்''

''அது எங்க கெடைக்குன்னு உங்களைக் கேட்கலயே, என்கூட மட்டும் வாங்க''

ஒரு புது சீடனைப் போல், மிக நீண்ட எர்ணாகுளம் மகாத்மா காந்தி சாலையில் அவருடன் பேசாமல் நடக்கிறார்.

சின்னப் பழைய பெட்டிக்கடை முன் இந்தியாவின் மிகப் பெரிய அந்த இலக்கிய ஆளுமை, ஒரு பன்னாட்டுக் கருத்தரங்கைத் துவங்கி வைக்க வந்துள்ள சிறப்பு அழைப்பாளர் ஜெயகாந்தன் ஒதுங்கினார்.

நடப்பது எல்லாவற்றையும் சிறு குழந்தையின் குதூகலத்தோடு உள்வாங்கிக் கொண்டிருக்கிறார் பாலன்.

அழுக்கு லுங்கி கட்டி, முண்டா பனியன் போட்டிருந்த அந்த தெத்துப்பல் முளைத்த பெட்டிக்கடைக்காரனும், ஜே.கே. வும் காதலர்களைப் போல் ஒரு நிமிடம் கண்களால் பேசிக் கொண்டார்கள். அந்நிமிட முடிவில் காகிதப் பொட்டலம் ஜே.கேவின் கைகளுக்கு மாறியிருந்தது.

இரு பெரும் ஆளுமைகளின் முன் ஒரு உள்ளூர் கவிஞன் தன் இயலாமையின் பொருட்டு மௌனமாக நின்ற வெட்கமான கணமது.

பாலச்சந்திரனின் சிதம்பர நினைவுகள் தமிழ் வாசகப் பரப்பில் ஏற்படுத்திய அதிர்வில் பிரபல வாரப்பத்திரிகை ஒன்றிருந்தது. அதன் நிருபர் ஒரு புகைப்படக்காரரோடு அவரைச் சந்திக்க கொச்சின் போய், அப்போது பாலன் பணிபுரிந்த மாவட்டக் கருவூல அலுவலகத்து கேன்டீனில் அவர் வருகைக்காகக் காத்திருந்திருக்கிறார்.

ஒரு நெருப்பு ஜ்வாலையைச் சந்திக்க நினைத்த அந்நிருபருக்குக் கிடைத்தது எரிந்து முடிந்த ஒரு கரித்துண்டு மட்டுமே. 'நீங்க பார்க்க நினைத்த பாலன் செத்துப்போய் பல வருடங்கள் ஆகிறது. இப்போது பார்ப்பது வெறும் ட்ரெஷரி எம்ப்ளாயி எஸ். பாலச்சந்திரன் மட்டும்தான்'. இந்த பதிலில் தெரிந்த வெறுமையினூடே நீடித்த தன் ரயில் பயணத்தைப் பற்றி அந்நிருபர் என்னிடம் தனியே சில மணி நேரங்கள் பகிர்ந்திருந்தார்.

தன் நண்பனும், இயக்குநருமான ராஜீவ்நாத்தின் அழைப்பின் பேரில் சென்னையில் ஒரு பிரபலமான மனிதனின் வீட்டு முகப்பில் இவர்களுக்காக மட்டும் ஏற்பாடு செய்யப்பட்டிருந்த மது விருந்தில் கலந்துகொள்ள சம்மதிக்கிறான். அவ்வீட்டின் முகப்பில் நின்று கைகூப்பி இவர்களை வரவேற்றது, தென்னிந்தியாவின் நடிப்புச் சக்கரவர்த்தி சிவாஜிகணேசன். ஒரு நிமிடம் பாலன் உடைந்து போகிறான். சின்ன வயசில் வீட்டைவிட்டு வெளியேறி, சாப்பிடவும், தூங்கவும் இடமின்றி எர்ணாகுள பஜார் வீதிகளில் அனாதையாய் அலைவுற்ற நாட்களின் ஞாபகங்கள் பொங்குகின்றன.

சினிமா தியேட்டர்களில் புதிய படங்களின் வருகையை அறிவிக்கும் வண்டிகளில் நின்று கொண்டு ''இன்று மாலை 6.30 மணிக்கு ரீகல் தியேட்டரில் தென்னிந்திய நடிப்புச் சக்ரவர்த்தி நடிகர்திலகம் சிவாஜிகணேசன் நடிக்கும் தங்கப்பதக்கம்'' என்று கத்தி, குரல் விற்றுப் பிழைத்த அந்தச் சிறுவயதுப் பையன் பாலச்சந்திரன் அவன் முன் வருகிறான். காலம் என்கிற பிரமாண்டத்தின் முன் எல்லாமே மாறுதலுக்குட்பட்டவை என்பதை சிவாஜிகணேசனே அவன் கைப்பிடித்துத் தன் மாடிக்கு அழைத்துப் போனதையும், அவர் கையாலாயே அளவான மது ஊற்றி, சோடா கலந்து கொடுத்ததையும் உணர்வு பொங்க விவரித்திருக்கிறார் பாலன்.

கடந்த ஆண்டு சுள்ளிக்காடின் அழைப்பின் பேரில் அவர் மகன் திருமணத்திற்கு நான் குடும்பத்தோடு கொச்சின் போனேன். அத்திருமண நிகழ்வின் எளிமை பற்றியே தனியே எழுத வேண்டும்.

கொச்சின் நகரின் புராதனமான விக்டோரியா சிற்றரங்கில் மாலை ஏழு மணிக்குத் துவங்கியது அத்திருமண வரவேற்பு. சாதாரண உடையில் மணமக்கள் மேடையில் அவர்களுக்குள் பேசிக் கொண்டிருந்தார்கள். மொத்தமே இருநூறுக்கும் குறைவானவர்களே அழைக்கப்பட்டிருந்தோம். விருந்தினர்களோடு போடப்பட்டிருந்த இருக்கைகள் மணமக்களை நோக்கி அல்ல, விருந்தினர்களை மையப்படுத்தியே போடப்பட்டிருந்தது.

அறையின் ஒரு மூலையில் இடப்பட்டிருந்த மேசையில் மிக மிக எளிமையான உணவுகள் மட்டும் அடுக்கி வைக்கப்பட்டிருந்தது. விருந்தினர்கள் தங்களுக்கானதை எடுத்துக்கொண்டு ஏதாவதொரு

இருக்கையில் தங்களுக்குப் பிடித்த நண்பர்களோடு உட்கார்ந்து, பரபரப்பில் இழந்த சந்தோஷத்தை மீட்டெடுக்க முயன்ற தருணங்களைத் தரிசித்தேன்.

என் பின் தோளில் விழுந்த அடியில் திரும்பிப் பார்த்தால் மம்முட்டி.

ஒரு புது கோடிக்கரை வேட்டியை மடித்துக் கட்டிக்கொண்டு, தன் பத்திரிகை நண்பர்களை எனக்கு அறிமுகப்படுத்தினார். இந்த இருநூறு பேரில் 16 பேர் கேரளாவின் தற்போதைய அமைச்சர்கள் என்ற செய்தியில் ஆர்வமுற்று அவர்களை அடையாளப்படுத்த முயன்று தோற்றேன். ஒருவரும் தங்கள் உதவியாளர்களைக்கூட உள்ளே அழைத்து வரவில்லை.

கேரள அறிவுலகம், திரையுலகம், அரசியல் மூன்றும் இந்த இருநூறு பேரில் அடக்கம் என்பது போன்ற எளிமை அத்திருமணம்.. ஒரு தமிழ் மனத்தின் ஏமாற்றத்தையும், ஆர்வத்தையும் அடக்கமுடியாமல் அங்கேயே பாலச்சந்திரனிடம் கேட்டேன்.

"இத்திருமண வரவேற்பிற்கு எவ்வளவு செலவாகியிருக்கும் பாலன்?"

"Below twenty five thousand"

இவ்வளவு பிரபலமானவர்களை அழைத்துவிட்டு, இன்னும் கொஞ்சம் நல்ல உணவு ஏற்பாடு செய்திருக்கலாமே?''

"ஒரு லட்சம் ரூபாய்க்கு மேல் செலவழித்துத் தயாரிக்கப்பட்ட மிக நல்ல அசைவ உணவு இத்திருமணத்தின் பொருட்டு இன்று மதியம், இங்கிருந்து 20 கி.மீ. அப்பால் உள்ள ஒரு அனாதைக் குழந்தைகள் விடுதிக்கு மணமக்களே சென்று 500 குழந்தைகளுக்கும் பரிமாறி, பசியாறச் செய்துவிட்டே வந்தார்கள்."

என் மௌனத்தைத் தொடரவிட்டு பாலனே தொடர்ந்தார்.

"நமக்குத்தான் தினம் தினம் நல்ல சாப்பாடு தொடர்ந்து கிடைக்குதே, இன்னைக்கு ஒரு நாள் இப்படி சாதாரண சாப்பாட்டை சாப்பிடலாம் பவா"

மொழியின் பலிபீடம்

சுந்தர ராமசாமி

எல்லா நாளும் கார்த்திகை

சுந்தர ராமசாமி

அந்தப் பிரபல வாரப் பத்திரிகையின் சீனியர் நிருபர் ஒருவர் அப்போதைய தமிழ்நாட்டின் தமிழ் வளர்ச்சி மற்றும் பண்பாட்டுத்துறை அமைச்சரான தமிழ்க்குடிமகனைப் பேட்டி எடுத்துக் கொண்டிருக்கிறார்.

"தமிழில் ஆகச் சிறந்த படைப்பாளி?"

"முத்தமிழ் அறிஞர் கலைஞர்."

"தமிழில் நீங்கள் பார்த்து வியந்த படைப்பு?"

"கலைஞரின் பொன்னர் சங்கர்."

ஒரு மணி நேரத்திற்கும் மேலாக உரையாடல் இப்படியே தொடர்வதில் கடுப்பான அந்நிருபர்,

"சுந்தர ராமசாமியின் படைப்புகளைப் பற்றி.....?"

"யார் அவர்?"

"தமிழின் மிக முக்கியமான, மூத்த படைப்பாளி."

"உங்களுக்கு அவர் முக்கியமானவராக இருக்கலாம். எனக்கில்லை. எங்களுக்கு எல்லாமே ஐந்தமிழறிஞர் கலைஞர்தான்."

முத்தமிழ் அடுத்த அரைமணி நேரத்திற்குள் ஐந்தமிழானதில் மேலும் அதிர்வுற்ற அந்நிருபர்,

"எனக்கொன்றுமில்லை சார், சுந்தர ராமசாமியின் பெயர் இவ்வருட நோபல் பரிந்துரைக்குப் போயிருப்பதாகச் சொல்கிறார்கள். அவ்வளவு முக்கியமான ஒரு எழுத்தாளரை, தமிழ்நாட்டின் தமிழ் வளர்ச்சி

மற்றும் பண்பாட்டுத்துறை அமைச்சருக்கே யாரென்று தெரியவில்லை என்பதைப் பதிவு செய்து கொள்ளட்டுமா?''

நான் மனம்விட்டு லயித்த நேர்காணல் அது.

எனக்கு அப்போது இருபதுக்கும் இருபத்தைத்துக்கு மிடையேயான வயது. பி.காமில் எதுவும் விளங்காமல் தமிழ்ப்படைப்புகளையும், சிறுபத்திரிகைகளையும் தேடித் தேடிப் படித்துக் கொண்டிருந்த நாட்கள் அவை. தமிழில் இன்றைய நவீன எழுத்தாளர்கள் பலர் சுஜாதா வழியே இவ்விடத்திற்கு வந்தேன் எனப் பெருமையாகக் குறிப்பிடுவதைக் கவனித்திருக்கிறேன். நான் சு.ரா. வழியேதான் சுஜாதாவை தெரிந்து கொண்டேன். அவர் தயாரித்த 'காலச்சுவடு' மலரை சுஜாதா தனக்கேயுரிய வெகுஜனப் பார்வையோடும், கிண்டலோடும் விமர்சித்திருந்தார். அவ்விமர்சனத்தில் மிகுந்த கோவமுற்று, 'சுஜாதாவின் வெளிநாட்டு குடை' என்று சு.ரா அவருக்கு ஒரு ஆவேசமும் கிண்டலுமான பதிலெழுதியிருந்தார். அதன் பிறகே சுஜாதாவின் தேர்ந்தெடுத்த சிறுகதைகளை வாசிக்க ஆரம்பித்து இடையிலேயே விருப்பமற்று விட்டுவிட்டேன்.

அப்போது தமிழில் 'காலச்சுவடு', 'இனி' மற்றும் இரண்டே இதழ்களோடு நின்று போன 'புதுயுகம் பிறக்கிறது' இதெல்லாம் என் வாசிப்பின் தாகத்தைத் தீர்த்தும், சுபமங்களா, புதியபார்வை, செம்மலர், தாமரை போன்ற இதழ்கள் இட்டு நிரப்பியும் என்னைச் செலுத்திய காலங்கள் அவை.

காலச்சுவடு இதழ் முழுக்க வாசித்து முடித்து மனம் லயித்த மாலையில், சுந்தர ராமசாமிக்கு ஒரு நீண்ட கடிதமெழுதினேன். அப்போது என்னால் எழுதப்பட்ட எல்லாக் கடிதங்களுமே காதலிக்கு எழுதப்படும் ரொமான்சோடுதான் இருக்கும். முகவரிகள் மாறினாலும் பெரிய விபத்தொன்றும் நிகழாது. என் கடிதத்திற்கான பொறுப்பான பதில் அவரிடமிருந்து அடுத்த வாரமே என்னை வந்தடைந்தது.

ஒரு எழுத்தாளனின் டைப் செய்யப்பட்ட கடிதம் அதற்குமுன் நான் பார்த்திராதது. நண்பர்களிடம் சு.ரா.வைப்பற்றி விசாரிக்க ஆரம்பித்தேன். அவர் பெரிய பணக்காரரென்றும், சொந்தமாக

ஜவுளிக்கடை வைத்திருக்கிறாரென்றும், அவர் டிக்டேட் செய்வதை ஷார்ட்ஹேண்டில் நோட்ஸ் எடுத்து டைப் செய்ய ஸ்டெனோ, டைப்பிஸ்ட் என இரு பெண் பணியாளர்கள் உண்டெனவும் செய்திகளை மிகுந்த ஆச்சரியங்களினூடே சேகரித்துக்கொண்ட எனக்கு, அது வரை டீ, சிகரெட், பீடி முதல் ஒரு வேளை நல்ல சாப்பாட்டுக்குவரை ஏதாவது ஒரு வேலைக்குப்போன உற்ற நண்பனை மட்டுமே நம்பியிருந்த, தாடி வளர்த்த, ஜோல்னாப்பை மாட்டித் திரிந்த நவீன இலக்கிய படைப்பாளிகளை மட்டுமே தெரியும்.

ஜவுளிக்கடை முதலாளியாக இருந்து சொந்தமாக கார் வைத்துக்கொண்டு எழுத்தாளராயிருப்பது என்பது எனக்கு மிகப்பெரிய மனக்கிளர்ச்சியைத் தந்தது.

ஒரு பைசாவுக்கும் பெறாதவனாக அப்போது என்னை நினைத்து,

''பவா, இந்த இலக்கியம், இயக்கமெல்லாம் வேணாம். ஒழுங்கா படிச்சி, ஒரு வேலைக்குப்போறதப் பாரு'' என்ற சலித்துப்போன ஆலோசனை கேட்க குமட்டிக்கொண்டு வரும். எழுத்தாளன் என்பவனின் அதிகபட்ச சொத்தே ரெண்டு அழுக்கு ஜிப்பாவும், ஒரு ஜோல்னாபையும் மட்டும்தான் என நம்பிக் கொண்டிருந்த அவர்களை சு.ரா.வின் இந்த லௌகீகச் செழுமையைச் சொல்லி வெறுப்பேற்ற வேண்டும் என்ற ஆர்வம் மேலிட,

''இல்லண்ணா, எழுத்தாளன் ஒண்ணும் பிச்சைக்காரன் இல்லண்ணா, என்ன மாதிரியே எழுத்தாளனா இருக்கிற சுந்தர ராமசாமிக்குச் சொந்தமா தமிழ்நாட்டில பத்து ஜவுளிக்கடை, ஆறேழு காரு, அவருக்கு சொந்தமா ஆபீஸ். அதுல பத்து பேரு வேலை பாக்கிறாங்க ''என்று ஒரு ஆரம்ப நிலை எழுத்தாளனுக்குரிய அதிகபட்ச கற்பனையைக் கலந்துவிட்டு அவர்கள் வாயில் நுழையும் ஈயை அவர்களே எடுப்பதைப் பார்த்து ரசித்த சுவாரஸ்யமான காலமது.

ஒரு இன்லெண்ட் கடிதத்தில் டைப் அடிக்கப்பட்ட ஒன்றரைப்பக்க அக்கடிதத்தை என் பாக்கெட்டில் மடித்துவைத்து அது கிழிந்து போகிறவரை படித்த நாட்களின் நினைவுகள் இனிமையானவை.

அந்த இன்லெண்ட் கடிதம்தான் எங்களை ஒரு புள்ளியில் இணைத்தது. அவர் கதைகளில் வழிந்த கிண்டலும், மனிதர்களை அவர் பார்த்த விதமும் தனித்துவமிக்கவை எனினும், அவர் படைப்புகளில் வந்த மனிதர்கள் யாரும் என் மனிதர்கள் இல்லை என்பதை என் மனம் புரிந்து வைத்திருந்தது.

என் மனிதர்களென்றால்....

ஓட்டைச் சட்டியை வலையில் கவிழ்த்து புகைப்போட்டு வரப்பெலி பிடித்துத் தின்று ராக்கூத்தாடும் ஒரு கிராமத்தின் கடைசி மனிதனோ,

'தே, அஞ்சி ரூவா என்னாத்துக்கு ஆவும், வெத்தலைசேரு, பொயலைக்காம்புக்குக் கூட ஆவாது, பத்தா கொடு' என பேரம்பேசிக் கொண்டே ஒரு புதர் இருட்டில் மல்லாரும் பெண்ணோ, ஒரே பள்ளியில் படித்து, அல்லது ஒரே இடத்தில் வேலைபார்த்து, ஒரே பேருந்தில் ஊர்த்திரும்பி அக்கொடிப் பாதை ஊர் என்றும் காலனி என்றும் பிரியுமே அதுவும், அம்மனிதர்கள் தனித்தனியே பிரிந்து போகும்போது ஏற்படும் மன உணர்வுகளின் ஒரு துளியையோ நான் அவர் படைப்புகளில் அருந்தவில்லையெனினும் அவர் ஒரு முக்கியமான படைப்பாளியும், ஆளுமையும்தான் எனத் தீர்மானித்ததற்கு அவர் படைப்புகளின் செய்நேர்த்திகள் என்னை வசீகரித்ததே காரணம்.

அவரது சிறுகதைகளின் வழியே பயணித்து நான் அடைந்த வாசிப்பின் உச்சம் ஜே.ஜே. சிலகுறிப்புகள்.

டைபாய்ட் காய்ச்சலில் நான் படுத்திருந்த அந்த இருபத்தோரு நாட்களும் நான் ஜே.ஜே. சிலகுறிப்புகளைப் பலவாறாக வாசித்துப் பார்த்தேன். ஜெயகாந்தனின் ஹென்றிக்குப் பக்கத்தில் எனக்குள் உட்கார ஜே.ஜே. என்ற அந்நாவலின் ஆகிருதியும் தொடர்ந்து என்னை இம்சித்துக் கொண்டிருந்த நாட்களில், அப்போது என் நண்பனும், இப்போது என் மனைவியின் அக்கா கணவனுமான உத்திரகுமாரன் அந்நாவலை வாசித்த சூடு ஆறுவதற்குள் பஸ் ஏறி நாகர்கோவில் போய், அவரின் சுதர்சன் ஜவுளிக்கடைமுன் காத்திருந்து, அவர் கடைகட்டும்போது அவர் முன்நின்று,

‘நான் உங்கள் வாசகன், உங்களோடு பேச வேண்டும்’ என்றிருக்கிறான்.

அவர் திரும்பி ஒரு புன்னகையை மட்டும் உதிர்த்துவிட்டு, அன்றைய வியாபாரக் கணக்கு முடித்து, அவன் கைப்பிடித்தழைத்து தன்னுடைய அம்பாசிடரில் ஏற்றிக்கொண்டு டிரைவரைப் பார்த்து ‘வீட்டுக்கில்லை கன்யாகுமரிக்கு’ என உத்திரவிடுகிறார்.

கார் கன்யாகுமரியின் பிரமாண்ட கடற்கரையை அடைந்த பிறகும் அந்த எழுத்தாளனும் அவர் வாசகனும் பேச எதுவுமற்று உட்கார்ந்திருக்கிறார்கள்.

அரபிக்கடலின் அப்பிரமாண்டத்திற்கு முன் அவ்விருவரும் அற்பப் பதர்களைப் போல நீண்ட நேரம் பேச்சற்று உட்கார்ந் திருந்ததாக உத்ரா சொன்னான்.

அவர்கள் திரும்பி நாகர்கோவில் வரும் வழியெங்கும் பெய்த அடைமழையே போதுமென முடிவெடுத்து மௌனத்தை இன்னும் நீட்டித்தபோது கார் சு.ரா. வீட்டு வாசலில் நிற்கிறது.

அன்றிரவு உணவை அவர் வீட்டிலேயே முடித்துக் கொண்டு

‘பொறப்படறேன் சார்’ - இது உத்ரா

‘சரி. வாங்க’ - இது சு.ரா.

வினோதங்களின் மொத்தக் குவியல்கள்தான் எழுத்தாளனும், வாசகனும்.

இச்சந்திப்பையும், உரையாடலையும் எழுத்தாளர், வாசகனின்றி யார் நிகழ்த்தி இருப்பினும் அவர்களுக்கான இடம் எதுவென்பதை யோசிக்கும்போது மனம் குதூகலித்துக் கெக்கலிக்கிறது.

படைப்பாளிக்கு மட்டும் சமூகம் வழங்கியுள்ள கௌரவ அனுமதி இது.

சுந்தர ராமசாமி மத்தியதர, வியாபார, சமூகத்தின் கொஞ்சம் மேலடுக்குகளில் உட்கார்ந்திருந்த மனிதர்களைத் தன் படைப்பில் அள்ளியெடுத்திருக்கிறார். அவனின் பேரன்பு, பேராசை, களவாணித்தனம், எல்லாவற்றையும் தன் கவித்துவ மொழியால் செய்நேர்த்தியாக்கியுள்ளார்.

அதீதத் திறமையுடன், அதே அளவு பொறுப்போடும், கொஞ்சம் கூடுதல் உரிமையோடும் தன் ஜவுளிக்கடையில் வேலைபார்க்கும் அந்தப் பார்வையற்ற ராவுத்தர்பாயின்மீது லேசான ஈகோ விழுகிறது அக்கடை முதலாளிக்கு. அவரை ஏதாவதொரு நாளில் அவமானப்படுத்திவிட ரகசியமாய்த் தீர்மானிக்கிறது அக்கள்ள வியாபார மனசு.

ரம்ஜான் பண்டிகைக்கு முதல் நாள் அது லேசான குரூரத்தோடு, ஏதோ சகல நியாயம் மாதிரியே அக்கடையில் அரங்கேறுகிறது. எப்போதோ திட்டமிடப்பட்ட அந்நாடகத்தில் நடிக்கத் தெரியாமல் ராவுத்தர் பாய் ஒடிந்து விடுகிறார்.

விடியப்போகும் ரம்ஜானுக்கு சகல உரிமையோடும் அக்கடையில் அவர் எடுத்த புதுத் துணிகளை 'யாரைக் கேட்டு எடுத்தாய்?' என்ற கடை முதலாளியின் விஷமேறிய கத்தி நேரடியாய் ராவுத்தரின் நெஞ்சில் இறங்குகிறது.

'யாரைக் கேக்கணும்? இது என் கடை'

'உன் கடைன்னா, மொதல் போட்டது சுந்தரம் அய்யர், நீ இங்க வேலை பாக்குற சம்பள ஆள்.'

ஊகித்தலுக்கும், நிஜத்திற்குமான இடைவெளி சட்டென அகலுகிறது. அடுத்த நொடி பாய் அதல பாதாளத்தில் விழுந்து கிடக்கிறார். உடல்மீது படிந்த மண்ணைத் துடைத்துக் கொண்டே மேலேறி வருகிறார்.

ஓ... அப்போ இது என் கடையில்லையா? எனக்கும் இக்கடைக்குமான உறவு ஒரு பணியாளருக்கும் முதலாளிக்கும் இடையேயானதா? இதெல்லாம் தெரியாமலா இத்தனை நாள் இதில் வாழ்ந்தேன்?

பார்வையற்ற அக்கண்களிலிருந்து கண்ணீர் வழிந்தது. எடுத்த புதுத்துணிகள் மீண்டும் கடை ரேக்குகளில் தரம் பிரித்து அடுக்கப்படுகிறது. விஷம்போல் உடலெல்லாம் பரவும் அவமானத்தை அனுமதித்துக் கொண்டே அடுத்த அடியைத் தன் வீட்டை நோக்கி எடுத்து வைக்கிறார் பாய்.

பண்டிகைகள் முடிந்த அடுத்த நாட்கள் சூன்யமானவைதான். நேற்றிருந்த கொண்டாட்டத்தைச் சுத்தமாய்த் துடைத்தெறியும் வெறுமை எங்கிருந்தோ வந்து அவசரமாய் வீடுகளை அடைகாத்துக் கொள்ளும் சந்தர்ப்பங்கள்.

பேச்சுத் துணைக்கும் யாருமற்று ராவுத்தர் வீட்டுத் திண்ணையில் உட்கார்ந்து, தான் பழகாத பகல் நேரத்தைப் பருகுகிறார்.

ராவுத்தர் இன்றி ஒரு அணுவையும் அசைக்கமுடியாத கடை முதலாளி அய்யர், தன் தோல்வியைத் துடைத்துக் கொண்டே ராவுத்தரை அழைக்க தன் பையனை அனுப்புகிறார்.

அத்தருணத்திற்கே காத்திருந்தவர்போல் எக்கி அவர் மகன் சைக்கிள் கேரியரில் உட்காருகிறார் பாய். அவர் பாதம்பட்ட கடை வழக்கமாகச் சுற்ற ஆரம்பிக்கிறது.

முதலாளியின் அகங்காரம் மிக ரகசியமாய், இன்னும் மிக ரகசியமாய்த் தக்க தருணம் நோக்கி அவர் மனவறைகளில் ஒரு விலங்கைப்போல் பதுங்கிக் கொள்கிறது.

இந்த பாயின் திமிரைப் போக்கும் ஒரு நாளை, கடவுள் எனக்கு அருளுவான் எனத் தன் வீட்டில் ஒரு மனப்பிறழ்வுற்றவனைப்போல் அந்நாட்களில் அந்த ஜவுளிக்கடை அதிபர் புலம்பித் தீர்க்கிறார்.

கடவுள் எப்போதும்போல் முதலாளியின் பக்கமே அன்றும் இருந்தார்.

அந்த ஜவுளிக் கடை முதலாளிக்கு கடவுள் தந்திருக்கும் வெகுமதியோடு ரயில் இறங்கி வீட்டிற்குள் நுழையும் அய்யர், வீட்டில் தூங்கும் எல்லோரையும் அந்த அகாலத்திலேயே எழுப்புகிறார்.

ஹால் லைட் போடப்பட்டு தூக்கக் கலக்கத்தில் ஒன்றும் புரியாமல் உட்காரும் குடும்ப உறுப்பினர்களை அய்யரின் உற்சாகம் தொற்றிக் கொள்ளாமல் இருந்ததைக் கவனித்த அவர்,

''இந்த ராவுத்தரின் கொழுப்பை அடக்க என்னக்காவது ஒருநாள் பகவான் எனக்கு அருள்புரிவான்னு சொல்லிண்டே இருப்பேன்ல்ல...,''

பின்னிரவின் மௌனம்....

"இன்னக்கி அருள் புரிஞ்சிட்டான்" என்று சொன்னபடியே தன் ப்ரீஃப்கேசைத் திறந்து சின்னக்கருவி ஒன்றைக் கையில் எடுத்து, "ஒரு கோடிக்கரை வேட்டி 18.50 பைசான்னா 22 வேட்டி என்ன வெல?"

அய்யரம்மா ரொம்ப இயல்பாக, "எங்களுக்கு எப்படித் தெரியும்? ராவுத்தருக்குத்தான் தெரியும்" எனச் சொல்லி அய்யரின் அந்நேர சந்தோஷத்தைக் குலைக்க முயன்றாள். ஆனால் அதற்கெல்லாம் இடம் தராத அவர்,

18.50 x 22 = 407 என்று அந்தக் கருவியில் கணக்கு போட்டு, ஒரு நொடியில் 407 ரூவா என்று முகமெல்லாம் பரவசமாகிச் சொல்ல, அய்யரம்மா அதே வெகுளித்தனத்தோடு, 'அய்யோ ராவுத்தரோட மூளைய இந்தப் பெட்டில யார் அடச்சிருப்பா?' எனக் கேட்க, அய்யரின் கோபம் தலைக்கேறி,

'அடி அசடே, அவன் திமிர அடக்க பகவான் கண்டுபிடிச்ச மிஷின் தாண்டி இந்த கால்குலேட்டர்' என அவள் முன் போடுகிறார்.

பகை வென்று முடித்த ஒரு அரசனைப்போல் அடுத்தநாள் கடைக்கு அந்த கால்குலேட்டரோடு போய், நேற்றிரவு வீட்டில் நிகழ்த்திய அதே காட்சியைக் கடை ஊழியர்கள் முன்னும் நிகழ்த்திக் காண்பிக்கிறார். ராவுத்தரும் அதை மௌனமாகக் காதுகளால் உள்வாங்குகிறார். அய்யர் ஒரு அற்பப் புழுவென ராவுத்தரைப் பார்த்த பார்வையை எதிர்கொள்ள நல்ல வேளை பகவான் ராவுத்தருக்குக் கண்களைத் தராமலிருந்தான்.

ஒரு பக்கம் ஒரு அற்ப குரூரத்தோடும், இன்னொரு பக்கம் பெரும் காயத்தோடும் அக்கடை நாட்களை நகர்த்துகிறது. ராவுத்தர் தன் முக்கியத்துவம் இழந்து கல்லாவுக்கருகில் போடப்பட்டுள்ள ஒரு மர ஸ்டூலுக்கு வந்துவிடுகிறார். அவர் இல்லாமல் இருப்பினும் நட்டம் ஒன்றுமில்லை.

வியாபாரம் மந்தமான ஒரு நாள் மாலை நாலுமணிவாக்கில் கல்யாணத்துக்குப் புடவை எடுக்கவேண்டி ஒரு கோஷ்டி உள்நுழைகிறது.

‘இருபத்தியஞ்சு சுங்கிடி சேலை வேணும்’

ஒரு சிறு அலசலுக்குப்பின், ‘சுங்கிடிச்சேல ஸ்டாக் இல்ல’ என்று பதில் வருகிறது. அவர்கள் வெளியேறப் போகும் நேரம் ராவுத்தரின் குரல் உரத்து ஒலிக்கிறது.

‘கொஞ்சம் நில்லுங்க’

கல்யாணக் கூட்டத்தின் அசைவின்மையை ராவுத்தர் மௌனத்தால் உணர்கிறார். கடை அவர் சொல்லுக்கு நிசப்தமாகிறது.

‘மணி, ஏழாவது ரேக்குகிட்ட ஒரு ஸ்டூலப்போட்டு ஏறு’

அந்தக் கடைப்பணியாள் ஸ்டூல்மீது ஏறி நின்று பார்க்கிறான்.

‘மேல ஆறாவது தட்டிலப் பாரு’

பார்க்கிறான்.

நாற்பதுக்கும் மேற்பட்ட சுங்கிடிச் சேலைகள் அடுக்கில் இருப்பதைப் பார்த்த அப்பணியாளன் ஆச்சர்யமுற்றுக் கூவுகிறான்

‘ஆமாம் பாய்’

‘நாப்பது பொடவைக்குமேல இருக்கும் பாரு...’

‘ம்... இப்படி சரக்க வச்சுக்கிட்டே இல்லன்னு சொன்னா அய்யரு போட்ட மொதலு என்னாவறது?’

50 சுங்கிடிப்புடவை வாங்கி இதுவரை ஆறு மட்டுமே விற்று,மீதி 44 புடவை ஏழாவது ரேக்கில் ஆறாவது தட்டில் இருப்பது மட்டுமல்ல, அந்தக்கடையில் இண்டு இடுக்குகளிலெல்லாம் ராவுத்தர் மனதாலும் உடலாலும் வாழ்கிறார் என்பதை உணராத அய்யரின் மனக் கதவு லேசாய் ஆட்டம் தருகிறது.ஆனாலும் கதவின் தாழ்ப்பாள் மூடப்பட்டேயிருக்கிறது.

அம்மாதம் பதினேழாம்தேதி பில் கட்டாததால் கடைக்கு மின்சாரம் துண்டிக்கப்படுகிறது. கடை முதலாளி முதல் பணியாள் வரை பதைக்கும்போது லேசான ஒரு குரல் உள்ளடங்கி ஒலிக்கிறது.

‘கால்குலேட்டருக்கு 15ந்தேதி கரண்ட் பில் கட்டணும்னு தெரியாதில்ல’

ராவுத்தரின் கரம்பற்றி அழைத்துப்போகும் கோமதி என்ற சிறுமி கேட்கிறாள்.

'உன்னப்பாத்தா பாவமா இருக்கு தாத்தா'

'ஏம்ம்மா'

'இந்தக்கடையில நீ எப்படி இருந்த தாத்தா, இப்ப உன்ன ஒரு மூலைல ஸ்டூல் போட்டு உக்காரவச்சிட்டாங்களே தாத்தா'

'போடி அசடே, அப்பல்லாம் நான் கணக்குப்புள்ளையா இருந்தேன், இப்ப ஜென்ரல் மேனேஜராயிட்டேன்'

சு. ரா வின் ஆகச் சிறந்த படைப்பியக்கத்திற்கு இக்கதை ஓர் உதாரணம். எல்லாக் கதைகளையுமே அவர் வரிவரியாய் எழுத்தெழுத்தாய் செதுக்கினார். தன் படைப்பிற்கு உண்மையாய் வாழ்ந்தார்.

நான் ஒவ்வொரு முறையும் என்ன புத்தகங்கள் வாசிக்க வேண்டும் என்ற பட்டியலை மிகுந்த அக்கறையோடு எனக்கு அனுப்பி வைப்பார். ஒற்றை வைக்கோல் புரட்சி முதல் செம்மீன் வரை நான் படித்தது அந்தப் பட்டியலில் இருந்துதான். பட்டியலில் நான் நிராகரித்த புத்தகங்களும் உண்டு.

1999-ல் ஒரு நவம்பர் மாத மழையினூடே என் விருப்பத்துக்கு வேண்டி திருவண்ணாமலைக்கு வந்தார். அம்முற்றத்தில் அவர் ஆற்றிய உரை அதற்கு முன்னும் பின்னும் பழக்கமில்லாதது. ஒரு எழுத்தாளனின் உரை என்பது எப்படி இருக்கவேண்டும் என்பதை முழுவதுமாக உணர்ந்த இரவு அது.

ஒரு எழுத்தாளன் தன் வாசகர்களோடு நேரடியாய்ப் பேசவேண்டிய அவசியம் இல்லை. டால்ஸ்டாயும், தாஸ்தாவேஸ்கியும் இல்லாமலேயே அவர்களின் அமரத்துவமான படைப்புகளை நாம் வாசிக்கிறோம். இப்படியான கூட்டங்களில் கிடைக்கும் நேரடியான உற்சாகத்திற்கு அவன் எழுத்தை பலி கொடுத்துவிடுவான். ஆகவே நான் பேச்சில் நம்பிக்கையற்றவன் என ஆரம்பித்து,

ஒரு நல்ல உரை என்பது அவ்வுரையை, அதைப் பேசியவனே ஒலிநாடாவில் கேட்டு எழுதுகிறபோது ஒரு வார்த்தையும் உதிராமல்

இருக்கவேண்டும். அப்போது அவன் தெரிந்து கொள்ளலாம், தன் எதிரில் உட்கார்ந்திருப்பவனை ஏமாற்ற, மகிழ்விக்க தான் என்னவெல்லாம் செய்திருக்கிறோம் என்பதை...

முற்றம் முடிந்து வீடு திரும்பிய அன்றிரவு ஒரு மணிக்குமேல் அவர் அன்று பேசிய உரையை டேப்ரிக்கார்டரில் போட்டுக் கேட்டேன்.

ஒரு வரியையும் அதிலிருந்து நீக்கிவிட்டு அச்சேற்ற முடியாத அடர்த்தியான உரை அது. அதுவரை இலக்கிய உரைகள்மீது எனக்கிருந்த பார்வையை சு.ரா.தான் முற்றிலும் மாற்றினார்.

பி.பி.சி.யில் சு.ரா.வைப் பேட்டியெடுக்க வந்திருந்த ஒரு பெண் நிருபர் கேட்கிறார்.

"உங்கள் கதைகளின் மாஸ்டர் பீஸ்"

"எல்லாமே" - இது சு.ரா.

"இருப்பினும் ஏதோ ஒன்று பிரத்யேகமாக."

"எனக்கு என் படைப்புகள் எல்லாமும் முக்கியமானவைதான். ஆனால் என் நண்பர் சி.மோகன் எப்போதுமே 'ரத்னாபாயின் ஆங்கிலம்' என்ற என் சிறுகதைதான் என் படைப்பின் உச்சம் என்கிறார்."

என் நண்பருமான சி. மோகனிடம் கேட்டேன், "எப்படி சார் ரத்னாபாயின் ஆங்கிலம் அவ்வளவு முக்கியத்துவம் வாய்ந்தது?"

எப்போதும் போன்ற நிதானத்துடன் அவர் சொன்னார்.

"அந்த ரத்னாபாய் வேறு யாருமில்லை பவா, ராமசாமி சார்தான். மொழிக்கு தன்னை முழுக்க ஒப்புக்கொடுத்தவனின் பலிபீடம் அது"

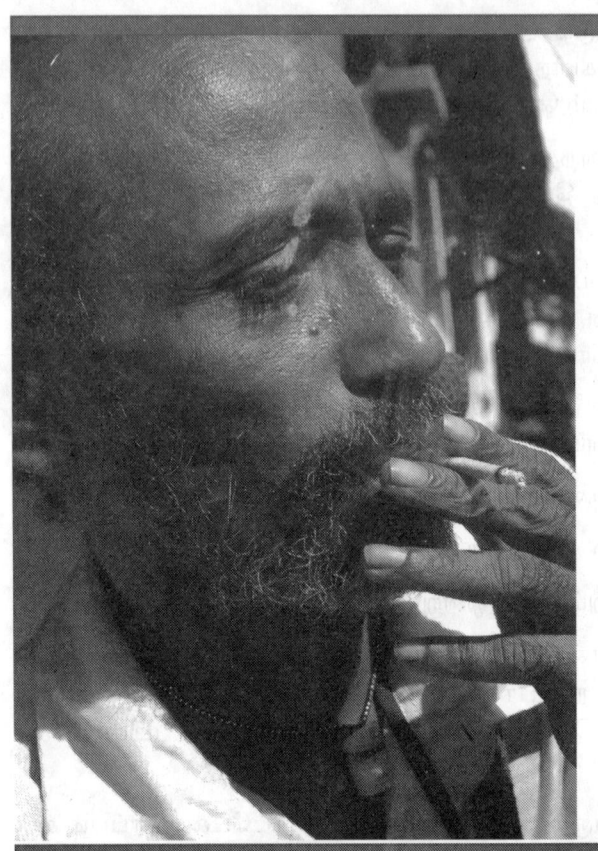

திரும்புதலும் வெளியேறுதலுமாய்

கைலாஷ் சிவன்

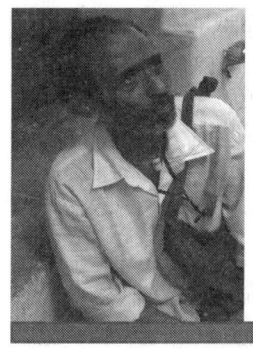

கைலாஷ் சிவன்

அத்தனை மினுமினுப்போடு ஒரு நாகப்பாம்பை இதற்குமுன் எப்போதும் பார்த்ததில்லை. அச்சமின்றி அவசரமுமின்றி நான் கருங்கல் கட்டிடத்திலான கிணற்றுமேட்டில் நின்றுகொண்டும், பாம்பு பாதி கிணற்றுச் சூறாவரியில் அலைவுற்றுக் கொண்டுமிருந்த காட்சிப்படிமம் அலாதியானது.

தவறியோ, விரும்பியோ விழுந்திருக்கவோ இறங்கியிருக்கவோ வேண்டும். அது இருந்த இடத்திலிருந்து இரண்டடி ஆழத்தில் நீர். இதற்கப்புறம் மேலேறி வருவது சிரமம். அது நீரை நோக்கி ஊர்வதும், சடாரெனத் திரும்புவதும், மேலேற முயல்வதும், முடியாமல் இறங்குவதும் கொஞ்சநேரம் படமெடுத்து நிற்பதுமான அதன் தவிப்பை எவ்வளவு முயன்றும் என்னால் புரிந்துகொள்ள முடியவில்லை. மனம் அதன் அலைவுறலைப்போலவே அடங்க மறுத்தது. யாருமற்ற அக்கிணற்று மேட்டில் நின்றுகொண்டு கொஞ்சநேரம் அழத் தோன்றியது. அதுவும் முடியவில்லை.

என் நடுவிரல் பெருசேயிருந்த அந்நாகப்பாம்பை இன்னும் கூர்ந்து பார்க்கிறேன். சம்மந்தமேயின்றி அக்கணத்தில் எனக்கு என் நண்பனும் ஒரு காலத்தில் நவீனத் தமிழ் கவிதையில் கலகக்குரல் எழுப்பின கவிஞனுமான கைலாஷ் சிவனின் ஞாபகம் வந்தது.

அந்நாகப்பாம்பை அப்படியே தனித்தலைய விட்டுவிட்டு கைலாஷ் சிவனோடு அங்கிருந்து அகன்றேன்.

கைலாஷ், தமிழ் நவீனக் கவிதையின் இன்னொரு முகமோ, ஆளுமையோ அல்ல. சிறுபத்திரிகை வாசிக்கும், எழுதும் குழுவில் இப்பெயர் ஒரு கட்டத்தில் உச்சரிக்கப்பட்டது.

இவர்களின் ஞானத் தந்தையும், தமிழின் முக்கியக் கவிஞருமான விக்கிரமாதித்யன் அண்ணாச்சி எப்போதும் தன் தோள்களிலும், இடுப்பிலும், காடு மேடெல்லாம் இரண்டு மூன்று செல்லக் குழந்தைகளைச் சுமந்தவர். அப்படி அவரிடமிருந்து இறங்க மறுத்து அல்லது அவர் கீழே இறக்க மறுக்கும், விக்ரமாதித்யனே சொல்வது போல வாழ்வில் இருந்தே வாழ்வை மறுதலிக்கிறவன் கைலாஷ்.

அவன் கவிதைகளின் ஒரு வரியோ, உரைநடையின் ஒரு வார்த்தையோ இதுவரை என்னைக் கவர்ந்ததில்லை. ஆனால் அவன்? அவன்தான் என்னை இப்போதும் அலைகழிக்கிறான். பாதிக் கிணற்றில் மாட்டிக்கொண்ட, அல்லது ஏற்றுக்கொண்ட அந்த நாகப்பாம்பைப்போலவே.

வருடம், மாதம், கிழமை எதுவும் ஞாபகத்திலில்லாத ஒரு மாலையில், நான்கடிக்கும் குறைவான உயரத்தில் தோளில் நீண்டு தொங்கின ஜோல்னாப்பையோடு, காதில் போட்டிருந்த சிகப்புக்கல் கடுக்கன் தெரிய, மனதில் பதிக்கத்தக்க உருவத்தில் துளியும் தயக்கமின்றி வீட்டிற்குள் நுழைந்து, என்னிடம் வந்தவன் கைலாஷ்.

''திருநெல்வேலியிருந்து வாரேன், உங்களைத் தெரியும். என் பேரு கைலாஷ் சிவன். 'சூன்யப்பிளவு' ன்னு ஒரு கவிதைத் தொகுப்பு வந்திருக்கு....'' அவன் பேசிக்கொண்டே போக என் பார்வை அந்தச் சிவப்புக்கல் கடுக்கன் மீதே கிடந்தது.

அன்றிரவு அவனே விரும்பிக் கேட்ட மோர்ச் சோறும், ஊறுகாயும் சாப்பிட்டு தான் தூங்குவதற்கான இடம் எதுவெனத் தயக்கமின்றிக் கேட்டான். நான் காட்டிய சிறு அறையை நிராகரித்து, மொட்டை மாடிக்கும், படிக்கூண்டுக்குமிடையேயான, நாலுக்கு நாலிலான ஒரு சிமெண்ட் திட்டு தனக்குப் போதுமென என்னைக் கீழே அனுப்பினான். பழக்கம் தான் எனினும் எல்லாமுமே விசித்திரமாய் இருந்தது எங்களுக்கு. அப்போதுதான் எங்கள் வீட்டில் சமையல் வேலைக்குச் சேர்ந்திருந்த சாந்தி என்ற பெண்ணுக்கு விசித்திரத்தை மீறிய அச்சமிருப்பதாய் அன்றிரவே எங்களிடம் சொன்னாள். கலைஞர்கள் அப்படித்தான் இருப்பார்கள் என, பாரதியிலிருந்து உதாரணம் சொல்ல வேண்டிருந்தது அவளுக்கு.

திருட்டுப் பூனையின் காலடித்தடங்கள் போலவே அவன் இருப்பும் எங்கள் வீட்டில்.

எப்போது வருகை, எங்கே செல்கிறான், எதுவும் யாருக்கும் தெரியாது. இருட்டு பிரியும் முன்பே எழுந்து நிலத்திற்குப் போய், அருகிலிருக்கும் காடுவரை அலைந்து, பம்புசெட்டில் குளித்து, வெற்றுடம்போடு வந்து..... எப்படியெல்லாமோ அவன் வாழ்வு.

அப்போது அவனுக்கு முப்பதுக்கும் கீழே வயதிருக்கும்.

ஜீன்ஸ், டீ-ஷர்ட் போட்டு, பெர்ப்யூம் அடித்து, பைக்கில் சுற்றி, காதல் கடிதங்கள் பரிமாறி, நகரில் சந்திப்புகளுக்கான ரகசிய இடம்தேடி, மனம் முழுக்க சந்தோஷம் நிறையும் கணங்களோடு அவன் வயதையொத்த இளைஞர்கள் பறந்து கொண்டிருக்கையில்,

இவன் காவி கட்டி, தேசாந்திரியாகி,

''என்ன வேணும் கைலாஷ் உனக்கு?''

''ஒண்ணுமேயில்லை''

அப்போதைய அவன் கைவிரிப்பு என் பல இரவுகளின்மீது விழுந்து பிறாண்டியிருக்கிறது.

அவன் வீட்டை விட்டகன்ற அடுத்தநாள் அவன் தங்கியிருந்த இடத்தை சுத்தம் செய்யப் போன சாந்தி, துணியால் கட்டப்பட்ட சிறுமூட்டை ஒன்றை எடுத்துவந்து எங்கள் முன் கோபத்தோடு போட்டாள்.

ஆர்வத்தோடு அதைப் பிரித்தால்,

அத்தனையும் அதன் அடிநாதம்வரை இழுக்கப்பட்ட பீடித்துண்டுகள்.

சுகமான வாழ்வை நிராகரித்து அதன் நேர் எதிர் கோணத்திற்குப் போய்ப்பார்ப்பது. எல்லோரும் வரவேற்பறையில் உட்கார்ந்து வாசல்வழியே வரும் வசந்தத்தை அருந்திக் கொண்டிருக்கையில், ஜி.நாகராஜனைப் போல் புழக்கடைப்பக்கம் போய், வெளியேறும் கழிவுகளை கவனிப்பது. இதற்கான ஆத்மபலம் யாராலும் அளவிட முடியாதது. அது கைலாஷ் மாதிரியான வாழ்வை, தேர்ந்தெடுத்தவர்களிடம் நிறைய உண்டு.

எல்லோரும் படித்து முடித்து, வேலைக்குப்போய், கை நிறைய சம்பாதித்து, லஞ்சம் வாங்கி, கார் பங்களாவோடு பெண் கட்டி, தினம் தினம் ஒரு ஒழுங்கோடு அவளோடு உறவுவைத்து, பிள்ளைபெற்று

அப்புறம் அதைப் படிக்க வைத்து.... ச்சேய்... என்ன மாதிரியான வட்டத்துக்குள் வாழ்கிறோம் நாம்?

கைலாஷ் மாதிரியான மனிதர்கள் முதல் கட்டத்திலேயே தங்கள் கயிறுகளை அறுத்துக் கொண்டவர்கள். நாடு முழுக்க அலைவுற்ற அந்தக் கால்கள், அவன் அருந்தின பல நதிகளின் நீர், சந்தித்த பல மாநில மனிதர்களின் விதவிதமான துரோகங்கள், எதிர்பாராமல் கிடைத்த புணர்வுகள், எதற்கோ நிகழ்ந்துவிட்ட தவறுக்காய் கிடைத்த பதினைந்துநாள் ஜெயில் வாழ்வு, விரும்பியும், விரும்பாமலும் நிராகரித்த தற்காலிகக் காதல்கள், பச்சைமிளகாய் கடித்து பட்டினியை வெல்ல நினைத்த மடத்தனங்கள், தன்மானத்தை அடகு வைத்து சாப்பிட்ட இரவுச் சாப்பாடுகள் இப்படி எல்லாமும் சேர்ந்த மகத்தான அனுபவங்கள் ஒரே மனிதனுக்குக் கிடைப்பது எப்போதும் என்னைப் பொறாமைப்படுத்துவது. உப்புசப்பற்ற இந்த தட்டை வாழ்விலிருந்து, தைரியமாய் வெளியேறும் இவர்களில் ஒருவனாய் என் மகனை நினைத்துப் பார்த்து, நத்தையின் உடல்போல ஓடுகளுக்குள் என் நினைவுகளை ரகசியமாய் உள்ளிழுத்துக் கொள்கிறேன்.

இப்படியான பலி வாழ்வை அடைந்தே, பெரும் படைப்புகளை மானுடத்திற்கு வழங்கியுள்ள படைப்பாளிகள், தாஸ்தாவேஸ்கியில் ஆரம்பித்து பஷீர்வரை நீளும். இப்பட்டியல் உலகம் முழுவதும் குறுக்கும் நெடுக்குமாய் இன்னமும் போய்க் கொண்டிருக்கிறது.

அதன் பிறகான நாட்களில், கிரிவலப்பாதையில் காவி கட்டி அன்னதான வரிசையில் நிற்கும் கைலாஷை பலமுறை பார்த்தும் அவன் துறவு வாழ்வு என் பார்வை பட்டு தீட்டாகிவிடுமோ என்ற அதிகபட்ச ஜாக்கிரதையோடு பார்க்காததுமாதிரி விட்டகன்றிருக்கிறேன். ஆனால் அன்றிரவே அவன் மீண்டும் ‘‘மக்கா, பசிக்குது சோறு இருக்குமா?’’ என்றபடியே வீட்டிற்குள் நுழைவதைப் புன்னகையோடு எதிர்கொண்டுமிருக்கிறேன்.

அம்மலைச்சுற்றும் பாதையில் அலைந்து திரியும், கைலாஷைவிட வயதில் குறைந்த சரவணனையும் எனக்குத் தெரியும். சரவணனின் சொந்த ஊர் நாகர்கோயில். ஹைவேயில் கிளார்க் உத்யோகம். வசதியான வீட்டில் சம்மந்தம். அமைதியான நதியின் சீரானவேகம் அவன் லௌகீக வாழ்வைச் செழிக்க வைத்தது.

ஒரு நிமிடம் தானே! எல்லாரும் ஒரே ஒரு ஒற்றை நிமிடத்திற்கிடையே என இடைவெளிகளில் என்னென்னவோ நிகழ்ந்துவிடுகிறது.

எல்லோரும் தூங்கி விட்டார்களா? என ஊர்ஜிதப் படுத்திக் கொண்ட ஓர் இரவில், தன் உடல்மேல் இரண்டு கால்களையும் போட்டுத் தூங்கும் மகனின் கால்களை மெல்ல விலக்கி, அயர்ந்து தூங்கும் துரோகத்தின்நிழல் படிந்த மனைவியின் முகத்தைப் பார்க்கச் சகிக்காமல் வெளியேறியவனின் இரவு விடிந்தது திருவண்ணாமலையில்.

"என்ன சரவணா இது?"

"மனம் ஒப்பலை சார்,"

மலை சுற்றும் பாதையெங்கும் வியாபித்திருக்கும் இம்மனிதர்களின் வாழ்வை அளவிட முடிந்த விஞ்ஞானி யார்? இவர்களின் ஒட்டுமொத்த துயரை உறிஞ்சியெடுக்கும் படைப்பாளி யார்? அவர்களுக்குள் பொங்கும் துக்கத்தை வடிக்கத் தெரிந்த ஓவியன் யார்? என்ற எந்தப் பிரக்ஞையுமற்ற லட்சோபலட்சம் கால்கள் அப்பாதையைச் சுற்றுகின்றன. சுழலும் அப்பாதங்களில் சில அங்கேயே தங்கிவிடுவதுமுண்டு. கைலாஷ் அதுவுமல்ல. அவன் அதிலிருந்தும் தப்பித்துக் கொண்டேயிருந்தான்.

அப்போதைய தமிழ்நாட்டின் மின்துறை அமைச்சரின் நேர்முக உதவியாளரும், சிறந்த வாசிப்பாளரும் நல்ல இலக்கியம், நல்ல சினிமா இவற்றின்மீது உண்மையான ஆர்வமும் அக்கறையுமுள்ள என் நண்பர் நாகராஜன் தன் பத்திருபது நண்பர்களோடு ஒருமுறை எங்கள் வீட்டிற்கு வந்திருந்தார்.

என்னதான் கலகக்குரல், கட்டுடைத்தல் எனினும் அதிகாரமும், வழமைகளும் நமக்குள் ஏற்றி வைத்திருக்கும் மரபுகளிலிருந்து விடுபடாமைகள் அவ்வப்போது நிகழும்தானே!

அவர்கள் வருகையின் பொருட்டு கொஞ்சம் அதீத பரபரப்போடு வீடு இயங்கியது, அது அப்போது அங்கிருந்த கைலாஷ்க்குப் பிடிக்காமல் இருந்திருக்கிறது. கொஞ்சம் இவர்களோடு விளையாடலாம் என்ற அவனின் ரகசிய முடிவு அந்நண்பர்களின் வருகைவரை பதுங்கியிருந்திருக்கிறது.

அவர்கள் வந்தவுடன் பரஸ்பரம் அறிமுகங்கள், சிரிப்பொலிகள், குதூகலங்கள், நினைவுகூறல்களின் கூச்சல்கள் இதில் யாரும் கைலாஷின் இருப்பைக் கவனிக்கவில்லை. ஆனால் நாகராஜன் அவனில் மட்டுமே பார்வை பதித்திருந்ததை நான் கவனித்தேன்.

தன் சட்டையைக் கழட்டி அதையே பெரிய முண்டாசாகக் கட்டிக்கொண்டு வெற்றுடம்போடு மரச்சேரில் மௌன சாமியாரின் கற்சிலைப்போல அமர்ந்து எங்களை அற்ப மானிடப் பதர்களைப்போல பாவித்துப் பார்த்துக் கொண்டிருந்த காட்சி அவர்கள் எல்லோரையும் அமைதிப்படுத்தியது.

ஓரிரு நிமிடங்களில் அந்த இடத்தை மௌனத்தால் தன்வசமாக்கியிருந்தான். சூழலை லகுவாக்க நான், ''சார், இவர் பெயர் கைலாஷ்சிவன், ஒரு கவிதைத் தொகுப்பு வந்திருக்கிறது'' என்ற என் வார்த்தைத் தொடரை இடைமறித்து,

''பாரதிக்குப் பிறகு நான்தான்'' எனச் சத்தமாய்ச் சொல்லி, மீண்டும் கண்மூடி மௌனம் காத்தான்.

''சாரோடு ஊரு,?''

''தெக்க,''

அவன் இருப்பு, அவருக்கு ஒரு கொண்டாட்ட மனநிலையைக் கொண்டுவந்திருந்தது. அமைச்சரின் நேர்முக உதவியாளராய் அவர் எப்போதும் சந்திக்கிற பாதி வளைந்த உடல்களும், கூழை கும்பிடுகளும், எதையோ வேண்டி மட்டுமே வரும் போலி முகங்களுக்கிடையே இதோ ஒரு வேற்று முகம் வேற்று ஆள்.

ஒரு கவிஞனின் கன கம்பீரத்தோடு, வாசிப்பின் திமிரோடு, எழுத்தின் வலிமையோடு கால்மேல் கால்போட்டு அதிகாரத்தைச் சகலவிதங்களிலும் அலட்சியப்படுத்தும் அவன் அதற்குமுன் சந்தித்திராத ஒரு இளைஞன்

என் நண்பருக்கு அவனை ரொம்பப் பிடித்துவிட்டது. என் வீட்டில் அக்கணத்தில் அவனைவிடப் பொருட்படுத்தக் கூடியது வேறொன்றுமில்லை அவருக்கு.

என்னிடம், கொஞ்சம் பயத்தோடு இரகசியமாய், ''பவா இவருக்குக் கொஞ்சம் பணம் கொடுத்தா கோவிச்சுக்குவாரா?''

எனக் கேட்டது அவனுக்குக் கேட்டுவிட்டது.

திடீரென தன் மௌனம் கலைந்து,

''அதெல்லாம் கோவிச்சுக்க மாட்டேன், தாராளமாத் தரலாம்'' என்று சாமி தன் திருவாய் மலர்ந்ததும் அங்கிருந்த எல்லாருமே அதுவரையிலான தங்கள் முகஇறுக்கம் தளர்ந்து வாய்விட்டுச் சிரித்த கணமது. அக்குழுவில் சிரிப்பின்றி இருந்த ஒரே ஒருவன் நான் மட்டுமே.

சற்று நேரத்திற்கு முந்தைய தன் கம்பீரத்தை கைலாஷ் வெறும் ஐநூறு ரூபாய்க்காக ஏன் இழந்தான்?

பாரதி முதல் புதுமைப்பித்தன் வரையிலான பெரும் படைப் பாளிகள், வெறும் பணமுள்ளவர்களிடம் பசியின் நிமித்தமோ அல்லது வேறெதன் பொருட்டோ தங்கள் ஆளுமைகளைத் தற்காலிகமாக இழந்த தருணங்கள் வரலாறு நெடுக உண்டுதானே!

எனக்கு ஏதோ நெருட, அவசரமாய் அவ்விடத்தை விட்டகன்று இரண்டு முழு சிகெரட்டுகளை முழுவதுமாய் உள்ளிழுத்தேன்.

அவர்கள் வந்துவிட்டுப்போன வெறுமை வீட்டை வியாபிக்க அனுமதிக்காமல், வாசலில் உட்கார்ந்து இலக்கியம் பேச ஆரம்பித்தோம். உரையாடலின் துவக்கத்தில் மௌனமாய்ப் பங்கேற்ற கைலாஷ், இடையில் உக்கிரமாகப் பேச ஆரம்பித்தான். ஒரு காட்டு விலங்கின் அதிகாரமிக்க நடமாட்டம் அது.

என் 'வேட்டை' கதை கதையேயில்லையெனவும், வேட்டையின் ரத்தம் வாசிப்பவனின் முகத்தில் தெறிக்க வேண்டுமெனவும் என் கதையின் ஒரு வரியையும் வாசிக்காமலேயே பேச ஆரம்பித்தான்.

சூடான தோசைகளோடும், மல்லாட்டை சட்னியோடும் அவ்வுரையாடல் நீண்டது.

அடுப்பங்கரையிலிருந்து ஒவ்வொரு தோசையாக எடுத்து வந்து,சாந்தி எங்கள் தட்டுகளில் இட்டு நிரப்பிக் கொண்டிருந்தாள். அங்கு எங்கள் யாருக்கும் அவள் இருப்பு நினைவிலேயே இல்லை.

கொஞ்சநேரம் சூடானதோசைத் திருப்பியோடு எங்கள் உரையாடலைக் கவனித்த சாந்தி எதன் பொருட்டோ மிக உக்கிரமடைந்து,

‘‘நீ எங்கண்ணன் கதையைப் படிச்சிருக்கியாண்ணா?’’ நாங்கள் நிதானிப்பதற்குள், அவளே கைலாஷை நோக்கி, மீண்டும்

‘‘சொல்லுண்ணா, நீ வேட்டை கதை படிச்சிருக்கியா?’’ யாரிடமோ பேசும் வார்த்தையென நினைத்த அவன், அவள் பக்கம் திரும்பி.

‘‘இது எங்களுக்குள்ள நடக்குற தாக்கம்மா, நீ போய் தோசை போடு’’

தான் வெறும் தோசை சுட்டுப்போடும் பெண்ணல்ல என்பதை நிரூபிக்க வேண்டி,

‘‘அதிருக்கட்டும் நீ சொல்லு, நீ அந்தக் கதையைப் படிச்சிருக்கியா, இல்லையா?’’

‘‘இல்லை’’

‘‘படிக்காமலேயே எப்படி அத குப்பைன்னு சொல்ற?’’

‘‘எனக்குத் தெரியும்மா’’

‘‘படிக்காமலேயே தெரிய நீ என்ன பெரிய கடவுளா?’’

அதற்குள் ஏதோ சண்டையென நினைத்து தெருப்பெண்கள் வாசலில் கூடியிருந்தார்கள்.

கைலாஷின் தடுமாற்றத்தை உள்ளூர ரசித்து,

‘‘நான் படிச்சிருக்கேண்ணா, திப்பக் காடும், ஜப்பான் கெழவனும், தாலியறுத்தான் பாறையும், செவடங்கொளமும், பன்னி வேட்டையும் படிச்சாதாண்ணா தெரியும்.’’

கோபத்தில் சூடான தோசைத்திருப்பி எங்கே அவன்மேல் பட்டுவிடுமோ என நாங்கள் பதறினோம்.

கைலாஷிடம் அதுவரை இருந்த அலட்சிம் விலகி ஆச்சர்யம் கூடி,

‘‘கண்டிப்பா இன்னிக்கு நைட் வாசிச்சிடறேன்’’ என்ற அவன் குரல் வழக்கத்திற்கு மாறாய் மிக இளகியிருந்தது.

தமிழ் வாழ்வின் உணர்வுக் குறியீடு

பாரதிராஜா

பவாசெல்லதுரை

பாரதிராஜா

சல்வடோர் டி விட்டாவின் சினிமா பாரடைஸ் என்ற உலகப்புகழ் பெற்ற இத்தாலியப் படத்தில், அப்படத்தின் நாயகன் பெரிய இயக்குநராகி, திரும்பித் தன் நகரத்துக்கு வந்து அவனை இப்படி ஓர் இயக்குநராய் உயர்த்திய சிதிலமடைந்த அத்திரைப்பட அரங்கின் முன் நிற்கிற துயரம் எப்போதும் என்னுள் வந்துவந்து போகும் காட்சிப் படிமம். இதற்குச் சற்றும் குறைவில்லாத மனநிலையை எங்கள் ஊர் ராமலிங்கனார் தெரு மூலையில் சிதைந்து போயுள்ள மீனாட்சி தியேட்டரைப் பார்க்கும் போதெல்லாம் அடைந்திருக்கிறேன். அதைக் கடக்கும் போதெல்லாம் , துருப்பிடித்த அதன் மூடிய இரும்பு கேட்டைத் திரும்பிப் பார்ப்பேன். ஒரு துக்கம் உடல் முழுவதும் பரவுவதை உணர்வேன். யாரோடும் பகிர்ந்து கொள்ள முடியாத, வார்த்தைகளில் கூடாத மன உணர்வு அது. ஒரு கிழட்டு வேசியின் அந்திம காலத் துயர வாழ்வை மீட்டுவது போன்றது.

ஆறரை மணிக்குத் துவங்கும் ஃபஸ்ட் ஷோ பார்க்க நாலு மணிக்கெல்லாம் வீட்டைவிட்டுப் புறப்பட்டு கியூவில் முதல் ஆளாய் நிற்க ஆரம்பித்தாலும், ஒரு போதும் முதல் டிக்கெட்டை நான் வாங்கினதாய் நினைவில்லை. மனிதர்களின் அசுர நெரிசலில் நான் நசுங்கியும், பின்னோக்கி இழுத்து விடப்படினும்கூட ஒவ்வொரு படத்தையும் வியர்வையினூடே பார்த்த நினைவுகள் மேலிடுகின்றன.

அத்தியேட்டரில் நான் பார்த்த தமிழ்ப் படங்களை வரிசைப்படுத்த முடியாது. ஆனால் பாரதிராஜாவின் ''நிழல்களை'' முதல் நாள் முதல் காட்சியில் மூன்றாம் ஆளாக டிக்கெட் வாங்கி, மனித ஆரவாரங்களினூடே பார்த்த நாளின் ஞாபகம் மட்டும் என்றென்றும்

என்னுள் நேரம், காலம், பருவம் எல்லாவற்றையும் உள்ளடக்கி அப்படியே உறைந்திருக்கிறது.

அன்று அப்படம் என்னுள் நிகழ்த்திய உணர்வுக் குவியலான உரையாடல்கள், வேலையின்மையைப் பற்றி அது தந்த மனச் சித்திரம், கலைஞனின் பெருமிதம் குறித்து அது பேசிய உச்சம், இப்படத்தின் இயக்குநரை ஒரே ஒருமுறை வாழ்வில் சந்தித்துவிட முடியுமா என்ற பேராசை எல்லாத் தமிழ் இளைஞர்களுக்கும் போலவே எனக்குள்ளும் எழுந்த அன்றைய இரவு முழுக்க தூக்கம் வரவில்லை.

ஒரு அதிவேக எக்ஸ்பிரஸ் ரயிலைப் போல காலம்தான் எத்தனை வேகமாக நம்மை சடசடத்துப் போய்விடுகிறது! ஆறேழு வருடங்களுக்கு முன் பெரும் தனிமை சூழ்ந்த ஒரு விடுமுறை நாளின் பின்னிரவில் என் நண்பர் எஸ். கே. பி. கருணாவுடன் பெங்களூர் போய், உட்லண்ட்ஸ் ஓட்டலில் தங்கினோம்.

அயர்ந்து தூங்கும் நண்பர்களின் முகங்களை ஒரு நமட்டுச் சிரிப்புடன் பார்த்து, திருட்டுப்பூனையின் மெல்லிய காலடி ஓசையில் அறையை விட்டு வெளியேறி நாங்கள் தங்கியிருந்த மூன்றாவது மாடியின் லிஃப்ட்டுக்குள் நுழைய வைத்தது எல்லாமும் ஒரு காப்பியின் பொருட்டே.

கண்ணாடி அணிந்து, பெர்முடாஸ் போட்டு, ஒரு கசங்கலான டி-ஷர்ட்டோடு அந்த லிஃப்ட்டில் என்னோடு இருந்த லிப்ட் ஆபரேட்டர் அச்சு அசல் பாரதிராஜாவின் இன்னொரு வார்ப்பு. அவசர அவசரமாய் காபி குடித்து, தம் அடித்து, மீண்டும் அறைக்கு வந்து என் நண்பர் கருணாவிடம் இந்த ஹோட்டல் லிஃப்ட் ஆப்பரேட்டர் நம்மூர் பாரதிராஜா மாதிரியே இருக்கிறார் என்று சொன்ன என் குழந்தைத் தனத்தையும் கருணா புன்னகையோடு ஏற்றுக்கொண்டார். அடுத்த காப்பிக்கு அவரோடு போய், மங்கலான அவ்வெளிச்சத்தில் உட்கார்ந்து நிமிர்ந்தால் எங்கள் எதிரில் அவர்.

இரு குழந்தைகளின் குதூகலத்தோடு பாரதிராஜாவும் கருணாவும் உடல்மொழியில் கட்டித் தழுவி, நிதானப்பட்டு, கருணா என்னை அறிமுகப் படுத்தினார்.

''இவர் பவா, என் நண்பர், நல்ல எழுத்தாளர் சார்''

''ஹேய், இவனைத் தெரியாதா எனக்கு! இவன்தான் கொஞ்சம் முன்னாடி என்னை யாருன்னே தெரியாத மாதிரி லிஃப்ட்ல மொறச்சான்.''

''சார்... நான் உங்களை லிப்ட்...'' வார்த்தைகளைப் பாம்பின் நச்சு நாக்கு மாதிரி உள்ளிழுத்துக் கொண்டேன்.

காலம்தான் என்னென்ன விளையாட்டுகளை நம்முன் தினம் தினம் விளையாடிப் பார்த்து விடுகிறது. அவர் காபி குடித்து முடிக்கும்வரை, நிழல்கள் படம் ஒவ்வொரு பிரேமாய் அவர் முகத்தின்மீது ஓட ஆரம்பித்தது எனக்கு.

ராஜசேகர், சந்திரசேகர் என்ற இரு அறிமுகங்களின் இயல்பான நடிப்பும், ஒவ்வொரு காட்சியும், வரையப்பட்ட ஓர் ஓவியம் மாதிரி வந்துபோனது. இன்றுவரை பெயர் தெரியாத அப்படத்தின் நாயகியும், மனதில் நினைத்ததை அப்படியே திரைக்கு மாற்றிய ஒரு கலைஞனின் அசாத்தியமான ஆளுமையாலும் நிறைந்து அறைக்குத் திரும்பினேன்.

பெப்ஸி போராட்டம் உச்சமாகியிருந்த நேரமது. திருவண்ணாமலையில் 'மறுமலர்ச்சி' படமாகிக் கொண்டிருந்தது. அதன் தயாரிப்பாளர் ஹென்றி படைப்பாளிகள் சங்கத்தின் தீவிர செயல்பாட்டாளர். அப்போது படைப்பாளிகள் சங்கத்தைத் தலைமையேற்று நடத்தியவரும் தன் நண்பனுமான பாரதிராஜாவின் பிறந்தநாளை திருவண்ணாமலையில் வைத்துக் கொண்டாட வேண்டிய தன் விருப்பத்தை ஹென்றி சார் என்னிடம் பகிர்ந்து கொண்டார். அவ்வளவுதான்.

மூடப்பட்டிருந்த தன் ரைஸ் மில்லையே ஓரிரு நாட்களில் கலாபூர்வமாக்கி, ஒரு படைப்பாளியின் பிறந்தநாளைக் கொண்டாட ஆயத்தப்படுத்தினார் கருணா.

அது இன்னும் நம்ப முடியாத ஓர் இரவு.

முப்பது நாற்பது இயக்குநர்கள் பத்திருபது கார்களில் வந்திறங்கி எங்களை ஆச்சர்யப்படுத்தினர். மயக்கமூட்டிய அன்றைய லேசான

மழைத்தூறல் மிக்க இரவில் கிட்டதட்ட விடியும்வரை எங்கள் உரையாடல் நீண்டது.

அடுத்தநாள் அவரோடு பயணிக்க வாய்த்த பகல்நேரக் கார் பயணம் நேற்றிரவு விட்ட உரையாடலை நீட்டித்துக்கொள்ள உதவியது. இயக்குநர் வி. சேகரின் சொந்த கிராமமான நெய்வா நத்தத்திற்கு திருவண்ணாமலையிலிருந்து வேட்டவலம் போகும் சாலையில் நாங்கள் போய்க் கொண்டிருந்தோம்.

வழியோர மந்தமான கிராமங்கள், டீக்கடை மரப்பலகைகளில் கிராமத்து ஆட்கள் உட்கார்ந்து பேசிக் கொண்டிருந்தது எல்லாவற்றையும் பார்த்துக்கொண்டே வந்தவர் என்பக்கம் திரும்பி, தமிழ்நாட்ல எல்லா கிராமத்தானும் ஒருபோலத்தான் இருக்கான். இது மாவட்டம், ஜாதி அப்படியெல்லாம் ஒரு மயிருமில்ல என்று வார்த்தைகளை முடிப்பதற்குள் கார் கோணலூர் ஏரிக்கரைமீது போய்க் கொண்டிருந்தது. பரவசத்துடன் காரை நிறுத்தச் சொன்னார். நான்கு திசைகளிலும் வியாபித்திருந்த உருண்டை உருண்டையான கற்குன்றுகள் அவருக்குள் எதையோ மீட்டுக்கொண்டு வந்திருப்பதை நான் மௌனமாய் உணர்ந்தேன்.

ஆழ்ந்த மௌனமும் பெருமூச்சுமாய் காரின் முன்சீட்டிற்கு ஏறி, என் பக்கம் திரும்பிக் கொண்டார்.

''இந்த லேண்ட்ஸ்கேப் எத்தனை அற்புதமா இருக்கு! இப்படி ஒரு எடத்தை நான் கிழக்கே போகும் ரயிலுக்காகத் தேடி அலைந்தேன், உங்க ஊரை அப்பப் பாக்கல. இந்த ஏரியாவை ஏனோ மிஸ் பண்ணிட்டேன்'' என அப்பயணத்தின் முடிவுவரை எதையோ இழந்த மனப் பதற்றத்தோடே பேசிக் கொண்டுவந்தார்.

சாலையோரங்களில் அலாதியாய் பூத்துக்கிடந்த கசா மலர்களைப் படமாக்க வேண்டி அவசர அவசரமாய் முயன்றும் ஆறேழு மாதங்கள் கழித்தேபோய் அப்படி ஒரு மலர்ச்செடிகள் இருந்த அடையாளமேயற்ற நிலப்பரப்பைப் பார்த்து சத்யஜித்ரே அடைந்த மன பதற்றத்திற்கு நிகரானது அது.

ஒரு சிறு பத்திரிகையில் வெங்கடேஷ் சக்கரவர்த்தி எழுதியிருந்த கட்டுரையை என் மதிய உணவினூடே வாசித்துக் கொண்டிருந்தேன்.

அதில் அவர், தமிழில் பாரதிராஜாவின் 'என் உயிர்த் தோழன்' மிக முக்கியமான படம். திராவிடக் கட்சிகள் ஒரு சாதாரண ஸ்லம் பையனின் எதிர்காலத்தை எப்படியெல்லாம் சீரழிக்கிறது என்பதை அதன் கலாபூர்வத்தோடு சொன்ன படம் அது என்று அதை முடிக்குமுன்பே பாரதிராஜவைத் தொலைபேசியில் அழைத்து அச்செய்தியை பகிர்ந்து கொண்டேன். 'மிக எதிர்பார்த்திருந்தும் எதனாலோ அப்படம் நான் நினைத்த அளவுக்கு பேசாமல் போனது. ஆனால் எனக்குத் தெரியும் பவா, ஈவிரக்கமற்ற விமர்சனத்தைக் காலம்தான் முன்வைக்கும். அப்படைப்பை நானே மறந்த பிறகும் யாரோ ஒரு நேர்மையான விமர்சகனால் அது போற்றப்படுகிறது. அது போதும் எனக்கு' என அவர் தழுதழுத்ததைத் தவிர்க்க வேண்டி,

"அப்புறம் எப்படி சார் இருக்கீங்க?"

'எனக்கு ரொம்ப பிடிச்ச படத்துல ஒண்ணு பவா, என்னுயிர் தோழன், ஏன் அது தோத்துச்சி?' என ஆவேசத்தோடு என்னிடமே கேட்டார். எதிர்முனை மௌனத்தை உணர்ந்து 'தமிழ் மக்களின் ரசனையை இத்தனை படம் எடுத்த அப்புறமும் புரிஞ்சுக்க முடியலை பவா' என அங்கலாய்த்த அக்கலைஞனின் குரல் நீண்டநேரம் தொலைபேசியை மீறியும் அந்த அறையில் அலைந்து கொண்டிருந்தது.

மழைநீர் அறைக்குள்ளும், வெளியிலேயும், பொழிந்த ஓர் இரவு அவர் எங்களுக்கு ஜெயகாந்தனின் 'சமூகம் என்பது நாலு பேர்' கதை சொன்னார். என் வாழ்வில் என்றாவது ஒரு முறை இந்தப் படத்தை நான்தான் எடுப்பேன். என்னளவிற்கு இக்கதையை உள்வாங்கிக் கொண்டவன் எவனுமில்லையென்று குரல் உயர்த்தினார். ஆனால் அந்நாவல்தான் அவர் தமிழில் கடைசியாக வாசித்தது என என்னால் உணரமுடிந்தது. எதன் பொருட்டோ பிரபலம் வாசிப்பைத் துப்புறத் துடைத்துவிடுகிறது. அது அவருக்கும் நேர்ந்தது இயல்புதான்.

கொஞ்சம் கொஞ்சமாய்ப் படைப்பு மனம் விலகி, எதை எதையோ முயன்று தோற்றுக் கொண்டிருக்கும் பெரும் கலைஞர்களை இலக்கியத்திலும் திரையிலும் நாம் அறிவோம். அப்படி ஓர் இறுதி

முடிவுக்கு வாசகனோ, பார்வையாளனோ வந்துவிடுமுன் தன் ஆகச் சிறந்த இன்னொரு படைப்பின் மூலம் உச்சத்தை அடைந்து நம்மை ஏமாற்றத்துக்குள்ளாக்கிய படைப்பாளிகளே அதிகம்.

பொம்மலாட்டம் படம் துவங்கின பத்தாவது நிமிடம் நான் இந்த மனநிலையில் இருந்தேன். நானாபடேகர் என்ற ஆகிருதியை இவர் கையாண்ட விதம் அப்படிப் பிடித்திருந்தது எனக்கு. அப்படத்தின் ஜீவனோடே இடைவெளியின்றி அவரோடுகூட நானும் பயணித்தேன்.

இதற்கு மேல் ஒரு நிமிடமும் தாமதிக்க முடியாது. கதையின் கண்ணி அறுத்து பார்வையாளனை விடுவித்தே ஆகவேண்டிய தருணத்தில் அப்படத்தின் நாயகி பெண்ணல்ல, ஆண் என்ற அதிர்வு என் உடல் முழுக்கப் பரவியது. ஒரு சராசரி சினிமாப் பார்வையாளனாக நான் என் வாழ்வில் அடைந்த ஒரு உச்சஸ்தாயிலான, யாராலும் அனுமானிக்க முடியாத அனுபவம் அது. கிட்டதட்ட ஷைலஜாவும் என்னுடனே இருந்தாள்.

இருவரும் மௌனமுற்று, பேச எதுவுமற்று, ஈரக்காற்று முகத்தில் மோத வீட்டிற்கு வந்தோம். வாசலிலேயே நின்று அவருக்கு போன் செய்தேன்.

''சார், இப்பதான் பொம்மலாட்டம் பாத்துட்டு வர்றோம்''என்ற துவக்கம் மட்டுமே எனக்கு ஞாபகத்தில் இருக்கிறது. தாவணிக் கனவுகள் என்ற படத்தில், தான் நினைத்த ஒன்றைக் காட்சிப்படுத்த முடியாமல் முற்றிலும் சோர்ந்துபோகும் ஒரு கணத்தில் வெளியில் பாக்யராஜ் ராதிகாவிடம் அதே காட்சியை, அதே உக்ரத்தோடு நடித்துக் காட்டிக் கொண்டிருப்பதைப் பார்த்து பாரதிராஜா ஒவ்வொரு நிமிடமும் மலர்வதை கேமிரா படமாக்கிக் கொண்டேயிருக்கும், அதே மாதிரியான தருணமது.

என் போன் ஷைலஜாவுக்குப் போனது, ''இதுக்கு மேல பேசினா நான் பொறப்பட்டு திருவண்ணாமலைக்கு வந்துருவேம்மா, உங்க ரெண்டு பேரின் பாராட்டுபோதும் எனக்கு, பணம் போனா மயிராச்சி''

கிட்டத்தட்ட அவரிடம் பேசின அதே மன உணர்வோடு பாலுமகேந்திராவிடமும் பேசினோம். எல்லாக் கலைஞர்களுமே உணர்வுக் குவியல்கள்தானே!

‘ஒரு நல்ல படைப்பை நான் கொடுத்தா என்ன, என் நண்பன் பாரதி கொடுத்தா என்னம்மா’ என்று எங்களிடம் சொல்லிவிட்டு, ஒரு நிமிடமும் தாமதிக்காமல் அம் மன உணர்வுகள் எதன் பொருட்டும் கலைந்துவிட அனுமதிக்காத பிடிவாதத்தோடு பார்சன் காம்ப்ளக்ஸ்க்குப்போய், எப்போதும் அவரிடம் உள்ள நிதானத்தைக் கொஞ்சம் தளர்த்தி, பரவசமாகி,

‘‘பாரதி, நான் இன்னும் படம் பாக்கல. என் மக ஷைலுவும், மாப்ள பவாவும் இப்பத்தான் பேசினாங்க. அந்த ஈரத்தோடயே வந்திருக்கேன், இப்போ உனக்கு என்ன கொடுக்கறதுன்னு எனக்குத் தெரியல....’’ எனத் தடுமாற,

எதிர்பாராத இவ்வுணர்வுபூர்வமான சந்திப்பை எப்படி எதிர்கொள்வது எனத் தெரியாமல் தவித்த பாரதிராஜா, தன் எதிரில் மிக பிரமாண்டமாய் மாட்டப்பட்டிருந்த பொம்மலாட்ட பட ஸ்டில்லை கிழித்து, அரைகுறையாய்க் கிழிக்கப்பட்ட அந்த போட்டோபிரிண்ட்மீது,

‘நான் எப்போதும் நேசித்து மதிக்கும் அன்பு நண்பன் பாலுவுக்கு அன்புடன் பாரதிராஜா....’ என எழுதித் தருகிறார்.

கலைஞர்களின் வாழ்வை ஒரு பறவையின் புதிர் நிரம்பிய வாழ்வைப் போலவே நம் யாராலும் புரிந்து கொள்ளவே முடியாது நண்பர்களே!

முலைப்பால் தீர்த்தம்

கிரீஷ் :ஃபேலன்

கிரீஷ் ஃபேலன்

இருள் முற்றியிருந்தது. மனம் முழுக்க ஆர்வமும், வெளிச்சமுமாயிருந்தது. போக வேண்டிய பாதையை ஏற்கெனவே திட்டமிட்டிருந்ததால், வெகு சுலபமாக அவ்வீட்டு வாசலை அடைந்தேன். மூடியிருந்த இரும்பு கேட்டின் வழியே உள்ளூர ஊடுருவிப் பார்த்தேன். நெடிதுயர்ந்து வளர்ந்த தென்னை மரங்களும், அடர்த்தியாய் பரவியிருந்த தங்கப்பெட்டி மலர்களுமாய் வீடு உள்ளடங்கி இருந்தது. எப்போதும் அப்படியில்லையெனினும் அப்போது எங்கிருந்தோ வந்து ஒரு சிறு அச்சம் உள்புகுந்தது. அதை வெல்ல நினைத்து குரலுயர்த்தினேன்.

"கிரீஷ்... கிரீஷ்..."

"வெயிட் ப்ளீஸ்... ப்ளீஸ் வெயிட்.."

என்று குரல் வந்த திசையைத் துல்லியப்படுத்த முடியவில்லை.

வீட்டினுள்ளா, தாழ்வாரமா? மரச் செறிவடர்ந்த ஈர மண்மேலிருந்தா? என மனம் அலைவுற்றது. பல வருடங்களுக்கு முன், ஒரு வெப்பால மரத்திற்கடியில், அவருக்காக விடியும்வரை நின்று திரும்பின ஏமாற்றம் ஏனோ ஒரு நிமிடம் முகத்தில் அறைந்து திரும்பியது. அமைதியாய் இருக்க முடியாமல் மனம் அலைவுற்றுக் கொண்டேயிருந்தது. சர்க்கஸ் இரும்புக் கூண்டில் உலாத்தும் புலியின் தவிப்பு அது.

"கிரீஷ், ஐ ஆம் பவா" என்று அநியாயத்திற்குக் கத்தினேன்.

உடனே பதில் வரும் என கணித்து ஏமாந்தேன்.

கொஞ்ச நேரம் கழித்து,

"பவா ப்ளீஸ் வெயிட். வில் கால் யூ" என்று முற்றிலும் விளங்காத, ஆங்கிலக் குழறலில் ஓங்கிய குமுறலில் ஒலி வந்தது.

'என்ன ஆனது இவனுக்கு? உள்ளே யாருடனாவது இருக்கிறானா? கேட்டு தீர்மானித்துதானே இன்று மாலை 7.30 என்று நேரம் குறித்தோம். கொஞ்சம் அமைதியாய் இரு' என மனத்தின் திமிறலைத் தலையில் தட்டி அடக்கினேன். அரைமணி நேரக் காத்திருத்தலுக்குப் பின், முகத்தில் வழியும் வியர்வையைத் துடைத்துக் கொண்டே,

"ஹாய் பவா"

என்ற வார்த்தை சிக்கனத்தினூடே வழிந்த புன்னகையோடு கேட்டைத் திறந்து, கிரீஷ் என் தோள் அணைத்து வரவேற்று உள் அழைத்தான். அவன்மீது வியர்வையை மீறின ஒரு சுகந்த மணம் வீசியது.

"சாரி... சாரி" என அவன் முணுமுணுத்துக் கொண்டே இயங்கினான்.

அவன் தாமதத்திற்கான காரணத்தை அச்சிறு வீட்டின் அறையிலும், பின்வாசலிலும், மர இருட்டிலும் துழாவிய, என் கள்ள மனம் புரிந்து, இன்னும் கொஞ்சம் தாராளமான புன்னகையோடு தன் கேமராவை கம்ப்யூட்டரில் இணைத்தான். பிரம்பு நாற்காலி இருக்கையிலிருந்து எழுந்து அச்சிறு திரையை ஆர்வத்தோடு பார்த்துக் கொண்டிருந்தேன்.

கொஞ்ச நேர காத்திருப்புக்குப்பின் அத்திரையில் நான் பார்த்த காட்சி, அப்படியே சில்லிட வைத்தது. படமெடுத்து நிற்கும் ஒரு நாகப்பாம்பு. எதுவும் சொல்லாது சமையலறையில் நுழைந்து, எனக்கு டீ போட்டுக் கொண்டிருந்தான் கிரீஷ். நிமிடத்திற்கு நிமிடம் படம் மாறிக் கொண்டேயிருந்தது. சுமார் நூற்றுக்கும் மேற்பட்ட படங்கள். அதன் கோபத்தோடு, அதன் தப்பித்தலோடு, அதன் மறைவோடு, அதன் எதிர்ப்போடு, அதன் குழைவோடு...

"அய்யோ... கிரீஷ்.. இது எப்போ எடுத்தது?"

"ஜஸ்ட் நவ் பவா. அதான் லேட்."

ஆவி பறந்த டீ கப்புடன் எதுவுமே நடக்காதது மாதிரியான முகபாவத்தோடு வெளியே வந்த 'கிரீஷ் ஃபேலன்' என்ற அந்த

புகழ்பெற்ற எழுபது வயதிற்கும் மேலான, அமெரிக்கப் புகைப்படக்காரனையே பார்த்துக் கொண்டிருந்தேன். டீ ஆறிக் கொண்டேயிருந்தது. கம்ப்யூட்டர் படம் நழுவிக் கொண்டிருந்தது. அது ஒரு அச்சமூட்டின இரவு.

ஒரு நண்பரின் பிரவுசிங் சென்டரில் அடுக்கப்பட்டிருந்த, யாரையும் உறைய வைக்கும் அபூர்வ புகைப்படங்களே, ஆறு மாத அலைவுறுதலுக்குப் பின், இதோ இந்த இரவில், சற்றுமுன் வெளியேறின சர்ப்பத்திற்குப்பின், என்னைக் கொண்டுவந்து இக்கலைஞனிடம் சேர்த்திருக்கிறது. கிரீஷ் ஃபேலன் கனடாவிலிருந்து திருவண்ணாமலைக்கு வந்து குடியேறி, கால் நூற்றாண்டுக்கும் மேலாகிவிட்டது. இந்த 'லேண்ட்ஸ்கேப்' அவனுக்கும் மிகப் பிடித்துவிட்டது.

''பௌர்ணமி நிலவு, உலகம் முழுக்கத் தோன்றுவதுதானெனினும், திருவண்ணாமலையிலிருந்துதான் அது தன் சகல சௌந்தர்யத் தோடும் கர்வப்படுகிறது'' என்று வார்த்தைகளில் கவிதை தோய்த்து, என்னைப் பொறாமைப்படுத்தினான் கிரீஷ்.

''எப்படிப் பார்த்தும், எங்கிருந்து நோக்கியும், மடியில் புரண்டும், மார்பில் குடித்தும், எத்தனை முறை இதன் உடலில் நடந்தும், எனக்குச் சலிக்காதது இம்மலை மட்டும்தான். என் அருகாமையிலேயே தங்கி, என் ஸ்பரிசத்திலேயே இருந்துவிடு கிரீஷ் என்ற அதன் அந்தரங்கமான வார்த்தைகளுக்காகவே இங்கிருக்கிறேன் பவா.''

''மிக சந்தோஷமான வாழ்வு எனக்கு வாய்த்திருக்கிறது. வாழ்வின் முன் பகுதியில் சூழ்ந்த நரகத்தை, இம்மலை கழுவி சுத்தப்படுத்தி, ஒரு குழந்தைக்கு வெண்ணிற ஆடை போர்த்தி, பொத்திக் கொள்வது மாதிரி என்னை அரவணைத்து நிற்கிறது பவா.''

பாம்பு கடைசியாய் வெளியேறின வழியையே பார்த்துக் கொண்டிருந்தேன். கிரீஷ் தன் கம்ப்யூட்டர் முன்னமர்ந்து, எதையோ மீட்டுக் கொண்டு வந்தான். இப்போது அந்த இருட்டில், அவன் முகம் முற்றிலும் பிரகாசமடைந்திருந்தது. பின் திரும்பி என்னை அருகில் அழைத்து, தோளில் அழுத்தி உட்கார வைத்தான். திரைக்கு கைகளால் ஒளியூட்டினான்.

என்னால் நம்ப முடியவில்லை. என் பிறப்பு முதல் இன்றுவரை தினம் தினம் இம்மலையைப் பார்த்து வளர்ந்த மனம்தான் எனினும், அதன் பல பரிணாமப் பரவசம் என்னை மூழ்கடித்தது. அக்கணினித் திரை அடுத்தடுத்து மலைகளால் எங்களிருவரையும், அதனுள் இழுத்தது. இச்சிருஷ்டிகளை உருவாக்கியதன், ஒரு சிறு துளி கர்வமுமின்றி, கிரீஷ் என் முக மாற்றங்களை மட்டுமே கவனித்துக் கொண்டிருந்தான்.

அது என் வாழ்வின் முற்றிலும் வேறொரு நாள். எனக்கு வழிவிட்டு வெளியேறின நாகத்தைப் போலவே, அதன் ஜீவிதத்தில் யாராவது ஒருவன், அதன் அத்தனை அசைவுகளையும் அங்குலம் அங்குலமாய் படமாக்கின அனுபவத்தை, மரச்செறிவினூடே வளர்ந்த அதன் வாழ்விற்கு எவ்வளவு புதுசோ, அவ்வளவு புதுசு எனக்கு. பல ஆயிரம் மைல்களுக்கு அப்பாலிருந்து வந்த ஒரு வெள்ளைக்காரன், பருவம் கடந்து, காலம் அறிந்து, மழை, வெய்யில், நீர், தூறல், காலை, மாலை, இரவு, அதிகாலை...

ஓ... இம்மலையும் இக்கலைஞனும் எப்படி பிணைந்திருக் கிறார்கள்? ஒவ்வொரு பருவநிலைகளிலும் அதன் அழகை அள்ளியெடுத்துப் பருகி முடித்த ஒரு மனிதனின் அருகாமை, எனக்குச் சிலிர்ப்பூட்டியது.

"கிரீஷ், இம்மலைகளை இக்கணினியிலிருந்து வெளி எடுத்து உலகுக்குக் காட்சிப்படுத்த வேண்டும் கிரீஷ்."

"எதற்கு?"

"இத்தனை கம்பீரமான ஒரு மலை நிழலிலா நம் வாழ்வு?' என்ற பெருமிதமும், 'இதன் ஆகிருதிக்கு முன், நாம் வெறும் அற்ப பதர்' என்று மனிதனின் உணர்த்தலுக்கும் வேண்டி,"

"நான் யோசிக்கிறேன் பவா"

அடுத்த ஃபோல்டர் திறக்கப்பட்டது. இந்திய நிலப்பரப்பெங்கும் அவன் அலைந்து திரிந்து, அவன் காமிராவுக்குள் அள்ளிய சாதுக்கள். ஒரு பொன்னிறமான சூரிய உதயத்தில், கங்கை ஆற்றின் கரையில் நின்று குளிக்கும் ஒரு பெண்ணின் படத்தில் நான் ஊன்றி நின்றேன்.

"யூ லைக் திஸ் பிக்சர்?"

"வெரி மச் கிரீஷ்"

அப்படம் எடுக்கப்பட்ட பின்னணியை, மனம் லயிக்க சொல்லி முடித்தான். நடுநிசியைக் கடந்து கொண்டிருந்தோம்.

அடுத்த ஃபோல்டர்...

நதிகள், ஒரு தேசம் முழுதும் குறுக்கம் நெடுக்குமாய் ஓடும் நதிகள். அந்த அறை திடீரெனச் சில்லிட்டுப் போனதாகவும், நீரின் சுழிப்புக்குள் நாங்கள் இருவரும் நின்று கொண்டிருப்பதாகவும் உணர்ந்த தருணம் அது. ஆர்வம், அடுத்த திறப்புக்காகக் கதவருகில் போய் நின்று கொண்டது.

"இது எகிப்து. இங்கு நான், வீடுகளைத் தவிர வேறெதையும் படமெடுத்ததில்லை."

"ஏன் கிரீஷ்?"

"ஒவ்வொரு தேசத்திலும் ஏதோ ஒன்று மட்டும்தான் என்னுள் பிரவேசிக்கிறது. மற்றதெல்லாமே பொருட்படுத்தத்தக்கவை அல்ல. ஸ்வீடனில் ஏரி, எகிப்தில் வீடு, இந்தியாவில் சாதுக்கள்"

அவன் உலகத்தை இப்படி வகைப்படுத்தி ஒரு கோலி குண்டு அளவுக்குச் சின்னதாக்கி, தன் கணினியில் போட்டு விளையாடிக் கொண்டிருக்கும் சிறு குழந்தையின் குதூகலத்திற்கும் அப்பால், அதற்காக அவன் அலைந்த அலைச்சலும், செலவிட்ட பணமும், மொழி தெரியாத பிரதேசங்களில் சுற்றி அலைந்த காலங்களும்...

"எதற்கு, எதற்கு கிரீஷ் இதெல்லாம்?"

"இது, இன்னொரு உலகம் பவா, உனக்கு எல்லா நாளும் மலை சுற்றும் அருணாசலத்தைத் தெரியுமா?"

"எந்த அருணாசலம் கிரீஷ்?"

"தினமும் காலையிலேயும், மாலையிலேயும் மலையைச் சுற்றி வலம் வரும் அந்த இளைஞன் அருணாசலம்."

"அவரை எனக்குத் தெரியும் கிரீஷ், அவர் போலீஸ் டிபார்ட்மெண்டில் ஷார்ட்ஹேண்ட் மாஸ்டராய்ப் பணிபுரிகிறார்."

"ஓ... எனக்கு அது தெரியாது."

‘‘ஆவேசமான எங்கள் அரசியல் கூட்டங்கள் நடக்கும் இடங்களில், வெளிச்சம் படாத ஒரு மூலையில் அமர்ந்து எங்கள் உரைகளின் சாராம்சத்தை அவசரமாய்க் குடித்துக் கொண்டிருக்கும் அருணாசலத்தின் இன்னொரு முகத்தை நான் அறிவேன் கிரீஷ்.’’

‘‘அது வேண்டாம் எனக்கு. அவன் யாராய் வேண்டுமானாலும் இருந்துவிட்டுப் போகட்டும். அவன் தினம் ஒருமுறை என்று ஆரம்பித்து, அது ஒரு புற்று போல வளர்ந்து, வளர்ந்து, மலை சுற்ற மட்டுமே அவனுக்குப் பொழுதுகள் புலர்ந்தும், உலர்ந்தும் போனது. இது எதற்கு பவா? அருணாசலத்தின் வாழ்வை நீ எதில் அடக்குவாய்?’’

விடை தெரியாத பல ஆயிரம் கேள்விகள் மனதின் ஏதோ ஒரு மூலையில் தேங்கி நிற்பதைப்போல, இதுவும் அதற்குள் சங்கமித்தது. பால் கலக்காத இன்னொரு கோப்பைத் தேநீரோடு கிரீஷ் வந்தபோது, மழை துவங்கியிருந்தது. ஏனோ எனக்கு மணி பார்க்கத் தோன்றவில்லை. மழையில் நனைந்துகொண்டே வீட்டிற்கு வந்து சேர்ந்தபோது, விடிந்திருந்தது.

அதன்பிறகான பல நாட்களில், கிரீஷ் தன் கறுப்பும் வெளுப்பு மான பல ஸ்நேகிதிகளோடு ஒரு டி.வி.எஸ்.50 வண்டியில் என்னைக் கடந்திருக்கிறான். ‘உலகின் ஒட்டுமொத்த சுவையைச் ஒரு சின்ன சாக்லேட் பேப்பரில் சுற்றி, தன் சட்டைப் பையில் வைத்திருக்கிறான்’ என என்னைப் பொறாமைப்படுத்தும், அவனின் டூ வீலர் பயணங்கள்.

விட்டொழிக்க முடியாமல், கவ்விப் பிடித்துள்ள என் பத்து மணி அலுவலக வாழ்வின் பரபரப்பிலும், நான் கிரீஷ் உடனான சர்ப்பம் புகுந்த அந்த இரவையும், மலையின் அப்பிரமாண்ட ஆகிருதியின் அருகில்கூட அண்டமுடியாத என் அகங்காரத்தையும் நினைத்துக் கொள்வேன். உலகெங்கும் நடந்து திரிந்த, அந்தக் கால்களை கூர்ந்து பார்க்கும் போதெல்லாம், தீபத்தன்று வாணவேடிக்கைகள் தீர்ந்து, எல்லாக் கொண்டாட்டங்களும் முடிந்துபோன பின்னிரவுகளில் நின்றெரியும் தீபச்சுடர் என் நினைவில் நெடுநேரம் ஒளிர்ந்துகொண்டிருக்கும்.

நதிநீரில் மிதக்கும் புல்லாங்குழல்

ச.தமிழ்ச்செல்வன்

ச.தமிழ்ச்செல்வன்

படித்து முடித்து, வேலை கிடைக்காமல் அலைந்த நாட்கள். வெயில், மழை எதுவாயினும், எப்போதும் மனப்புழுக்கத்தில் கிடந்த நாட்கள் அவை. 'வாயில் வைக்கும் ஒரு பிடி சோறும் நமதில்லை' என மனது சொல்லும். இதிலிருந்து தப்பிக்க, எங்காவது போய்க்கொண்டே இருப்பேன்.

திருவண்ணாமலையிலிருந்து பத்து கிலோமீட்டருக்கும் குறைவான தூரத்தில், 'வேளானந்தல்' என்றொரு சிற்றூர். அதற்கும் அப்பால், இரண்டு கிலோமீட்டரில் வியாபித்திருக்கும் திப்பக்காட்டிற்கு இடையில், ஆளரவமற்ற அந்த ரயில்வே ஸ்டேஷன். அதில்தான் என்னை நவீன இலக்கியத்திற்குக் கொண்டுவந்த என் நண்பர் உதயசங்கருக்கு, உதவி ஸ்டேஷன் மாஸ்டர் வேலை. அந்த வேலை கிடைப்பதற்கு முன்பான பத்தாண்டுகளில் அவர் பட்ட ரணங்களை, பக்கம் பக்கமாய் எழுதித் தீர்க்கிறார் இன்னமும். அது, தீராத பக்கங்கள்.

இரவு பகல், நேரம் காலம் என்றெல்லாம் எந்தத் தடையுமில்லை. எப்போது தோன்றுகிறதோ, அப்போதெல்லாம் சைக்கிளை எடுத்துக்கொண்டு, தனியாகவும் சில நேரங்களில் நண்பன் கருணாவோடும், தண்டவாளத்தை ஒட்டிய காட்டுவழியே, எந்தக் கேள்வியுமற்று போய்க்கொண்டிருப்பேன். திசை தவறிய படகொன்றில், உணவும் நீரும் தீர்ந்துபோன கணத்தில், தூரத்தில் தெரியும் சிறு வெளிச்சக் கீற்றுபோல, எங்களைப் பார்த்து உதயசங்கர் அடையும் பரவசத்தை இங்கிருந்தே உணரமுடியும். மனமொழியை உடல் மொழி அறிய, ஏது தடை?

யாருமற்ற அனாதையான அந்த ரயில் நிலைய குவார்ட்டர்சில், உறக்கமின்றி, பசி மறந்து, நாங்கள் பேசித் தீர்த்த நாட்களின் உரம், இன்னமும் என்னில் இரண்டு புது இலைகளைத் துளிர்க்கச் செய்து கொண்டேதான் இருக்கிறது. பார்த்தவுடன் பற்றிக்கொள்ளும் ஒரு அழகிய கறுப்பு வெள்ளை போட்டோகிராபி அட்டைப்படத்துடன், அவர் மேசைமீது கிடந்த புத்தகத்தைக் கையில் வைத்து மெதுவாக வருடிக் கொண்டிருந்தேன்.

உதயசங்கர் மென் சிரிப்பினூடே,

"பிரிச்சுப் பாக்கணும்னு தோணலியா?" என்றார்.

"இல்லை ஷங்கர், கையில வச்சுக்கணுன்னு மட்டுந்தான் தோணுது."

"வீட்டுக்கு எடுத்துட்டு போய், படிச்சிட்டு தா"

அப்புத்தகத்தை சைக்கிள் கேரியரில் வைக்க மனமின்றி, சட்டைக்குள் நுழைத்து எடுத்து வந்த ஸ்பரிசம், இன்றும் நினைவில் உண்டு.

அன்று வழியிலேயே மழை வந்தது. மழைத்துளி படாமல் அப்புத்தகத்தைக் காத்துக்கொண்டுவந்து வீடு சேர்ந்தபோது, இருட்டியிருந்தது.

தொடர் வாசிப்பு என்பது எல்லாவற்றிலிருந்தும் தப்பித்தலுக்கான ஒரு சிறந்த வழி என்பதைத் தெரிந்து வைத்திருந்தேன். அன்றிரவு, 'வெயிலோடு போய்' ச.தமிழ்ச்செல்வன் என்று தலைப்பிட்ட அப்புத்தகத்தை வாசித்த அனுபவமே ஒரு மகத்தான புனைவு. அதில் 'பாவனைகள்' என்றொரு கதை.

அநேகமாக அதுதான் அத்தொகுப்பின் முதல் கதை. "அவன் இரு கால்களையும் சப்பணம் கூட்டி உட்கார்ந்துப் பார்த்தான். கால்களை மடக்கி, கைகளை முன்பக்கம் நீட்டி உட்கார்ந்தான். குத்து காலிட்டு உட்கார்ந்தான். எப்படி உட்கார்ந்தபோதும் பசித்தது..."

இவ்வரிகளைத் தாண்ட முடியவில்லை என்னால். ஏதோ ஒரு முரட்டுக் கை, என் சட்டையைப் பிடித்திழுக்கிறது பின்னுக்கு. திமிறுகிறேன், முடியவில்லை. "எப்படி உட்கார்ந்தபோதிலும்

பசித்தது'' ஒட்டுமொத்த பசியின் பொருட்டெழுந்த மானுடக் கூக்குரலும் அந்த இரவில் என் வீட்டு வாசலில் கேட்கிறது. ஒரு தமிழ் வார்த்தை என் மென்னியைப் பிடித்திருக்கிறது. எப்படித் திமிறியும் அதிலிருந்து தப்பிக்க முடியாமல் கிடந்த இரவு அது. ஒரு டம்ளர் நீச்சத் தண்ணியின் பொருட்டு, வாசலில் காத்திருந்த சிறார்களின் உருவங்கள் வந்து என்னைப் பிடுங்கித் தின்றன. அந்த ஒற்றை வரி வாசிப்பினூடே, அறுத்துக்கொண்டு துக்கம் மேலிட, மூச்சுமுட்ட அப்படியே உறங்கிப் போனேன்.

இடைவெளிகளில், நான் அப்புத்தகத்தின் ஒவ்வொரு பக்கங்களையும் எனக்குள் கொண்டுவந்தேன். 'பொன்ராசின் காதல்', 'கறுப்பசாமியின் அய்யா', 'வெயிலோடு போய்' என்று தென் மாவட்டத்து வெயிலை வெறியோடு குடித்தேன். தீப்பெட்டி மருந்து வீச்சம் வீசும், இளம் பெண்களை நுகர்ந்தேன். சமூக அமைப்பின் மீது தீராக்கோபம் கொண்ட ஒருவனின் ஆவேசத்தை, நானும் படைப்பின் வழி அடைந்தேன். அதன்பின் பல நாட்கள் வேளானந்தல் ரயில்வே ஸ்ட்டேஷன் பக்கம் போகாமல் தவிர்த்தேன். அது தொடர்ந்து என் மன அமைதியைக் குலைத்தும், நான், அதுவரை நம்பிய அனைத்தையும் ஒன்றுமில்லாமலாக்கியும், என் சராசரி வாழ்விலிருந்து வெளியேறும்படியும் கோரிக் கொண்டேயிருந்தது.

நான் அமைதி காத்தேன். கவிஞர் சுகுமாரன் சொல்லும் 'தற்கொலையில் தோற்றவனின் மௌனம்' அது.

இதோ... இருள் கவியும் இத்தருணத்தில், அதிக இரைச்சலற்ற இப்புதுப் பேருந்தில், என் பக்கத்து இருக்கையில் தமிழ்ச்செல்வன். திருச்சியில் நடந்த ஒரு கூட்டம் முடிந்து, நான் திருவண்ணாமலைக்கும், அவர் திருநெல்வேலிக்கும் திரும்ப வேண்டும். ஆனால், அவரோடு பயணிக்கவேண்டி நானும் மதுரைக்கே பஸ் ஏறி, அவருக்குப் பக்கத்தில் உட்காருகிறேன். பேருந்தின் வேகம் எங்களை அசைக்கக்கூட இல்லை. ஜன்னலின்வழி போகும் சின்னஞ்சிறு உலகை பார்த்தபடி கடக்கிறோம். பஸ் துவரங்குறிச்சியைக் கடக்கிறது.

நான், மௌனக் கோடுகளைக் கூடுமானவரை நீட்டிக்கிறேன். அந்த இரண்டுமணிநேரப் பயணம்தான் தமிழ்ச்செல்வன் என்ற

கலைஞனின் சொல்லப்படாத இன்னொரு பகுதியை அவருக்கு மீட்டும், எனக்குக் கடத்தியும் கொடுத்தது. ஏதாவது ஒரு வகையில், இத்தேசத்திற்குப் பணியாற்ற வேண்டும் என்ற வேட்கையில், மிலிட்டரிக்குப் போனவர் தமிழ்ச்செல்வன். எல்லோரையும்போல நிறைய கனவுகள். அத்தனையும் நிறைவேறாத கனவுகள். எதிர்பார்த்துப்போன எதுவுமேயற்ற அமைப்பாக இருந்தது ராணுவம்.

மாநில வாரியான, நிறம் வாரியான, மொழி வாரியான, சாதி வாரியான பிரிவுகளில், வீரர்கள் ரகசியமாய் மன ரீதியாய்ப் பிரிந்துக் கிடந்தார்கள்.

தமிழக குக்கிராமங்களில் கிடந்த சாதியக் கழிவுகள், டெல்லிக் குளிரிலும் பெருக்கெடுத்தன. 'மனிதர்கள் இவற்றைச் சுமந்து கொண்டேதான் உலகம் முழுக்க அலைகிறார்கள்' என்பதை ஒரு கலைஞனின் நுட்பமான மனம் கண்டுபிடித்து கலங்குகிறது. வெளியில் சொல்ல முடியாத ஏதோ ஒரு துயரம், தொண்டைக்குள் இறங்காமல் நின்று கொள்கிறது.

ஒரு விடுமுறையில், தமிழ் சொந்த ஊருக்கு வருகிறார். அரைப்படி நெல் அதிகம் கேட்டதற்காக 44 உழைக்கும் தோழர்களை உயிரோடு வைத்து கொளுத்திய கோரச் செய்தி, ஒரு கலைஞனை மனச்சிதைவுக்குக் கைகாட்டுகிறது. அதிலிருந்து தப்பவேண்டி, அவன் மீண்டும் ராணுவத்தை நோக்கி ஓடுகிறான்.

இல்லை. மனதின் இரைச்சல் எதன் பொருட்டும் அடங்குவதில்லை. அன்று அவருக்கு மலையேறும் பயிற்சியின் முதல் நாள். உயரம் எதுவென அறியாத அப்பனிமலையில், ஒரே நேரத்தில் ஒரு குழு ஏறிக் கொண்டிருக்கையில், இன்னொரு குழு இறங்கிக் கொண்டிருக்கிறது. தூரமறிய ஏறும் ஒவ்வொருவரும், இறங்குபவனைப் பார்த்து கேட்கிறான்...

'இன்னும் எவ்வளவு தூரம்?'

'தோ, கொஞ்சம் தூரந்தான்.'

இது பயிற்றுவிக்கப்பட்ட பாடம்.

எல்லா மொழிகளிலும் அவர்கள் இப்பொய்களைச் சொல்லக் கற்றிருந்தார்கள். தமிழ்ச்செல்வன் ஒரு பிடிப்பைக் கைகளால் பிடித்துக்கொண்டு, அங்கிருந்து அண்ணாந்து பார்க்கிறார். கண்ணுக்கெட்டிய தூரம்வரை, வீரர்கள் எறும்புபோல ஊர்வது தெரிகிறது. அப்பனிமலையில் நின்று அண்ணாந்த அந்நிமிடத்தில், வெண்மணி என்ற அந்த சின்னஞ்சிறு கிராமத்தில் எழுந்தடங்கிய, சில மணித் துளிகளில் 44 பேரைக் கரிக்கட்டையாக்கிய தீ, சுடுகிறது. தப்பிக்க முடியாத அம்மனிதக் கூக்குரல், அப்பனிமலையின் சில்லிப்புகளை ஒன்றுமில்லாததாக்கி அவனுக்குள் கேட்கிறது.

அதற்குமேல், ஒரு அடியும் எடுத்து வைக்காமல் அவன் அங்கேயே நின்றுவிடுகிறான். இராணுவத்தில் அடங்காமைக்கு என்ன விலை என்பது தெரிந்திருந்தும், ஒரு மரம் மாதிரி மனம் இறுகி அங்கேயே நிற்கிறான். அவனை முகாமுக்குக் கொண்டு வருவதற்குள், அவன் அறை, திறக்கப்பட்டு அலசி ஆராய்ந்து, அந்தத் தமிழ் அதிகாரியின் மேசைமீது கிடக்கிறது. யாருமற்ற அந்த அறையில், ஓடாத ஒரு மின் விசிறியை பார்த்துக்கொண்டே நிற்கிறான் அவன்.

''சொந்த ஊரு திருநெல்வேலியோ''

''இல்லை, கோவில்பட்டி''

அதிகாரி, கையிலிருந்த 'விடியல்' என்ற பத்திரிகையைத் தூக்கிப்போட்டு உணர்வில்லாத குரலில் கேட்கிறார்.

''இந்தப் பத்திரிகையை எப்போ வாங்கின?''

''லீவுக்கு ஊருக்குப் போயிருந்தப்போ''

விசாரணையின் இறுதியில், தன் வாழ்வின்மீது ஊற்றப்போகும் ஆசிட் பாட்டிலின் நெடி அவ்வறையில் வியாபித்திருந்ததை அவன் அறிந்தேயிருந்தான். மலையின்மீது ஒரு அடியும் எடுத்து வைக்க மறுத்தபோதே, பின் விளைவுகளும் தெரிந்தே இருந்தன. சில நேரங்களில் எதிர்பாராதவை நிகழ்ந்துவிடும்தானே. யூகித்த எல்லாமும் ஒன்றுமில்லாமல் முடிந்து, தேவதைகள் கையில் பூங்கொத்துகளால் எதிர் வருவார்கள்தானே. அந்தத் தனியறையில், தமிழ்ச்செல்வனுக்கு அது நிகழ்ந்தது. அந்த இராணுவ வீரனின்

ஆவேசத்தை அந்தத் தமிழ் அதிகாரி அரைகுறையாய்க்கூட அல்ல, எதிர்மறையாய் மொழிபெயர்த்தார். விசாரணை முடித்த அவரின் முரட்டு கைக்குலுக்கலில், ஸ்நேகம் ஸ்பரிசித்தது.

"இங்க வேணாம், ஊருக்கு போயிடு" என இவர் யூகித்ததையே அவரும் சொன்னார். அறையைவிட்டு வெளியேறிய ஒரு அவசர நிமிடத்தில், "புதுமைப்பித்தன்தான் டேய் எனக்கும் ஆதர்சம்" என்ற வார்த்தை தனக்கு அரைகுறையாய்க் கேட்டதாக, தமிழ் என்னிடம் சொல்லி முடித்தபோது மதுரை மாட்டுத்தாவணியில் எங்கள் வண்டி நின்றிருந்தது.

'சிறுகதை எழுதுபவரை, பயிலரங்குகள் மூலம் பயிற்றுவித்துவிட முடியும்' என நம்பிய காலமது. சாத்தனூர் அணையிலிருந்து இறங்கும் நீர், எங்களைச் சலசலத்துக் கடந்துபோகும் ஒரு காட்டாற்றங்கரையில் இருபது முப்பது பேர் மௌனமாய் உட்கார்ந்திருக்கிறோம். நீரின் சப்தம் நீருக்குள்ளேயே விழுந்து கரையும் நீரின் பயணம் நமக்குள் கேட்கிறது.

எங்கிருந்து துவங்குவதெனத் தெரியாமல், நீண்ட நேரம் சும்மாவே உட்கார்ந்திருக்கிறார் தமிழ்ச் செல்வன்.

"ஒரு வார்த்தை கெடைக்கலையேடா"

ஒரு கவளம் சோறு கெடைக்கலையே என்றழும் ஒரு எத்தோப்பியக் குரலைத் தாண்டியது அது.

"பரவாயில்லைண்ணா, இன்னொரு கேப் கொடுத்தறலாம்."

"வேணாம். எத்தனை கேப் கொடுத்தாலும் நான்தானே மறுபடி ஆரம்பிக்கணும்?"

"இசக்கிமுத்து எட்டு வருஷத்துக்கு அப்புறம் மீண்டும் வீட்டுக்கே திரும்பி வர்றான். வெள்ளையம்மா நெறை மாசமா இருந்தப்போ வீட்டைவிட்டு ஓடினது. இப்போ பையனுக்கு எட்டு வயசு. தன் புள்ளைய மொத மொதலா பாத்த இசக்கி முத்துக்கு..."

அவரால் தொடர முடியவில்லை. நாங்கள் யாரும் எதிர்பார்க்காமல் உடைந்தழுகிறார். அக்கூட்டத்திலிருந்து எழுந்த கோணங்கி, ஒரு மர மறைவிற்கு அவசரமாய் நகர்கிறான். நீண்ட நேர

இடைவெளிக்கப்புறம், அவரே அறுந்த இடத்திலிருந்து தொடர்கிறார்.

''எட்டு வருஷமா சம்பாதிச்சி என்னத்தையா கொண்டு வந்தே'' இருட்டில் வெள்ளையம்மாவின் குரல் மட்டுமே கேட்கிறது அவனுக்கு.

''வந்தன்னிக்கே கேக்க வேணாமா வெள்ளையம்மா?''

அவன் கொண்டு வந்திருந்த ட்ரங்க் பெட்டியை, அரிக்கேன் விளக்கு வெளிச்சத்தில் திறந்து, ''முப்பத்தியேழு ரூவா, நாப்பது பைசா'' எனப் பெரும் உற்சாகத்திற்கிடையே, தன் எட்டு வருட உழைப்பின் பெருமிதத்தைச் சொல்கிறான் இசக்கிமுத்து.

வெள்ளையம்மாவின் முகம் ஆவேசமடைகிறது. இந்த முகத்தைச் சகிக்க முடியாமல்தானே எட்டு வருஷத்துக்கு முன்னால், அவன் ஓடினது.

அவன், அவளை நோக்கி அந்த அரிக்கேன் விளக்கொளியில் தன் இரு கைகளையும் விரித்துக் காண்பித்தான். கைகள் இரண்டும் முண்டும் முடிச்சுகளுமாய்க் காப்பு காய்ந்திருக்கின்றன.

''நான் எட்டு வருசமா மூட்டைத் தூக்குனேன், வண்டி இழுத்தேன், பரோட்டா சுட்டேன்...'' அவன் வேலைகளை அடுக்கிக்கொண்டே போகிறான்.

''ஆனா, ஏன் எங்கிட்ட காசு இல்லன்னு தெரியலை வெள்ளையம்மா.''

தமிழ்ச்செல்வன் கைகளை விரித்துக் காண்பிக்கிறார். அவர் கைகளில் காய்ப்பில்லை. ஆனால், பொங்கியெழுந்த அந்த கணக் கண்ணீரில், மனம் முழுக்க காப்பு காய்த்திருந்ததை எங்களால் உணர முடிந்தது. எத்தனை முயன்றும் அவரால் அன்று 'கருப்பசாமியின் அய்யா' என்ற அக்கதையை முழுக்கச் சொல்ல முடியவில்லை. கதையின் மிச்சத்தை, ஓடும் அந்நதி நீரில் கரைத்துவிட்டு நாங்கள் திரும்பினோம்.

நீரின் சுழிப்புபோல, தன் போக்கில் படைப்பின் உச்சத்திலிருந்தபோது, தமிழ்ச்செல்வனின் வாழ்வு மடை

மாற்றப்பட்டது. அறிவொளிக்குப் போனார். தன், ஜனங்களின் சுவாசத்தை அருகிலிருந்து அருந்தின காலம் அது அவருக்கு. இங்கே சிறு பத்திரிகைகளில், வார்த்தைக்கும், வரிக்கும், இசத்துக்கும் மல்லுக்கட்டிக் கொண்டிருந்தபோது, இவர் தன் தொலைதூரக் கிராம மனிதர்களின் கைப்பிடித்து ‘அ, ஆ’ எழுதச் சொல்லிக் கொடுத்தார்.

இதுவரை நம்பிக் கொண்டிருந்தவை, அந்த எளிய மனிதர்களின் முன் பொலபொலவென உதிர்ந்தன. அவர்களுக்கான கதை சொல்ல முடியாமல், டால்ஸ்டாயும் அசோகமித்திரனும் திணறினதை உணர்ந்து, அவர்கள் படைப்பை மக்களுக்கானதாய் மறு படைப்பாக்கினார். எப்போதும் இளசுகளால் சூழப்பட்டிருந்தார். ‘இலக்கிய அரசியலற்ற அந்நாட்களே, தன் வாழ்வின் உன்னதம்’ என அவற்றை நினைவுகூர்கிறார்.

ஆறு வருடங்களுக்கு முன்பு, அவர் ‘தமிழ்நாடு முற்போக்கு எழுத்தாளர், கலைஞர்கள் சங்கத்தின்’ பொதுச்செயலாளர் ஆனார். அதுவரை அவர் அடைகாத்த படைப்பு, அன்றிரவு அவர் கையிலிருந்து ஒரு பாம்பு மாதிரி நழுவினாலும், ‘ஒரு களப்போராளி எதையாவது பலி கொடுத்துதான் களத்தில் நிற்கவேண்டும்’ என்று அவர் அறிந்திருந்ததால், அக்கசப்பை உள்ளுக்குள் விழுங்கிக் கொண்டார். ஆனாலும் படைப்பிழந்து நின்ற அத்தலைமை, வரலாற்றுச் சோகம்.

ஒப்பனையற்ற முகம்

நாசர்

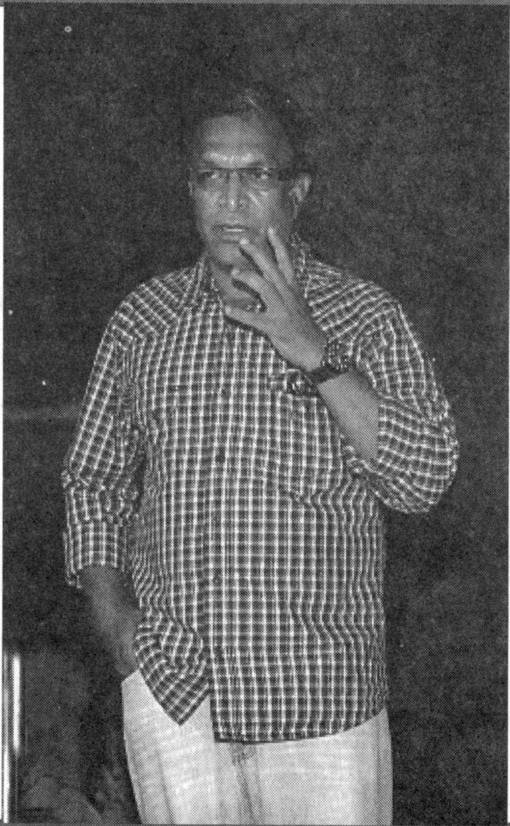

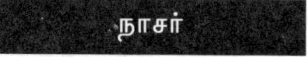

நாசர்

இல்லையென்றாலும் எழுந்துதான் இருப்பேன். தொடர்ந்து ஒலித்த பாடல், அதைத் துரிதப்படுத்தியது. தூக்கக் கலக்கத்தில், அழைத்தது யாரென்றுகூடப் பார்க்காமல் போனை காதுக்குக் கொடுத்தேன்.

"குட்மார்னிங் பவா"

பழக்கப்பட்டிருந்த அக்குரல், என் மிச்ச தூக்கத்தைத் துடைத்தது.

"சார்... எப்டி இருக்கீங்க? என்ன காலையிலேயே?"

"பவா, எனக்கு அடுத்த வாரம் புதன், வியாழன் படப்பிடிப்பு இல்ல. திருவண்ணாமலைக்கு வரட்டா? உங்க ஃபிரண்டோட காலேஜ்ல, பிலிம் பத்தி ஒரு சின்ன ஒர்க்ஷாப் நடத்தித் தர்றேன்"

"கண்டிப்பா சார், இப்பவே கூப்டறேன்"

முன்னூறுக்கும் மேற்பட்ட திரைப்படங்களில் நடித்து கிடைக்கும் அனுபவங்களை பகிர்ந்து கொள்ளும் பொருட்டு, தன் ஓய்வு நாளை இப்படி திரைப்பட மற்றும் சமூக மேம்பாட்டிற்குச் சமர்ப்பிக்க, நம்மில் எத்தனை நடிகர்கள் தயாராயிருக்கிறார்கள்?

அப்போதுதான் தெய்வத்திருமகள் பார்த்து, நாசரின் மிகையற்ற நடிப்பில் மனம் லயித்திருந்தேன். என்னென்னவோ எண்ணங்கள் என்னை அலைக்கழித்தன. ஒரு அசல் கலைஞனுக்கான, தெளிவற்ற சிந்தனைகளிலேயே அவர் எப்போதும் சுழன்று கொண்டிருப்பதாகத் தோன்றும். 'பீமா' என்றொரு படத்தில், பிரகாஷ்ராஜ் செய்ய நினைப்பதையெல்லாம் விக்ரம் செய்து முடித்திருப்பார். ஒரு கட்டத்தில் பிரகாஷ்ராஜ் மிகுந்த உணர்வு வயப்பட்டு,

''யாரு சாமி இவன்? எங்கிருந்து வந்தான்? இவன் யாரோட மிச்சம்?'' எனத் துள்ளும் ஒரு காட்சி உண்டு.

அத்துள்ளல் கொண்டாட்டம் சம்மந்தப்பட்டது. உள்ளுக்குள் பொங்கும் பெருமிதப் பொங்குதல் அது. அது இடம், தகுதி, அந்தஸ்து, வயது எல்லாவற்றையும் துடைத்தெறிந்து, மனிதனை ஒரு குழந்தையைப்போல் நிர்வாணப்படுத்தி, மழையில் ஆனந்தக் களியாட வைக்கும். இரண்டு, மூன்று இலக்கியக் கூட்டங்களின் கடைசி வரிசைகளில், நாசரின் கூர்ந்த கவனித்தலின்போது, ஏறக்குறைய நானும்கூட இப்படி ஒரு மனநிலைக்கு வந்திருந்தேன்.

'யார் இவர்? இவர் எப்படி தமிழ் சினிமாவின் வரம்புகளை மீறி சாதாரணத்துக்கு முயல்கிறார்?' என் இந்த எளிய கேள்விகளுக்கான பதில், அவரின் தொடர் வாசிப்பு. அது நம்மைத் தொடர்ந்து கழுவுகிறது. கீழிறங்கி வர வைக்கிறது. 'நீ ஒண்ணும் பெரிய ஆள் இல்லை' என, சதா நம் ஒவ்வொரு நிமிஷங்களிலும் எச்சரிக்கிறது.

என் முதல் சந்திப்பின்போது, நாசர் சொன்னார்.

''அதற்கு முன் ஒன்றிரண்டு படத்தில் நடித்திருந்தால்கூட என் முதல் படம் 'நாயகன்'தான். காலை ஐந்து மணிக்கெல்லாம் எழுந்து குளித்து, மனமும் உடலும் பரவசமாக, வரப்போகும் வண்டிக்குக் காத்திருந்தேன். குறைந்தபட்சம் ஒரு அம்பாசிடரை எதிர்பார்த்திருந்த என் முன், வந்து நின்றது ஒரு பழைய மெட்டடார் புரடெக்ஷன் வேன். பின்பக்கக் கதவு திறந்து உள்ளே நுழைந்தபோது, குப்பென்று ஒரு துர்நாற்றம். சமீபத்தில்தான் அந்த வாடையை நுகர்வுற்றிருந்தேன். அது, அசோகமித்ரனின் 'கரைந்த நிழல்கள்' நாவலில் சொல்லப்பட்டிருக்கும் அதே புரெடக்ஷன் வேன் நாற்றம்.

என் அன்றைய மனநிலையில், நான் அதை விலை மதிப்பற்ற வாசனை திரவியங்களின் சுகந்த மணமாக உணர்ந்தேன். துணை நடிகர்களுக்கான உடைகள், எங்கள் ஒவ்வொருவருக்கும் அளிக்கப்பட்டது. எனக்களிக்கப்பட்ட போலீஸ் உடையுடன் நான் ஆளுயரக் கண்ணாடி முன் நின்றபோது, அது தொளதொளவென்று முப்பது வருடத்திற்கு முந்தைய தமிழ்நாட்டுக் கான்ஸ்டபிளைக் காண்பித்தது. ஆனால், நான் அப்படத்தில் டெல்லி மாநகரின் அசிஸ்டெண்ட் கமிஷனர்.

கண்கள் லேசாக கலங்கினாலும்கூட, வெளிக்காட்டிக் கொள்ளாமல் சமாளித்து நின்றிருந்தேன். 'மனதில் உறுதி வேண்டுமென' பாரதி உரம் தந்தான்.

பத்து நிமிடத்திற்குள் அங்கு வந்த இயக்குநர் மணிரத்னம், என் உடையைப் பார்த்து அதிர்ந்து, புரெடெக்ஷன் பக்கம் திரும்பி, ''இவர் டெல்லி அசிஸ்டண்ட் கமிஷ்னர்யா இப்படி ஒரு தொள தொளன்னு, கான்ஸ்டபிளுக்கான டிரெஸ் மாட்டியிருக்கீங்க'' என்றார்.

அடுத்த நாள் காலை, எனக்கென பிரத்யேகமாகத் தைக்கப்பட்ட டெரிகாட்டன் காக்கி உடை, ஷூ என என்னை நானே கம்பீரமாக உணர்ந்த நிமிடம் அது. அந்நிமிடம், வாழ்வின் எல்லாத் துயரும் தீர்ந்தது போலவும், இனி பெண் தேவதைகள் என் வழியைச் செப்பனிட்டு காத்து நிற்பார்களென்றும், அசாத்தியமான நம்பிக்கை எதன் பொருட்டோ என்னை வந்தடைந்தது.

அப்படத்தில் என் நடிப்பிற்கான ஊதியமாக ஐந்தாயிரம் ரூபாய் பெற்றேன். அக்கரன்சித்தாள்களை இப்படியும் அப்படியும் ஸ்பரிசித்து ஸ்பரிசித்து, அதை எனக்குப் பழக்கினேன். உற்சாகம் மேலிட ஒரு அரை மணி நேர சைக்கிள் மிதிப்பில் என் நண்பன் கிரியை அடைந்தேன். கிரியின் தோள் பற்றி, எதற்கெனத் தெரியாமலே இருவரும் அழுதோம். 'துயரம் சுமந்த வாழ்வு இனி நமக்கில்லை' என ஆனந்தத்தின் சிதறல் அத்துளிகள்.

அடுத்த ஒரு மணி நேரத்திற்குள் இரண்டு பாட்டில் பீரோடு ஆற்காடு பிரியாணி ஹோட்டலில் எதிர் எதிர் இருக்கைகளில் அமர்ந்து, பேச்சற்று இருந்தோம் நானும் கிரியும். நீரும், உணவும் எங்களை வெகுநேரம் மறுதலித்துக் கொண்டேயிருந்தது. மனது நிறைந்து வயிற்றையும் நிறைத்திருந்தது. 'பசிக்கு உணவு மட்டும் ஒருபோதும் போதாது' என்பதை அக்கணத்தில்தான் பவா மனசு உணர்ந்தது''

நான் படித்த டேனிஷ் மிஷன் பள்ளியின் நூற்றாண்டு விழா கொண்டாட்டங்களின் ஒரு நிகழ்வாக, தமிழின் புகழ்பெற்ற 12 ஆளுமைகளை ஒரே நாளில் வரவழைத்து, அவர்களின் பள்ளிப் பருவ நினைவுகளை மாணவர்களிடம் பகிர்ந்து கொள்ள

வைத்தோம். அதில், நாசரின் உரை, நான் மட்டுமல்ல அங்கிருந்த யாருமே எதிர்பாராதது. ஒரு தேர்ந்த கல்வியாளனின் சமூக அக்கறையும், எதிர்காலக் கல்வி பற்றிய கனவுகளும் தோய்ந்த, ஒரு கலைஞனின் பெருங்கனவு அது.

அந்நிகழ்வில் மாணவர்கள் அவரை மொய்த்துக் கொண்டார்கள். ஒரு நடிகனை தொட்டுப் பார்க்கவும், அருகில் நின்று புகைப்படம் எடுத்துக் கொள்ளவும், ஆட்டோகிராப் வாங்கவும் மீன் குஞ்சுகளைப் போல துள்ளல்களால் அப்பாதையை அவர்கள் நிறைத்தார்கள். மாணவர்களின் சந்தோஷத்தை எப்போதும் எதன் பொருட்டும் சகித்துக் கொள்ள முடியாத இரண்டு ஆசிரியர்கள், கையில் பிரம்போடு வந்து அவர்களின் அந்நிமிட பரவசத்தைக் கலைத்தார்கள். மாணவர்கள் கலைந்து போனபின், கையில் ஒரு நோட் புக்கோடு,

''சார் ஆட்டோகிராப்''

''இப்ப நீங்களும் அவங்க செஞ்சதையேதானே செய்யறீங்க. அதுக்காக அவங்கள ஏன் துரத்தறீங்க? கொஞ்சமாவது மாறுங்க சார்'' என்ற அவரின் குரலில், 'மாறாதவர்கள் அவர்கள்' என்ற பல வருட அவதானிப்பிருந்தது.

நம், மரபான விஷயங்கள் எதன்மீதும், வெறும் ஆர்வம் மட்டுமின்றி அக்கறையும் கொண்ட மனிதர் நாசர்.

''பவா, செஞ்சியிலிருந்து விழுப்புரம் போற வழியில், அனந்தபுரம்னு ஒரு ஊர்ல இருக்கேன். இங்க பழமையான நெற்குதிர்கள் கேட்பாரற்று கெடக்கு. யாரையாவது அனுப்பி இரண்டு மூணு எடுத்து வச்சி பத்திரப்படுத்துங்க'' என்பது மாதிரியான தொலைபேசி செய்திகள், எந்த நேரத்திலும் என்னை வந்தடையும். 'இது வெறும் ஆர்வம்' என ஒற்றை வரியோடு விட்டுவிட முடியாது.

பரபரப்பும், புகழும், செல்வமும், அதன்பொருட்டெழும் பெருமிதத்தையும் தாண்டிய நம் வேர்கள் பற்றிய அக்கறை அது. 'தமிழ் சினிமாவில் மின்னும் எத்தனை நட்சத்திரங்களுக்கு இதுபற்றிய அக்கறை உண்டு?' என்ற கேள்வி நமக்கு எழாமலில்லை. நம் மரபான தெருக்கூத்தின்மீது அவருக்கிருந்த ஈர்ப்பு, 'அவதாரம்'

வரை கொண்டு போனது. 'அவர் மனது நினைப்பதை, திரைக்கு மாற்ற முடியவில்லையோ?' என்ற பதட்டம், அவருடைய ஒவ்வொரு புதுப்படைப்பின்போதும் என்னைப் பற்றிக்கொள்ளும்.

'தேவதை'யின் முதல் இருபது நிமிடங்களின் அசாத்திய காட்சிகள், 'நாசர், ட்ராஸ்கி மருது' என்ற இரு கலைஞர்களின் பெருங்கனவின் ஒரு துளி வெளிப்பாடு மட்டுமே. அம்மனநிலையை, அப்படத்தின் இறுதிவரை தக்க வைத்துக்கொள்ள முடியாமல், ஏதோ ஒன்று அவரைத் தொடர்ந்து சிதைக்கிறது. இரவும் பகலும் கண்விழித்து, அதீத வெளிச்சத்தில் அரிதாரம் பூசி, பேசிக்கொண்டு வரும் பொருட்கள், அவருடைய புதிய படைப்பு முயற்சிகளின்போது காணாமல் போய்விடுவது குறித்த வருத்தம் எதுவும் இல்லாத நண்பர்களாகத்தான் நாசரையும், கமீலாவையும் எப்போதும் நினைக்கிறேன்.

தான், விரும்பித் தேர்ந்தெடுத்த துறையின் உச்சத்தை எட்டுவதுதான் லட்சியம் எனினும், அதைத் தாண்டிய பல சமூக நிகழ்வுகளில், எப்போதும் ஆர்வமும் அக்கறையுமுள்ள பெரும் பயணம் நாசருடையது. சென்னையின் புறநகர் பகுதிகளிலும், குடிசைப் பகுதிகளிலும் பல நேரங்களில் கட்டட மேஸ்திரிகளோடு நீங்கள் அவரைப் பார்க்கலாம். 'சம்மந்தமே அற்ற துறைகள்' என்று எதுவுமில்லை. மனித வாழ்வு என்பதே, கண்ணுக்குத் தெரியாத ஏதோ சில உணர்வுக் கண்ணிகளின் இணைப்புதானே?

புகழ்பெற்ற கட்டடவியலாளர் 'லாரி பெக்கர்' அவர்களின் மாற்றுக் கட்டிட வடிவமைப்பில், பெரும் நம்பிக்கையுள்ளவர் நாசர்.

ஒருமுறை, மகாத்மா காந்தியை அவரின் சபர்மதி ஆஸ்ரமத்தில் சந்திக்கிறார் லாரிபெக்கர். 'இவர் ஒரு மிகப்பெரிய ஆர்க்கிடெகட்' என்கிற அறிமுகத்துடன் நிகழும் அந்த ஓரிரு நிமிட சந்திப்பில், காந்தி அவரை நோக்கி,

''நல்ல கட்டடம் என்பது எது?''

''நீங்க என்ன கேக்கறீங்கன்னு புரியலை.''

''ஒரு நல்ல கட்டடம் என்று, எதைச் சொல்வீங்க?''

அப்படியும் புரியாமல் லாரிபெக்கர் விழிக்க காந்தியே தொடர்கிறார்...

''எந்தக் கட்டடம் கட்டப்படுவதற்கு போக்குவரத்து தேவைப்படவில்லையோ, அதுவே ஒரு சிறந்த கட்டடம்.''

''இன்னும் கொஞ்சம் விளக்கமாக...''

''எந்தப் பிரதேசத்தில் எது கிடைக்கிறதோ, அதைக்கொண்டு நம் வசிப்பிடங்கள் அமையவேண்டும். சென்னையில் கட்டப்படும் ஒரு கட்டடத்திற்கு, எதற்கு இத்தாலியன் மார்பிளும், ராஜஸ்தான் டைல்ஸும்?''

'இந்த ஒரு வரி, என் ஒட்டுமொத்த வாழ்க்கையைப் புரட்டிப் போட்டது' என்கிறார் பெக்கர்.

நவீன கட்டடக் கலையின் நிராகரிப்பில், நாசர், பெக்கரின் தொடர்ச்சி. இதன் பொருட்டே 'கட்டடம் கட்டும் மேஸ்திரி, சித்தாள்கள்' என்று, பலரோடும் அவரின் நிறைவடையாத உரையாடல்கள் நீள்கிறது. விருகம்பாக்கத்திலுள்ள நாசரின் வீடே, பழமையும் கனவும் இழைந்த கட்டடம்தான். நம் நவீன வாழ்வு இழந்த ஒற்றைக் கதவுகளும், அதன் பித்தளைக் குமிழும், அதன்மீது ஒட்டியிருக்கும் ஒரு குடும்பத்தின் பாரம்பரியச் செழுமையும், அவ்வீட்டில் நம்மை நெடுநேரம் உட்கார வைக்கும். ஒரு நவீன வீட்டின் அகங்காரம், நம்மைத் தொடர்ந்து துரத்துவது மாதிரியில்லை இது.

தன் வாழ்வின் சுழற்சியில், நம் மரபில் எவ்வளவு முடியுமோ, அவ்வளவையும் தக்கவைக்க, ஒரு சிறு முயற்சியை எப்போதுமே தன்னிலேயே வைத்திருக்கும் கலைஞன் அவர்.

''அவதாரம்' படம் மூலம், நான் அடைந்த அனுபவங்களின் முன், என் பொருளிழப்புகள் ஒன்றுமில்லை பவா. ஈர மண் மாதிரி, பசுமையான மனிதர்களை வட தமிழ்நாடெங்கும் அள்ளி அணைத்த காலங்கள் அவை. செய்யாறுக்குப் பக்கத்தில் ஒரு கூத்து வாத்தியார். எழுபது வயதிருக்கும். என் படத்திற்குத் தேவை என்பதால், எங்களுடனே வைத்துக்கொண்டோம். அவர் எப்போதுமே என்னை

ஒருமையில்தான் அழைப்பார். படப்பிடிப்பை வேடிக்கைப் பார்க்கும் திரளான மனிதர்கள் மத்தியில்,

"தே, நீ இன்னா எத்தினி தபா சொன்னாலும், தப்பு தப்பா பண்ற" என்று, அக்கூத்து வாத்தியார் சொல்வதை ஏற்றுக்கொள்ள முடியாத அவரின் உதவி இயக்குநர்கள், பல தடவை பல மொழிகளில், "அப்படிச் சொல்லாதீர்கள்" என உணர்த்தியும், புரிந்து கொள்ளாத அவரிடம், ஒரு முறை கடுமையாகக் கோபித்துக் கொண்டார்கள்.

தாங்கிக் கொள்ள முடியாத ஒரு கணத்தில் அவர் வெகுண்டெழுந்து, "அப்பிடி என்னப்பா தப்பா சொல்லிட்டேன்? அவரு, இவருன்னு மனசு நிறைய மரியாதையை வச்சிக்கிட்டு, வாயில வரும்போது பழக்க தோஷத்துல இப்படி வருது. நான் இன்னா பண்ண...?" எனக் கலங்கியதைப் பார்த்து, அவரைத் தன் தோளில் அணைத்து, "நாங்கள் உங்களின் மிச்சம்" என உணர்வு வயப்பட்ட நாசரை, அப்படப்பிடிப்பின்போது குவிந்திருந்த மனிதர்கள் மட்டுமின்றி, என்னைப்போல தொலைதூரத்திலிருந்து பார்க்கும் நண்பர்களும் அறிவோம்.

தக்கையின்மீது பதியாத கண்கள்

சா. கந்தசாமி

சா. கந்தசாமி

என்ன நினைவுப் பிழையெனினும் பத்து வருடங்களுக்கு முன்தான். அன்று ஞாயிற்றுக்கிழமை முற்பகல் என்பதுகூட நினைவிருக்கிறது. எங்கள் வீட்டு தெருமுக்கில், ஆட்டோவுக்காகக் காத்திருக்கிறோம். என்னோடிருப்பவர்கள், அப்போதுதான் சாகித்ய அகாடமி விருது பெற்ற சா.கந்தசாமியும், அவர் மனைவியும்.

ஞாயிறு ஆராதனை முடிந்து, வண்ண வண்ண உடைகளோடும் பொங்கிவரும் சிரிப்போடும், தேவாலயத்திலிருந்து வெளிவரும் மனிதர்களில் நானும் அவரும் வெவ்வேறு விதமாக ஒன்றியிருந்தோம். கொஞ்சமும் எதிர்பாராத விதமாக, திடீரென எழுந்த ஓர் அலறலும் அதைத் தொடர்ந்து கூடிய கும்பலும், அச்சூழலை மட்டுமின்றி எங்களையும் குலைத்தது. எல்லாவற்றிலிருந்தும் அறுத்துக் கொண்டு ஓடினோம்.

அந்த சர்ச்சின் பாதிரியார், மெல்ல தரையில் கை ஊன்றி எழுந்து கொண்டிருந்தார். அங்கி முழுக்க மண் ஒட்டியிருந்தது. உதட்டோரம் கொஞ்சமே கொஞ்சமாக ரத்தக் கசிவு. கீழே விழுந்துவிட்டாரோ என்ற எங்கள் எண்ணத்தைப் பொய்யாக்கும் விதமாக, ஒருவன் தேவனுக்கு விரோதமான தமிழ் வார்த்தைகளில் அவரைத் திட்டிக் கொண்டிருந்தான். அவனிருந்த மூர்க்கம், மீண்டும் அவரைத் தாக்கக்கூடுமோ என அச்சமூட்டியது. நாங்கள்தான் அவனை விலக்கிவிட்டோம்.

நான் தற்செயலாய் கந்தசாமி சாரை கவனித்தேன். ஒட்டுமொத்த முகமும் கருத்து, ஒதுங்கி நின்று சற்று முன் பாதிரியார்மீது விழுந்த அடிகள், தன்மீது விழுந்த வலியோடும் வேதனையோடும் நின்றிருந்தார். கூட்டத்திலிருந்து தனித்திருந்தோம்.

"எனக்கு மதம் மீதெல்லாம் பெரிய நம்பிக்கையில்லை பவா. ஆனா, ஒரு பாதிரியாரை அடிப்பதென்பது கடவுளை அடிப்பது மாதிரி" அவர் வார்த்தைகளில் துயரம் தோய்ந்திருந்தது.

கடந்த இருபதாண்டுகளில் இந்த இறை நிலையையும், நன்னெறியையும் திருச்சபைகளே முற்றிலும் இழந்துவிட்டதென்றும், வெறும் பதவி, பணம், சொத்து என அது ஒரு கிணற்றுப் பிணம் மாதிரி உப்பியிருப்பதையும் அவருக்குச் சொன்னேன். பதிலுக்கு, "அதுபற்றிய அக்கறையோ, கவலையோ படவேண்டியது என்னை விடவும் அதன் எளிய மக்கள்தான். அப்பாதிரியார் அடிபட்டு நடுரோட்டில் விழுந்த காட்சி, எத்தனை ஜென்மத்திலும், என்னால் எதன்பொருட்டும் மறக்க முடியாதது" என்ற ஒரு படைப்பாளியின் பதைபதைப்பை அப்போது உள்வாங்கினேன்.

சா.கந்தசாமி கலை, ஓவியம், சிற்பம், சினிமா, புனைவு என்று எல்லா நுண்கலைகளின்மீதும் மிகுந்த ஆர்வமும் அக்கறையுமுள்ளவர் மட்டுமல்ல, புனைவில்கூட மிகையை எப்போதும் மறுதலிப்பவர். "ஒரு படைப்பாளி, எழுதி முடித்த தன் படைப்பிலிருந்து மிகுதியான ஜோடனைகளை, அன்னப்பறவை மாதிரி உறிஞ்சி எடுத்துவிட்டால் மட்டுமே தெளிந்த நீரைப்போல அவன் படைப்பு வாசகனுக்கு அருந்தக் கிடைக்கும்" என்பது அவரின் அசைக்க முடியாத நம்பிக்கை.

சா.கந்தசாமி, தமிழ்ப் படைப்பிலக்கியத்தில் 'சாயாவனம்' என்ற நாவல் மூலம், தன் இடத்தை மிக சுலபமாக அடைந்தவர் எனினும், 'தொலைந்து போனவர்கள்', 'சூர்யவம்சம்' என்ற அவரின் நாவல்களும் பொருட்படுத்தத் தக்கவையே.

எழுத்தாளன் என்பதைத் தாண்டி, வேறு எந்த வெளிச்சமும் தன்மீது படுவதைக் கண்டு கூச்சத்தோடு ஒதுங்கிக் கொள்பவர் அவர். முற்றத்தில் அவர் உரையாற்ற வந்தபோது, அவரை அறிமுகப்படுத்திப் பேசிய நான், அவருடைய பல படைப்புகளைச் சொல்லிவிட்டு அப்போதைய மத்திய அமைச்சர் ஒருவரின் சம்பந்தி என்பதையும் சொல்லிவிட்டேன். தன் பார்வையிலேயே என்னைக் கண்டித்தார். 'அதெல்லாம் என் தகுதியல்ல' என்று மறுத்த ஒரு படைப்பாளியின் நேர்கொண்ட பார்வை அது.

ஒரு புகழ்பெற்ற எழுத்தாளரும், பெண்ணியவாதியுமான அவரை, தன் வீட்டிற்கு இரவு விருந்துக்கு அழைத்திருந்தார் கந்தசாமி. எழுத்தாளர்களின் விருந்தென்பது உணவு சாப்பிடுவதா? அந்த நேரத்திலான உணர்வு பகிர்தலும்தானே! விருந்து முடிய இரவு பதினோருமணி ஆகிவிட்டது. அந்தப் பெண் எழுத்தாளரை, அவர் தங்கியிருந்த விடுதி அறைக்கு கொண்டு போய்விடத் தயாராகும் கந்தசாமி சாரை, அவர்மனைவி ஒரு நிமிடமென உள் அறைக்கு அழைக்கிறார். சில நிமிடங்களில் வெளியே வரும் அவரைப் பார்த்து,

''என்ன கந்தசாமி, உங்க மனைவி என்னை விட்டுட்டு உடனே வந்துடுங்கன்னு, தனியே கூப்பிட்டு சொல்றாங்களா?'' என நக்கலாகச் சிரிக்கிறார் அந்த எழுத்தாளர்.

கந்தசாமி சார் மிகுந்த நிதானத்தோடு, 'இல்லையே, நைட் ரொம்ப லேட் ஆயிடிச்சி. அங்கேயே தங்கிட்டு, காலைல வந்தாப் போதும்னு சொல்றா' என்கிறார். பெண்ணியவாதத்தை இப்படிக் கோட்பாடுகளின்றி, புத்தகங்களின்றி, தத்துவங்களின்றி, இவற்றைவிடவும் வாழ்விலிருந்து எடுத்தாளும் பெண்களே, எப்போதும் வரலாற்றில் மகத்தானவர்கள். அறிவு ஜீவிகளின் பார்வைகளில் வேண்டுமானால் இவர்கள் சாதாரணமானவர்கள் அல்லது சராசரிகள். ஆனால், இந்த சராசரிகளும், சாதாரணங்களுமே எப்போதும் மானுடத்தை அடுத்த கட்டத்திற்கு நகர்த்தியிருக்கிறார்கள்.

மற்ற எழுத்தாளர்களுடனான நட்பைப்போல மிகவாஞ்சையாகவும், உரிமையாகவும் என்னால் கந்தசாமி சாரை அணுக முடிந்ததில்லை. முதல் பார்வையில் அவர்மீது எனக்கேற்பட்டது மரியாதையும், கொஞ்சம் பயமும், 'எளிதில் அணுக முடியாதவரோ?'என்ற தயக்கமும். எல்லாவற்றையும் அவரும் அவர் மனைவியும், திருவண்ணாமலை வந்து எங்களோடு தங்கியிருந்த அந்த மூன்று நாட்களும் தகர்த்தெறிந்துவிட்டன.

நம் பண்பாடு, கலாச்சாரம் எல்லாவற்றையும், எவ்வளவு முடியுமோ அவ்வளவு தூரம் சிதைத்திருந்த அரசியல் கட்சிகள்மீது, மிகப்பெரும் கோபத்துடனேயே எப்போதுமிருப்பார். ''சார், உங்க பிறந்தநாளைக்கு நீங்க ஒரு கேக்கோட உங்க ஃபிரெண்ட் வீட்டிற்கு

போவீங்க. உங்க ஃபிரெண்ட் பிறந்த நாளைக்கு ஒரு கேக்கோட உங்கவீட்டிற்கு வருவான். இதான் நம்ம மரபு இல்லையா? ஆனா இந்தத் தலைவனுங்க பண்ற கூத்திருக்கே... உங்க பொறந்த நாளுன்னாலும், உங்க தலைவன் பொறந்த நாளுன்னாலும் நீங்கதான் அவங்களைப் போய்ப் பாக்கணும். இது கேக்க ரொம்ப சாதாரணமா இருக்கலாம். இதெல்லாம் ஒரு கலாச்சாரத்தோட சீரழிவு. நம்ம வேர்கள்ல, அதிகாரம்ங்கிற பேர்ல இவங்க ஊத்தற கொதிநீர்" எனக் கொதித்திருக்கிறார்.

அவரோடிருந்த பல தருணங்களில் என் அப்பாவோடு இருந்த கதகதப்பை மனம் உணர்ந்திருக்கிறது. அவருக்குச் சொல்லவும் கொட்டவும் ஆயிரம் ஆயிரம் அனுபவங்களை இந்தப் பெருவாழ்வு அளித்திருக்கிறது.

அவர் வந்திருந்த முற்றத்திற்கு அப்போது திருவண்ணாமலை மாவட்ட ஆட்சித்தலைவராயிருந்த கண்ணகி பாக்யநாதன், பார்வையாளராய் வந்திருந்தார். எப்போதும் அதிகார ஒளி உமிழும் சிவப்பு விளக்கிட்ட காரைக் கண்ணுக்குத் தெரியாத தொலைவிலேயே நிறுத்திவிட்டு, ஒரு பெரிய டைரியோடு வீட்டுப்பாடம் எழுதிக் கொண்டிருக்கையில் சந்தேகம் வந்த ஒரு ஹைஸ்கூல் மாணவி மாதிரி, நாங்கள் நடத்தும் கூட்டங்களுக்கு வந்து, தரையில் உட்கார்ந்து, கூட்டம்முடிய ஐந்து நிமிடங்களுக்கு முன்னமே போய்விடுவார். கலெக்டர் என்றஅதிகார முகமூடியைக் கழட்டி வைத்துவிட்டு இளைப்பாறும் இடமாக அவர் அந்த முற்ற மைதானத்தை உணர்ந்தார். தமிழ்நாட்டில் அப்போது கள்ளச்சாராயத்தை ஒழிப்பதில் முன்னணியில் இருந்த கலெக்டர் என்று பெயரெடுத்திருந்தார்.

அன்று ஜெயகாந்தன் பேசிய முற்றத்திலும் அவர் பார்வையாளராய் தரையில் உட்கார்ந்து குறிப்பெடுத்துக் கொண்டிருந்தார். கூட்டம் முடிந்த அன்றிரவு, அறையின் உற்சாகம் ஆரம்பிக்கும் முன்பு ஜே.கே. என்னைப் பார்த்துக் கேட்டார்.

"அந்த இடது பக்கம் உட்கார்ந்து மாய்ஞ்சி மாய்ஞ்சி சிரிச்சிட்டிருந்தாங்களே, அவங்கதான் உங்க கலெக்டரா?"

நான் சிரித்துக் கொண்டே தலையாட்டினேன். திடீரென வேறு ஒரு மனநிலையில் ஜே.கே. சொன்னார்.

பவாசெல்லதுரை 145

‘‘சாராயத்துல நல்ல சாராயம், கள்ளச் சாராயம்னு எதுவும் இல்லை பவா. சாராயம் சாராயம்தான். இந்தம்மா பாவம். ஓடி, ஓடி அதை அழிக்கப் பாடுபடுது. ஆனா, நாளைக்கே கவர்மெண்ட் சாராயக் கடையை சட்டபூர்வமா அனுமதிச்சா, இந்தம்மா யாரையெல்லாம் அரெஸ்ட் பண்ணுச்சோ, அவங்கள்ளாம் கலெக்டர் சேம்பருக்கே வந்து, இவங்க கையால புதுக்கடையைத் தொறந்து வைக்கக் கேட்பாங்க. நீ, முடியாதுன்னு சொல்ல முடியாது. அது கவர்மெண்ட்டோட பாலிசி’’ அவர் உற்சாகத்தில் பேசிக்கொண்டே போகிறார்.

கந்தசாமி சார் அதை இடைமறிக்கிறார். ‘‘இல்ல ஜே.கே., அதுக்காக இந்த நிமிஷத்திய அந்த அம்மாவின் முயற்சி தேவையில்லைன்னு சொல்றீங்களா?’’

‘‘அப்படியில்ல கந்தசாமி...’’

‘‘இல்ல. அந்த அம்மாவின் அதிகாரமற்ற ஆழ்மன விருப்பம் அது. தனக்கிருக்கும் அதிகாரத்தின் துணைகொண்டு அதில் ஒருதுளியையாவது நிறைவேற்றத் துடிக்கும் ஒரு தாயின் மனம் அது’’

‘‘இல்ல கந்தசாமி. மது விலக்கு அமுல்ல இருந்தப்போ தமிழ்நாட்டுல குடிச்சா குற்றம், ஜெயில். இதையே அரைகிலோமீட்டருக்கு அப்பால போய், பாண்டிச்சேரி பார்டர்ல நின்னுகுடிச்சா குற்றமில்ல. இது அபத்தமில்லையா?’’

‘‘இந்த அபத்தங்கள் அவ்வப்போது அரசுகளால் நிறைவேற்றப் படுகின்றன’’ இது கந்தசாமி சார்.

‘‘அதான், அந்த அரசுகளோட கூலிங்கதான் இந்த ஐ.ஏ.எஸ்., ஐ.பி.எஸ். எல்லாம்’’

‘‘இல்லையில்ல. தங்களுக்குக் கொடுக்கப்பட்டிருக்கும் ஒரு சிறு அதிகாரத்தைக்கொண்டு, எதையாவது செய்திட முடியுமான்னு முயற்சி பண்றவங்கள உங்க வாதம் முடக்கிடும் ஜே.கே.’’

அன்றிரவு அந்த அறைக்குப் பக்கத்து அறையில் அமர்ந்து, கண்விழித்து, நீண்ட நேரம் பேசிக்கொண்டிருந்தோம். ஓவியர்கள் சந்தானராஜ், தனபால் போன்றவர்களெல்லாம் எத்தனை பெரிய ஆளுமைகள்! அவர்களெல்லாம் தமிழகம் நமக்களித்த அற்புதக்கொடைகள்.

''ஆனால், துரதிஷ்டம். தமிழ்த் தலைவர்களுக்கு இவர்களின் மேன்மை தெரியாது. சினிமாமீது வெறிகொண்டு, உலகம் முழுக்க சுற்றியலைந்து, அரிய பல பொக்கிஷத்தை நமக்களித்த ஏ.கே.செட்டியாரை எத்தனை சினிமாக்காரர்களுக்குத் தெரியும்?'' என்ற அவர் வெளிப்பாடுகளில் இருந்த உஷ்ணத்தை அந்த குளிரறையிலும் நான் ஸ்பரிசித்தேன்.

அவருடைய சாயாவனத்திற்கு நிச்சயம் 'சாகித்ய அகாடமி' கிடைத்திருக்க வேண்டும். நிறுவன அரசியல் காரணமாக, அது வேறு ஒருவருக்கு இடம் மாறிப்போனது. அதைப் பற்றிய மனக்குறைகள் அற்று இலக்கிய, கலையின் பல துறைகளிலும் அவர் இயங்கிக் கொண்டிருக்கையில், அவர் பெயர், அந்த வருட சாகித்ய அகாடமியின் இறுதிப் பட்டியலில், மூன்று பெயர்களில் ஒன்றாக இருந்தது.

அன்று நடக்கவிருந்த அகாடமி கூட்டத்தில், மூன்றில் ஒருவர்அந்த வருட விருதுக்குத் தேர்ந்தெடுக்கப்பட இருக்கிறார். வழக்கம்போல் அக்கூட்டத்தில் கலந்து கொள்ள, கந்தசாமி சார் காரோட்ட, அவருக்கு அருகாமையில் ஜெயகாந்தன் முன்சீட்டில் உட்கார்ந்து பயணிக்கிறார். மௌனம் இருவருக்குமிடையே மிக நாகரீகமாக உட்கார்ந்திருந்தது. வழக்கம்போல் ஜே.கே.வே அதை உடைக்கிறார்.

''கந்தசாமி, உன் பேரும் ஃபைனல் லிஸ்ட்ல இருக்கு தெரியுமா?''

''தெரியும் ஜே.கே''

''ஆனா நான் உனக்கு ஓட்டு போடப்போறதில்ல.''

''நான் உங்ககிட்ட கேக்கலையே ஜே.கே.''

''உனக்குதான் போடலான்னு இருந்தேன். நேத்து லட்சுமி வந்து, நேரா பாத்து கேட்டுட்டா. என்னால மறுக்க முடியல''

ஒரு சிறு அசைவுமின்றி, காரோட்டிக்கொண்டே அவ்வார்த்தைகளை புறந்தள்ளுகிறது அந்த நட்பு மனம். அந்த வருடம் கந்தசாமிக்கு அல்லாமல் ஒரு வணிக எழுத்தாளரான லட்சுமிக்கு அகாடமி விருது கிடைத்தது, தமிழ் வரலாற்றில் பிழைதிருத்த வேண்டிய பக்கம். தக்கையின்மீது பதியும் கண்கள், மீன் வேட்டைக்கு வேண்டுமானால் சாத்தியம், படைப்பாளிக்கல்ல.

சொடக்கில் கலைந்த மிகு கொண்டாட்டம்

ராஜவேல்

ராஜவேல்

ஒரு நாற்றுக்கும்
இன்னொரு நாற்றுக்கும்
ஒரு தென்னங் கன்றுக்கும்
இன்னொரு தென்னங் கன்றுக்கும்
விடவேண்டிய இடைவெளிக்கு
துல்லியமாய்க் கணக்குண்டு
என்ன யோசித்தும் புலப்படவில்லை
நீயும் நானும்
செழித்து வளர
வேண்டிய இடைவெளி எதுவென்று
கிடந்தால் பின்னிக் கிடக்கிறோம்
நின்றால் ஒற்றையாய் நிற்கிறோம்.

-மனுஷ்யபுத்திரன்,

இந்த இடைவெளிகளை இட்டு நிரப்பி வாழ்நாள் முழுக்க வாழ்ந்துவிட்ட மனிதர்கள், நானறிந்தவரை குறைவு. ஏதாவதொரு அதிர்ஷ்ட அல்லது துரதிர்ஷ்ட நிமிடத்தில் இவ்விடைவெளிகளை அறிந்தோ, அறியாமலோ கடந்துவிடுகிறோம். ஒரு நிமிடத்தில், நதியோரப் பெருமரத்தின் நட்புக் கிளையொன்று சகல சப்தத்தோடும் முறிந்து விழுந்து, பச்சை வாசனையோடு ஆற்றில் அடித்துச் செல்லப்பட்டு, வெளியை வெறுமையாக்கி விடுகிறது.

கிளை இழந்த மரத்தின் காயம், மரம் சார்ந்தது. அடித்துச் செல்லப்பட்ட கிளையின் வலி, கிளை சார்ந்தது. ஒரு வார்த்தையை, இப்படி வெவ்வேறாகப் பிய்த்துப்போட்டு விளையாடுவதில்தான் காலம் எத்தனை திருப்தியடைந்துவிடுகிறது. ஒரு வார்த்தை அல்லது ஒரு உடலசைவு போதும், இத்துயரம் நிகழ. எனக்கு மட்டுமல்ல, உங்கள் எல்லோருக்கும் வாழ்வின் ஏதோ ஒரு நாளில், ஏதோ ஒரு கணத்தில் நிகழ்ந்த உங்கள் ஆத்மார்த்த நட்பிழப்பை ஞாபகப் படுத்தினால், உங்கள் அறை கொஞ்சநேரம் தோழமையின் வாசனையாலோ, தூரோகத்தின் துர்நாற்றத்தாலோ நிறையலாம். பொறுத்துக் கொள்ளுங்கள்.

காட்டாற்று வெள்ளத்தில் காப்பாற்ற வேண்டி, உயிரை உள்ளங்கைக்கு இறக்கி, உன்னை நோக்கி நீண்ட கரங்களைப் புறந்தள்ளி, மரத்தடி பருண்மையில் மறைந்த உன் ஆண்மை, நீ நினைக்கிற மாதிரி நீ மட்டும் அறிந்த ரகசியம் அல்ல. நண்பனே, அது நிர்வாணம், முழு நிர்வாணம். தூய வானில் ஒளிரும் பேரழகோடு பயணிக்கும் ஒரு நிலவைப்போல அது உலகறிந்தது. வெகுநேரம் உள்ளங்கையில் தேங்கியிருக்கும் அக்கசப்பை விழுங்கு அல்லது சிந்து.

உன்னிடம் விரோதமில்லை, அன்பைப் போலவே

- சுகுமாரன்.

இழந்த நட்பு மீட்டலில், எழுத்து சம்மந்தமின்றி இப்படித்தான் சுழன்றடிக்கிறது. ஒரு பசிய விலங்கின் இரை தேடலுக்கான ஆவேசமும் அலைச்சலுமான தேடலும், மீட்டலும் அது.

கடந்த வாரம். வெயிலடிக்காத மதிய வேளை. நண்பனுடைய அம்மாவின் கடைசி நிமிட அடங்குதலுக்கு, எல்லோரும் காத்திருக்கிறார்கள். நாடி பார்த்து, ரத்த அழுத்தத்தின் அளவுப் பார்த்து, சுவாசம் பார்த்து, உயிரடங்குதலை உத்திரவாதப்படுத்திக் கொள்ளும் அந்நிமிடத்தில், நான் அவர்களுடன் இருந்தேன். என் தொலைபேசி ரகசியமாய் அழைத்தது. அங்கிருந்து சப்தமின்றி வெளியேறி, அச்செய்தியைக் கேட்கிறேன். மனம் அடங்க மறுத்து ஆவேசத்துடன் துடிக்கிறது.

சீனுராமசாமி, தன் கவிதையால் என்னோடு இரு வரிகளில் பேசுகிறான்.

'' எல்லோரும் வெளியேறுங்கள்.

நான் அழவேண்டும்''

அங்கு யாரும் வெளியேறவில்லை. அழ எனக்கு அறை வேண்டாம். நடுத்தெரு போதும்.

ஷைலஜாவின் அழுகையைக் கட்டுப்படுத்த முயன்று தோற்று, அடுத்த பத்தாவது நிமிடம், கிரேஸ் மருத்துவமனை வாசலில் நின்றோம். அறுபது எழுபது சோகம் கப்பிய முகங்களிலிருந்து அந்த அப்பாவைத் தனியாகக் கண்டடைகிறோம்.

''எப்பவுமே உங்களைப் பத்திதாம்மா பேசுவான். எனக்கு எல்லாமே பவா சாரும், ஷைலஜா மேடமும்தாம்பான்னுவான். நம்மை எல்லாரையும் மீறிட்டுப் போயிட்டானேம்மா...'' என அவள் கரம் பற்றிக் கதறினார்.

''குளுருது குளுருதுன்னு எப்பவுமே பெனாத்துனாருங்க'' அவன் மனைவி, ஷைலஜாவிடம் ஏதேதோ சொல்ல முயன்றாள். எனக்கு ஜி.நாகராஜனின் கடைசி நாளைப் பற்றி சி.மோகன் நினைவு கூர்ந்தது ஞாபகம் வந்தது.

''ரொம்ப குளுருதுப்பா.

சிதையில வச்சாத்தான் இந்தக் குளுரு போகும்போல''

படைப்பாளிகளோ, சாதாரணமானவர்களோ, எல்லோரும் மரணத்தை முன்கூட்டி தெரிந்து கொள்கிறார்கள். அதன் பிறகான அவர்களின் மிதந்து வரும் ஒவ்வொரு வார்த்தைகளிலும் வாழ்வின் அனுபவம் ததும்பும்.

நான் வைராக்கியத்தோடு அழாமலிருந்தேன். அவர்களை அங்கேயே விட்டுவிட்டு, அங்கிருந்து உள்ளறைக்கு நகர்ந்தேன். பணியிலிருந்த அந்த இளம் மருத்துவர் என்னைப் பார்த்ததும், அவசரமாக எழுந்து என் கரம் பற்றி, சுய அறிமுகம் செய்தார். நான் யாரைத் தேடி வந்திருக்கிறேன் என்பதை, என் முகம் பார்த்தும், என்னோடு நின்ற நண்பர்களைப் பார்த்தும், ஒரு நிமிடத்தில் யூகித்தறிந்து,

''த்ரோட் கேன்சர் சார். பத்து நாளைக்கு முன்ன, சேரும்போதே சீரியஸ்தான். மதியம் ரெண்டரைக்கு நர்ஸ் கூப்புடறாங்கன்னு அந்த

ரூமுக்குப் போனேன். ஒரு வெயின் டிஸ்ட்ரப் ஆகி, சுமார் ரெண்டு லிட்டர் ரத்தம் பெட்ல கொட்டிடுச்சி சார். பல்ஸ் பார்த்தேன், அடங்கியிருந்திச்சு. ''

பச்சை ரத்தம் பார்த்து, முகர்ந்த அதிர்வு, அந்த இளம் மருத்துவரின் முகத்தில் ஒரு மணி நேரத்திற்குப் பிறகும் தங்கியிருந்தது. நான் அழாமல் நின்றிருந்தேன். அம்மருத்துவர், என் தோளுக்கிணையாய் நின்று, அடுத்த வார்த்தையை எங்கிருந்து ஆரம்பிக்கவெனக் கணக்கிட்டுக் கொண்டிருந்தார்.

''சார் மட்டும் பாடியைப் பாக்கறீங்களா?''

நான் தலையசைத்தேன்.

அவர் அனிச்சையாய் முகத்தில் கவசமணிந்து, கையுறையிட்டு என் முன் நடந்தார். அந்த எட்டுக்கு எட்டு குறைவான சிறு அறையை அவர் திறந்தார். முழுக்க போர்வையால் மூடப்பட்ட ஒருடல், அப்படுக்கை நீளத்திற்கு நீண்டிருந்தது. என் முகத்தைப் பார்த்தவாறே போர்வையை விலக்கினார்.

முகத்திலும், கழுத்திலும் உறைந்திருந்த ரத்தத்தோடு, அப்போதுதான் இறந்திருந்த என் நண்பன் ராஜவேலு.

அம்முகம், அவ்வுடல், அந்த மௌனம், அந்த மூடிய அறை, எதுவும் அவனுடையதல்ல. அவன் ஒரு காட்டாறு. அவனுக்கு அடங்கத் தெரியாது. அவன் துள்ளிக் கொண்டேயிருந்த ஓர் இளங்கன்று. என் அலுவலக வாசல் டீக்கடையில், ராஜவேலு சொடக்குப் போட்டுப் பேச ஆரம்பித்தால், கூட்டம் மொய்க்கும். அவன் தீவிர அ.தி.மு.க. அம்மாவின்மீது பற்றும் மரியாதையும் இருந்தது. அது, அவர்மீது எழுந்ததல்ல. தி.மு.க.வின்மீது எழுந்த எதிர்ப்புணர்வின் வடிகாலென, ராஜவேலுவைச் சந்தித்த பத்தாவது நிமிடத்தில் நானறிந்து கொண்டேன்.

மதுரை அவனுக்குச் சொந்த மாவட்டம். அப்பாவின் மின்வாரிய பணி நிமித்தம், குடும்பம் திருவண்ணாமலைக்கு குடி பெயர்ந்திருந்தது. வாசிப்பின் ருசி அறிந்தவன். கொண்டாட்டங்களை எப்போதும் தனதாக்கிக் கொண்டவன். வீடு, அலுவலகம், பயணம், பார், அறை எல்லாமுமூ் அவனுக்கு சந்தோஷங்களால் நிறைய

வேண்டும். 'இனக்குழுக்கள், கொண்டாட மட்டுமேயானவை' என்று நினைத்த பேராசை மனம் அவனுக்கு.

சமூகத்தின் எந்நிகழ்வுகள் குறித்தும், ராஜவேலுவுக்கு எதிர்மறைக் கருத்துகள் உண்டு. அக்கருத்தின் வலிமையை, நான்கு பேருக்கு முன்னால் சொடக்குப் போட்டு ஸ்தாபிப்பான். ராஜவேலுவால் காயப்பட்ட ஒரு மனிதனையும் நானறியேன். சகமனித மன ஸ்பரிசமற்று, சுடுகாடுகளாகிப்போன அரசு அலுவலகங்களை, ராஜவேலு எப்போதும் தன் வார்த்தைகளால் உயிர்ப்பிப்பான். தன் வெடிச் சிரிப்பால் ஒளியூட்டுவான். எல்லாம் ஒரு நிமிடத்தில் அடங்கியிருந்தது.

''பாடியைக் கொண்டுபோக ஆம்புலன்ஸ்க்குச் சொல்லிட்டீங்களா?''

அப்படியென்றால், அவன் பேச்சு, அவன் வாசிப்பு, அவன் தர்க்கம், அவன் கொண்டாட்டம், அவன் சொடக்கு, எதுவுமே மிச்சமில்லையா? எல்லாம் துடைத்தெறியப்பட்ட மீந்த ஞாபகங்களா?

அவ்வறையிலிருந்து பத்து நாட்களாய் பயன்படுத்தின பொருட்கள், துணிகள், போர்வை, எல்லாம் இரு பிக் ஷாப்பர்களில் அடைக்கப்பட்டு, வெளியே எடுத்துச் செல்லப்பட்டன.

'இறந்தவனின் ஆடைகளை

என்ன செய்வதெனத் தெரியவில்லை'

மனுஷ்யபுத்திரனின் கவிதை வரிகள் நெஞ்சில் முட்டுகிறது.

ஆம்புலன்ஸும், அதன் பின்னாலேயே நாங்களும் இடுக்குப் பிள்ளையார் கோவிலின் எதிரே தனித்திருந்த அவ்வீட்டை அடைந்தபோது, ஒரே ஒருவர் மட்டும் எங்களை எதிர்கொண்டு நின்றிருந்தார். மரணத்தின் பரபரப்பின்றி சடலம் இறக்கப்பட்டது. வீட்டு ஹாலில் பென்ச் போட்டு படுக்க வைக்கப்பட்டபோது, 'கிழக்கு மேற்கால' என்று எங்கிருந்தோ ஒரு சம்பிரதாயக் குரல் ஒலித்தது.

ஒரு புது வேட்டி போர்த்தி, கால் விரல்களைச் சேர்த்துக் கட்டி, பன்னீர் தெளித்து, தேங்காய் உடைத்து, கற்பூரம் ஏற்றி, இவை அனைத்தையும் தனியாய் அசாத்திய மவுனத்தோடு செய்தவர் ராஜவேலுவின் அப்பா.

எங்கள் நாலைந்து பேரின் மூச்சுக் காற்றை உட்கொண்டு அவ்வறை சுவாசித்துக்கொண்டிருந்தது. நான் வயதான அந்தத் தகப்பனையே பார்த்துக்கொண்டிருந்தேன். எதன் பொருட்டோ அவரிடம் உறைந்த அந்நேர மௌனம், என்னை பயமுறுத்தியது. எல்லாம் முடிந்து, தன் மகனின் காலடியில் நின்று, படுத்துறங்கும் மகனை ஆசைதீரப் பார்வையால், முழுமையாய்ப் பருகினார்.

''மகனே'' என ஓங்காரித்து வந்த அக்குரலொலி, அங்கிருந்த எங்கள் எல்லோரையும் அசைத்தது. அதன் பிறகான பத்துப் பதினைந்து நிமிடமும் அவர் தன் மொழியற்ற குரலால், வெவ்வேறு உடல் மொழியால், தன் பிரிவாற்றிய அந்நிமிடம் என் வாழ்வில் வேறெப்போதும் காணக்கூடாதது. பிள்ளைகளைப் பறிகொடுத்துவிட்டு சவங்களாக அப்பாக்கள் வாழும் வாழ்வெதற்கு?

ராஜவேலு என்ற என் அலுவலக நண்பன், தன் வாசிப்பாலும், பேச்சின் வசீகரத்தாலும், எல்லோரையும் பின் தள்ளி, என் கைகளைப் பற்றிக்கொண்டவன். நாங்கள் நடத்தும் இலக்கியக் கூட்டங்களின் வெளிச்சமற்ற ஓர் இருட்டில், தனியாக நின்று உரை அருந்துபவன். ''பார் இருட்டு மனசுக்குப் பழகிடுச்சுண்ணே'' எனச் சிரிப்பான். நானறிந்து, உள் ரகசியங்களற்ற மனிதன்.

நம் மனக்கதவுகள், மரவட்டை பூச்சியின் கால்களைப்போல நீண்டு ஊர்ந்துகொண்டே இருக்கிறது. நாம் இருக்கிற அவசரத்தில், எத்தனை கதவுகளை அடைக்க முடியும்? ஒன்றை அடைத்தால், புதிதொன்று முளைக்கிறது. எத்தனையோ பூட்டுகளுடன், எத்தனை எத்தனை சாவிக் கொத்துகளுடனும், நம் ரகசியங்கள் தினம் தினம் மறைக்கப்படுகின்றன.

ராஜவேலுவின் உலகம் கொண்டாட்டங்களால் மட்டுமல்ல, வெளிப்படைகளால் ஆனதும்கூட.

''அண்ணே, இன்னிக்கு ஒரு எஸ்ட்டிமேட் போட ஒருத்தன்கிட்ட முன்னூறு ரூபா கேட்டேன். ஐநூறா கொடுத்தான். எஸ்.ராமகிருஷ்ணனோட 'உபபாண்டவம்' என்ன வெல?''

வம்சி கடைப்பணியாளர்கள், அவனின் இந்த அப்பழுக்கற்ற வார்த்தைகளுக்கு ரசிகர்கள்.

"படிக்க படிக்க, லஞ்சம் வாங்க வேணான்னுதாண்ணே தோணுது. ஆனா குடிக்கவும், படிக்கவும், நான் வாங்கற சம்பளம் பத்தல."

"உங்களுக்கு எப்படி ராஜவேல் என்னைத் தெரியும்?"

"தரிசனம் பெற நாள் முழுக்க யோகி ராம்சுரத்குமாரின் சன்னதிதெரு வீட்டு முன்னாடி நான் நிற்கும்போதெல்லாம், அவரு உங்களைப் பக்கத்துல ஒக்காரவச்சி பேசி சிரிப்பாரே, அப்பயிருந்துண்ணே"

கழுத்தில் ஒரு சிறு ஆபரேஷன் செய்த வடுவோடு, ஆறேழு மாதங்களுக்கு முன், என் இருக்கைக்கு முன் நின்றவனை, கொஞ்சம் பதட்டத்துடன் பார்த்தேன்.

"அண்ணே கவலைப்படாதீங்க. கேன்சரை, தொடச் சுறிஞ்சிட்டேன். ரொம்ப வாய் பேசறேன்னுட்டு, தேவையே இல்லாம பத்து பல்லை புடுங்கிட்டாண்ணே அந்த டாக்டரு"

எனக்கு கணக்கு போட முடியவில்லை. வாழ்வை இவன் மட்டும் எப்படி இத்தனை அநாவசியமாக எதிர்கொள்கிறான்? எது இவனுக்குள் இத்தனை அசாத்தியமான தைரியத்தை விளைத்திருந்தது?

'என் கேன்சரை இடது கையால் நானே துடைத்தெறிந்துவிட்டேன். என்னைக் கொண்டாடு' என்று காலத்தின் முன் துள்ளும் மனதைப் பார்த்து, அது முறுவலித்துக் கொண்டிருக்கலாம். ஆனால் காலம்காலமாய், காலம் தனக்குள் மறைத்து வைத்திருந்த குரூரம், என் நண்பனைக் கீறி, இரண்டு லிட்டர் ரத்தத்தை உறிஞ்சியிருக்கிறது.

நட்பின், தோழமையின், துரோகத்தின், மரணத்தின், நீள அகலங்களை அமைக்கத் தெரியாத நம் குதூகல விளையாட்டினூடே, மெல்ல ஒரு விஷக் காற்று மாதிரி பரவிவிடுகிறது காலம்.

இருள் என்பது குறைந்த ஒளி

பி.சி.ஸ்ரீராம்

பி.சி.ஸ்ரீராம்

எனக்கு சினிமா மொழி தெரியாது. கேமரா ஆங்கிள் என்பதை மட்டும் நண்பர்களின் உரையாடல்களின்போது கவனித்திருக்கிறேன். ஆனால், பத்திருபது வருடங்களுக்கு முன்பே, சினிமா தெரியாத என்னை மாதிரியான பார்வையாளர்களை, தன் கேமராக்களின் ஜால வித்தைகளால் இரண்டு பேர் ஈர்த்து கொண்டிருந்தார்கள். ஒருவர் பாலுமகேந்திரா, இன்னொருவர் பி.சி.ஸ்ரீராம்.

'மௌனராகம்' அதன் கதையை மீறி, காட்சி அமைப்புகளை மீறி, என்னை என்னவோ செய்தது. படம் பார்த்த உணர்வுகள் அப்படியே என்னுள் படிந்திருந்தது. அதிலிருந்து மீள முடியாமல், அதனுள்ளே சுழன்று கொண்டிருந்தபோதுதான், 'அது எதுவென' ஒரு புள்ளியில் மனது நின்றது. அது, அப்படத்தின் இசையும், ஒளிப்பதிவும். அதுவரை கேட்டறியாத, ஒரு பெயர் தெரியாத பூச்சியின் ரீங்காரத்தையும் மீறி மனம் அப்படத்தின் ஒளியை நோக்கியே நகர்ந்து கொண்டிருந்தது.

என்ன முயன்றும் அப்படத்தின் நாயகன் மோகனால், ரேவதியின் மனமொழியை அறிய முடியாமல்போய், அவன் பிரிந்து போவதென முடிவெடுக்கும் ஓர் இரவு அது. வெளியில் நிலா. அவன் தன் மென் மன உணர்வுகளை ஓர் பாடலாக உருமாற்றி, 'நிலாவே வா' என அதனோடு தன் துக்கத்தைப் பகிரத் துடிக்கும் காட்சி அது. கறுப்பு நிறமிட்ட கண்ணாடி ஜன்னல்கள் திறந்திருக்கின்றன. தன் மனைவி ரேவதி, தூரத்தில் இருட்டில் ஒரு ஓவியம் மாதிரி உட்கார்ந்திருக்கிறாள்.

அவன் பாடிக்கொண்டே அக்கண்ணாடி பிம்பத்தைப் பார்த்து நகர்கிறான். 'கலைந்த, முழுமையடையாத அந்த ஓவியம் அவனிடமிருந்து நகர்ந்து, நகர்ந்து போய்க் கொண்டேயிருக்கும். அக்காட்சியை, ஸ்ரீராம் மாதிரியான மேதைகளால் மட்டுமே சாத்தியப்படுத்த முடியும்' என்பதை அப்படத்தின் காட்சிகளே முதன்முறையாக எனக்குணர்த்தியது.

அதன்பிறகான என் படத்தேர்வுகளில், ஒளிப்பதிவும் சேர்ந்துகொண்டது. 'நாயகன்' என்னை உறைய வைத்த ஒளிப்பதிவு. அப்படத்தின்மீது ஏதோ ஒரு செம்மண் நிறம் பூசப்பட்டதுபோல, அது 'என்னை தனியே பதித்துக்கொள்' என்ற பிரத்யேகத்தோடு என் முன் முகிழ்ந்தது. எவ்வளவு தடுத்தும் கேட்காத மகன், சடலமாக அந்த ஹாலில் கிடத்தப்பட்டிருப்பான். கமலஹாசன் மெல்ல, மெல்ல, உறுதி குலையாமல் நடந்து வருவார். கேமரா அவர் பின்னாலேயே ஒரு காலடித் தடமற்ற பூனைக்குட்டியின் நடைபோலப் பயணிக்கும். மரண அமைதி என்ற சொல் எல்லோர் முகத்திலும் படிந்திருக்கும்.

தன் மகனின் உயிரற்ற உடல்முன், அத்தகப்பன் நின்ற கணத்தில், திடீரென கேமரா டாப் ஆங்கிளுக்குத் தாவும். இதுவரையிலான நம் மன உணர்வுகளைச் சிதைத்து, வேறொன்றாய் மாற்றி, நம் துக்கத்தைச் சிந்தாமல் பிடிக்கும் அக்காட்சி அமைப்பும், டாப் ஆங்கிளிலிருந்து கீழே மகனையிழந்த அத்தகப்பனும், அவனைச் சுற்றி அதே உணர்வோடு நிற்கும் மனிதர்களில் ஒருவராக, பார்வையாளனை மாற்றும் அசாத்திய முயற்சியில், ஒரு கலைஞனுக்குக் கிடைத்த வெற்றியாக நான் பி.சி.யை நினைத்த தருணமது.

ஒரு கடுங்கோடையின் புழுக்கத்தில், படம் பார்க்கும் பார்வையாளனை, குளிரின், பனியின் காட்சிப்படுத்தலை அப்படியே உணர வைப்பது ஒன்றும் சாமான்ய காரியமல்ல. தொடர்ந்து தன் எல்லாப் படங்களிலும் பி.சி. இவற்றை அனாவசியமாகக் கடந்திருந்தார். அவர் என்னிலிருந்து வெகுதூரத்திலிருந்தார். பொது நிகழ்வுகளில் அதிகம் தலைகாட்டாதவர் என்றும், தன் படங்களுக்கு ஒளியின் அளவைக் கூட்டியும், குறைத்தும் கொடுத்துக் கொண்டிருந்த

அக்கலைஞன், தன்மீது எந்த மிகை ஒளியும் விழ அனுமதிக்காதவர் என்றும் நண்பர்கள் மூலம் அறிந்திருந்தேன்.

'வம்சி' புக்ஸ் ஆரம்பித்து எழுத்தாளர் திலகவதியின் மொத்த குறுநாவல்களின் தொகுப்பை முதல் வெளியீடாகக் கொண்டுவந்தபோது, அதன் வெளியீட்டு விழாவைத் திருவண்ணாமலையில் நடத்தினோம். அப்போது என் ஆத்மார்த்த நண்பன் 'வைட் ஆங்கிள்' ரவிசங்கர், பி.சி.யின் உதவியாளராகச் சேர்ந்திருந்தார். அவர் மூலம் அந்நிகழ்வுக்கு வர பி.சி. சம்மதித்து, அன்று மதியம் எங்கள் வீட்டிற்கு தன் ஏழெட்டு உதவியாளர்களோடு வந்திறங்கின மௌனராகக் காட்சியை மறக்க முடியாது.

''இவ்வளவு நல்ல பிரியாணியை இதற்கு முன் சாப்பிட்டதில்லை'' என்பதையே இன்னும் சுருக்கி சொன்னார். அவர் பிரயோகப்படுத்தின மொழிச் சிக்கனம் என்னை ஆச்சர்யப் படுத்தியது. அவருடனான ஒரு முழு பகிர்தல் இதுவல்ல என என் உள்மனம் நினைத்தது. அன்று மாலை அப்பரந்த மைதானத்தில் 'பாப்பம்பாடி' ஜமாவின் ஊரைக்கூட்டும் இசை அதிர்வுகளை ஸ்ரீராம் கேட்டார். ஒவ்வொரு நிமிடமும் நான் அவரையே கவனித்துக் கொண்டிருந்தேன். ஒவ்வொரு கணமும் அவர் வேறொன்றாய் மாறிக் கொண்டிருந்தார். எந்த நிமிடமும் அவர் அந்த இசைக்கலைஞர்களோடு களமிறங்கி ஆடக்கூடும் என்ற என் அவதானிப்பு, நிகழ்ச்சித் துவங்குதலின் பொருட்டு பொய்யானது.

அவரால் எப்போதும் குறைவாகவே பேசமுடியும் என்பது எனக்குத் தெரியும். ஆனால், அன்று அந்த பேரிசையின் அலையடிப்பில் திகைத்துக் கொண்டிருந்த அவர் மனம், வேறெதிலும் ஒட்டவில்லை. 'இம்முயற்சிக்கு என் வாழ்த்துக்கள்' என்ற ஒற்றைச் சொல்லுக்காக நானூறு கி.மீ. பயணித்து வந்திருந்தார். நான் உள்ளூர அவரை ரசித்தேன். எல்லா மனிதர்களும் ஒன்றுபோலில்லை. தன் பிரியத்தை, உணர்வை வெளிப்படுத்த வார்த்தைகள் தேவைப்படாத கலைஞர்களும் உண்டுதானே. பி.சி.யின் உடல்மொழியே ஒளிதான். அதை முழுமையாய் தரிசிக்கும் ஒரு தருணத்திற்காக, நீண்ட நாட்கள் காத்திருந்தேன்.

சிவப்புப் பாவாடை
வேண்டுமெனச் சொல்ல
அவசரத்திற்கு
அடையாளமேதும் சிக்காமல்
தன் விரலைக் கத்தியாக்கி
தொண்டையறுத்து
பாவனை ரத்தம்
பெருக்குகிறாள்
ஊமைச் சிறுமி.

அந்நிமிடம் மனுஷ்யபுத்திரனின் இக்கவிதை வரிகள் நினைவிற்கு வந்தது.

இரண்டாண்டுகளுக்கு முன் ஒரு ஆகஸ்ட் மாதம். நாடெங்கும், நகலெடுக்கப்பட்ட சுதந்திர தினக் கொண்டாட்டங்கள் சகிக்க முடியாதவையாயிருந்தன. கலெக்டர்களுக்கு முன், அப்போதைய பிரபலமான குத்துப்பாடல்களுக்கு, எங்கள் குழந்தைகளின் அசிங்கமான அசைவுகள் எனக்குக் குமட்டின. அதை மாற்ற எந்த சாமான்யனாலும் இயலாததெனத் தெரிந்து, அதிலிருந்து தப்பித்து வெகுதூரம் போக நினைத்தோம்.

சுனாமியில், எய்ட்ஸில் அப்பா, அம்மாக்களை இழந்து, சமூகத்தின் முன் யாருமற்றவர்களாக நின்ற முன்னூற்றுக்கும் அதிகமான குழந்தைகளை விடுதிகளிலிருந்து சேகரித்தோம். திருவண்ணாமலை, சமுத்திர ஏரிக்கரையின் கீழ் விரிந்த மரச்செறிவுகளுக்கு அவர்களைக் கொண்டுவந்தோம். அப்புதிய இடமே அவர்களை ஒரு குதூகலமான உலகிற்குக் கொண்டு போனது. ஏற்கெனவே ஒரு வண்டி நிறைய களிமண் அடித்து பதப்படுத்தி வைத்திருந்தோம். வண்ண பலூன்கள் ஒரு மரத்தடியில் கொட்டிக் கிடந்தன. பாட்டும், இசையும், அக்குழந்தைகளின் உற்சாகப் பீறிடலும் எந்த மனசையும் பறிகொள்ளும்.

அதில் ''ஐம்பது குழந்தைகளுக்கு கேமரா கற்றுக்கொடுக்க வரமுடியுமா சார்?'' என பி.சி.யிடம் தயக்கத்தோடு, ஆனால் உரிமையோடு கேட்டேன்.

‘அதைவிட எனக்கு என்ன புடுங்குற வேல’ என பதிலளித்தார். அதில் சென்னை நகர சலிப்பு தெரிந்தது. தன் மனைவியுடன் அந்த ஏரிக்கரைக்கு வந்திறங்கியபோது, நான் கையில் வைத்திருந்த ஒரு பூங்கொத்துடன் அவரை எதிர்கொண்டேன்.

அவர் என்னைக் கட்டித் தழுவிக்கொண்டார். உடல் மொழியால் எங்கள் பிரியங்கள் பரிமாறிக் கொள்ளப்பட்டபோது, அவர் மனைவியின் கைக்கு அப்பூங்கொத்து மாறியிருந்தது. நாங்கள் எல்லோருமே குழந்தைகளாக மாறியிருந்தோம்.

காலையில் ஒரு சின்னப்பையன் கையில், விலை உயர்ந்த நிக்கான் கேமராவைக் கொடுத்து, வித்தை கற்றுத் தந்துகொண்டிருந்ததை சற்று விலகி நின்று கவனித்தேன். இதற்கு என்ன அர்த்தம்? உலகமே வியந்து பார்க்கும் ஒரு இந்திய ஒளிப்பதிவின் மேதை, ஒதுக்குப்புறமான இந்நகரில் அப்பா அம்மாவற்ற இந்தக் குழந்தையின் கையில் கேமராவைத் தந்து ஆங்கிள் பார்க்கும் காட்சி என்னுள் என்னென்னவோ உணர்வுகளைத் தந்தது. ஓடிப்போய் மீண்டும் ஒருமுறை அக்கலைஞனை ஸ்பரிசத்தால் கௌரவப்படுத்த நினைத்தேன்.

அக்குழந்தை வளர்ந்து, படித்து, அவனுக்குத் திருமணமாகி தன் மனைவியிடம் அப்புகைப்படம் காண்பித்து, ‘‘என்னை அணைத்து நின்று சொல்லிக் கொடுப்பவர்தான் இந்திய ஒளிப்பதிவின் உச்சம் பி.சி.ஸ்ரீராம்’’ என சொல்லும்போது, அம்மனைவியால் இதை நம்ப முடியுமா? நான் கலவையான உணர்வுகளால் குழைந்திருந்தேன்.

அன்று இருட்டும்வரை அந்த ஐம்பது குழந்தைகளுக்கும் அவர் தனித்தனியே ஒளிப்பதிவு சொல்லிக் கொடுத்தார். அவர் பின்னால் அக்குழந்தைகள் அணிவகுத்து படமெடுக்க, ஏரிக்கரைமீது நடந்து சென்ற காட்சி இதுவரை எந்த சினிமாவிலும் நான் பார்க்காதது. ஐம்பத்தியோராவது குழந்தையாக அவர் மனைவியும் இந்நிகழ்வுகளில் கலந்திருந்தார்.

குழந்தைகள் எடுத்த அத்தனை படங்களும் உடனே பிரிண்ட் போடப்பட்டது. ஒவ்வொரு படத்திலும் அவர் கையெழுத்திட்டார். அது பிரேம் செய்யப்பட்டு அக்குழந்தைகளுக்குத் தரப்பட்டது.

இந்நிகழ்வு ஒரு பத்திரிகையாளரால் பதிவு செய்யப்பட்டு 'பூக்கள் பூத்த தருணம்' என அவ்வார விகடனில் வெளியாயிற்று. அதைப் பார்த்த கோவை வாசகர் ஒருவர், விகடன் அலுவலகத்தைத் தொடர்பு கொண்டு என் தொலைபேசி எண் வாங்கி, என்னை அழைத்தார். அவர் குரல் கம்மியிருந்தது.

சுற்றி நின்றிருந்த அக்குழந்தைகளினூடே, வளர்ந்த குழந்தையான பி.சி.ஸ்ரீராம் குனிந்து நின்று ஒரு குழந்தைக்கு கேமராவைப் பிடிக்கச் சொல்லிக் கொடுத்த ஸ்டில் பிரசுரமாகியிருந்தது. அருகில் கொப்பளித்த சந்தோஷத்தை மீறி, ஒரு குழந்தையின் முகத்தில் படிந்திருந்த சோகத்தை அந்த வாசகா் அச்சின் வழியே உணா்ந்திருந்தாா்.

அதை ஜெராக்ஸ் எடுத்து அப்பையனின் முகத்தை ரவுண்ட் செய்து, ''இப்பையனுக்கு மாதம் ஆயிரம் ரூபாயை இவன் படிப்பு முடியும்வரை நான் அனுப்பி வைக்கிறேன்'' என கடிதம் எழுதியிருந்தார். அவசர அவசரமாய் நான் அந்த ஜெராக்ஸில் இருந்த அப்பையனின் முகத்தைப் பார்த்தேன்.

அவன் என் மகன் வம்சி.

எல்லாத் துயரங்களையும் உதறி, வாழ்வு நம்மை ஒரு நிமிடம் சிலிர்க்க வைத்துவிடுகிறது.

வரைய முடியாத சித்திரம்

திலகவதி ஐ.பி.எஸ்.

திலகவதி ஐ.பி.எஸ்.

அப்போது அவர்கள் என்னவாக இருந்தார்கள் என்பது நினைவில்லை. ஒரு பத்திரிகையில் படித்த அவர்களின் நீண்ட நேர்காணலே, அவர்களை நோக்கி என்னைத் தேட வைத்தது. பெண்களின் ஆழ்மன வலி, எப்போதாவது ஒருமுறை எல்லாவற்றையும் மீறி இப்படி வெளிப்படும். எழுத்தாளரும், தமிழகத்தின் முதல் பெண் ஐ.பி.எஸ் அதிகாரியுமான திலகவதியே, இப்படியான என் தொடர் தேடுதலில் நான் கண்டடைந்த என் ஆத்மார்த்த ஸ்நேகிதி.

அந்நேர்காணல் வாசித்த எனக்கே வலி நிறைந்தது. வாழ்ந்தவருக்கு? அவள் விகடன் துவங்கிய புதிதில் ராசாத்தி அம்மாள் 'என் சிரிப்பு சிங்கப்பூருக்கு போய்விட்டது' என பத்து பக்கத்துக்கு ஒரு நேர்காணல் கொடுத்திருந்தார். அதில்தான் நான் அந்தம்மாவின் ஆத்மாவை, உள்மனதை, அதன் ரணத்தை உணர்ந்து கொண்டேன். நம் பொது புத்திகளிலிருந்து விலகி நின்று சிலரை உள்வாங்கும்போதுதான், அவர்களின் ஸ்நேகமும், சமூகம் அவர்கள் மேல் ஏற்றியிருக்கிற பிம்பம் கலைந்து, அவர்களை நம் சக மனுஷியாக, தோழியாக நின்று நம்மில் ஒருவராக உணர முடியும்.

அதேபோல் எழுத்தாளர் திலகவதியுடனான என் முதல் தொலைபேசி உரையாடலில் நான் அடைந்த அனுபவம் அலாதியானது. அதிகாரம், பதவி இவற்றை மீறி, 'பூ, நதி, வனம், அணில்' என மீறத் துடித்த ஒரு மனுஷியிடம் நான் நட்பானேன்.

முற்போக்கு எழுத்தாளர் சங்கத்தின் சார்பில் நாங்கள் ஒரு மாவட்ட மாநாட்டையே, மாநில மாநாட்டுக்கும் மேலே போய் நடத்தினோம்.

சாரோன் போர்டிங் ஸ்கூல் மைதானத்தில் அன்று குவியாத படைப்பாளியோ, கலைஞனோ இல்லை. ஜெயமோகன், எஸ்.ராமகிருஷ்ணன், கோணங்கி என ஆரம்பித்து, ஓவியர் சந்துரு, ட்ராட்ஸ்கி மருது, எடிட்டர் லெனின் என அந்த ஆளுமைகளின் எண்ணிக்கை கூடிக்கொண்டே போனது.

அம்மைதானத்தில் ஆங்காங்கே கொத்துக்கொத்தாய் உட்கார்ந்து இலக்கியம் பேசிக்கொண்டிருந்த படைப்பாளிகளுக்கிடையே, ஒரு சைரன் வைத்த காரிலிருந்து இறங்கி, கம்பீரமும், பேரழகும் மிக்கவராக அவர் நடந்து வந்த காட்சி இலக்கியவாதிகளுக்கு பழகியிராதது. அவர் எங்களோடு சகஜமாய் இருக்க முயன்றதும், நாங்கள் விலகிச் சென்றதுமாக அந்த டிசம்பர் ஞாயிறு மெல்ல என் நினைவில் துளிர்க்கிறது.

அப்பள்ளி மைதானத்து கல்மேடையில் உட்கார்ந்து நானும் அவரும் எங்கள் கதைகளைப் பகிர்ந்துகொண்டோம். ஏதோ ஒரு புள்ளி, இந்த துளிரும் நட்பை இன்னும் அடர்த்தியாக்கியது. எல்லா மேடைகளிலும், ''பவா என் மூத்த மகன்'' என்று சொல்லுமளவிற்கு எங்கள் குடும்பத்தில் ஒருவரானார் திலகவதி. தொடர்ந்து வாசிப்பையும், எழுத்தையும் ஒரு ஜீவனோடே தனக்குள் பழகி வைத்திருந்தார் 24 மணி நேரம் கொண்ட ஒரு நாளில், 20 மணி நேரத்திற்கும் மேல் உழைத்துக் கொண்டேயிருந்த அசாத்தியமான மனுஷி அவர்.

முதல்வர் ஜெயலலிதாவின் முந்தைய ஆட்சியின்போது, போலீஸ்காரர்களின் மனநிலையில் ஒரு மாற்றம் ஏற்படுத்தவேண்டி 'பாலின நிகர்நிலைப் பயிலரங்கம்' என்ற ஆறு மாதப் பயிற்சி வகுப்பு ஒன்று திலகவதி மேடம் தலைமையில் தமிழகம் முழுவதும் நடந்தது. திருவண்ணாமலை மாவட்ட ஒருங்கிணைப்பாளராக நானும் என் ஸ்நேகிதியும் அப்போது திருவண்ணாமலை டி.எஸ்.பி.யாக இருந்த லஷ்மி மேடமும் இயங்கினோம். அது, கருத்துகளால் நிறைந்த ஒரு காலம்.

போலீஸ்காரர்கள் மனரீதியாக எவ்வளவு கீழானவர்களாக இருக்கிறார்கள் என்பதறிந்து அதிர்ந்தோம். பெண்களைப் படுப்பதற்கான இயந்திரங்கள் என்பதற்கு மேல் அவர்களால் கருத

முடியவில்லை. தாய்வழிச் சமூகத்திலிருந்து ஆரம்பித்து, வரலாறு நெடுக ஆண்கள் அவர்களை எப்படியெல்லாம் இம்சித்திருக் கிறார்கள் என்ற எங்கள் உணர்வுபூர்வமான உரைகள், அவர்களின் இறுகியிருந்த மனங்களைக் கொஞ்சம் ஈரப்படுத்தியிருக்கலாம். அதற்குமேல் எதுவும் நிகழவில்லை.

ஆனால், அந்தப் பயிலரங்குக்கு திலகவதி மேடம் எடுத்த ஆத்மார்த்த முயற்சிகள், உழைப்பு, பயணம் எல்லாம் எந்தப் பதிவுகளுமின்றிப் போனாலும், பல போலீஸ்காரர்களின் வாழ்வியல் அறத்தின்மீது எழுப்பிய கேள்விகள், என்றென்றும் நிற்கும். ரீட்டா மேரி என்ற பெண்ணை திண்டிவனத்தில் ஒரு வீட்டிலிருந்து மீட்டு, போலீஸ்காரர்களும், சிறைக்காவலர்களும் சீரழித்த கொடுமை தமிழகத்தை வழக்கம்போல் ஓரிரு நாட்கள் உலுக்கிய செய்தியாக மட்டும் பார்க்கப்பட்டபோது, அப்போதைய முதல்வர் ஜெயலலிதா அதன் விசாரணை அதிகாரியாக திலகவதியை நியமித்தார். அதன் விசாரணைக்கென்று அவர்கள் செஞ்சிக்கு வந்திருந்தபோது, என்னையும் வரச்சொல்லி தொலைபேசியில் அழைத்தார். அவ்விசாரணயின் முழுமையிலும் நான் அவருடன் இருந்து கவனித்துக் கொண்டிருந்தபோது, எனக்குள் திலகவதி வேறு வேறு மனுஷியாக, ஒரு படச்சுருளாகப் பதிவாகிக் கொண்டேயிருந்தார்.

கோபம், உக்கிரம், கவலை, கண்ணீர், ரௌத்ரம், சாந்தம் எனப் பலவிதமான மன உணர்வுகளை அவர்கள் முகத்தின் வழியே நான் உணர்ந்தேன். வரிசை கட்டி நின்று எங்கள்மீது வீசிய, மீடியா ஒளியை மீறி என்னை அவர் காரின் பின் இருக்கைக்குப் போய் உட்காரச் சொன்னார்.

கையில் கனத்த ரீட்டாமேரியின் விசாரணை பைலில் முகத்தை மூடிக்கொண்டு, காரில் ஏறி செஞ்சி சப்ஜெயிலுக்குப் போகச் சொன்னார். அப்போது இருள் கவ்வியிருந்தது. இதே போலொரு மங்கிய இருளில்தான் அச்சகோதரி இச்சிறைச்சாலை காவலர்களால் சிதைக்கப்பட்டதென, காலத்தைச் சாட்சிப்படுத்தினார்.

அங்கு நிலவிய அசாத்திய மௌனம் எதன் பொருட்டாவது கலைய வேண்டுமென மனம் விரும்பியது. அங்கிருந்து திண்டிவனத்திற்கு ரீட்டாமேரிக்கு சிறைதண்டனை கொடுத்த பெண்

நீதிபதியின் வீட்டிற்குச் சென்றோம். வழிநெடுக, வரலாறு நெடுக பெண்களுக்கு நாம் இழைத்த கொடுமைகளைப் பட்டியலிட்டார். 'இதில் நானும் ஒருத்தி' என வெடித்தழுதார்.

''ரீட்டாமேரி, என் மக பவா. ஒரு சின்னக் குழந்தை எத்தனை பலமான மிருகங்களால் சிதைந்திருக்கிறது பாருங்க'' என்ற அந்தக் கார் பயணம் துயரத்தால் நிறைந்தது. நான் காரில் காத்திருந்தேன். அவர் நீதிபதியின் வீட்டிற்குள் சென்று பேசிக் கொண்டிருந்தார். 'மேடம் இன்னிக்கு நைட் எங்க சாப்புடுவாங்க?' என்ற அங்கலாய்ப்பில் ஒரு டி.எஸ்.பி. அங்குமிங்கும் அலைந்து கொண்டிருந்தார்.

'செஞ்சி கெஸ்ட் ஹவுஸ்ல, திண்டிவனம் சாரம் கெஸ்ட் ஹவுஸ்ல.. அதிலில்லாம செங்கல்பட்ல' என்று அவர் இரவு உணவு ஏற்பாட்டின் விஸ்தீரணத்தை, சூழலின் கனமறியாமல் என்னிடம் விளக்கிக் கொண்டிருந்தது சகிக்க முடியாததாய் இருந்தது. தங்கள் மேலதிகாரிகளைத் திருப்திப்படுத்த இவர்கள் எடுக்கும் அக்கறையில், நூறில் ஒரு பங்கையாவது ரீட்டாமேரி மாதிரியான சராசரி பெண்களைக் காப்பாற்றி எடுக்கத் தவறிவிடுகிறார்கள்.

இரவு 12 மணிக்கு விசாரணை முடிந்து, இறுகிய முகத்தோடு நீதிபதியின் வீட்டிலிருந்து வெளியே வந்தார். அவசரமாக காரில் ஏறி,

''ரவி, பவா வீட்டுக்குப் போ'' என உத்தரவிட்டார். ''பவா, ஷைலுகிட்ட சொல்லி சாப்பிட ஏதாவது செய்யச் சொல்லு'' என்றார்.

அன்று நாங்கள் பயணித்த வேகம், அதற்கு முன்னும் பின்னும் எப்போதும் இல்லாதது. அவ்வேகம் என்னை நிலைகுலைய வைத்தது.

''மேடம், இத்தனை வேகம் அவசியமா?''

''இந்த வேகத்தில் விடுபட்ட ஒன்றிரண்டைச் சேர்த்துச் செய்யலாம் பவா''

இரவு ஒரு மணிக்கு வீட்டிற்கு வந்தோம். வீட்டில் நுழைந்து வழக்கமாக அவர்கள் உட்காரும் அந்தச் சின்ன ஹாலின் நடுவே தரையில் கால் நீட்டி உட்கார்ந்தார். கொஞ்சம் நிதானப்பட்டிருந்தார்.

அப்பெண்ணின் சிதைவை உணர்வுகளற்று ஒரு ரிப்போர்ட் மாதிரி சொன்னார்.

"ரவி, வண்டில பவாவுக்கும் ஷைலுவுக்கும் டிரெஸ் வச்சிருக்கேன். எடுத்துக்கிட்டு வா" என்றார்.

"இந்தச் சூழல்ல எங்களுக்கு எதுக்கு புதுத்துணி மேடம்?"

"நாளை காலைல பத்து மணிக்கு ரீட்டாமேரியைப் பார்க்க சென்னை ஜி.ஹெச்.சுக்கு போறேன். அந்தப் பொண்ணுக்கு ஆறு சுடிதார் வாங்கி கார்ல வச்சிருக்கேன். அப்படியே எம் புள்ளைகளுக்கும் வாங்கினேன்."

இந்தப் பேரன்பு, எப்போதும் எங்களை நிலைகுலைய வைக்கும். எனக்கு, ஷைலுவுக்கு, வம்சிக்கு, மானசிக்கு, எங்கள் வீட்டு சாந்திக்கு, தனித்தனியே என் நண்பர்களுக்கு என்று, அவர்கள் எப்போதும் அன்பைக் கொட்டின காலம், ஒரு படைப்புக்கு நிகரானது. நாங்கள் 'வம்சி புக்ஸ்' ஆரம்பித்தது, அதை ஒரு மேலான இடத்திற்குக் கொண்டு போனது எல்லாவற்றிலும் அவர்களே முதன்மையானவர்.

ஒரு பத்திரிகையில் திலகவதியின் ஒரு பக்கக் கதை படித்து, நேரத்திற்காகக் காத்திருக்காமல் ஒரு நள்ளிரவில் அழைத்தேன்.

"மேடம், குமுதத்துல உங்க கதை அருமை."

"அப்பா, உங்கிட்ட ஒரு பாராட்டு வாங்க எனக்கு எட்டு வருஷம் ஆச்சி."

"அதில்ல மேடம்" என வழுக்கினேன்.

அக்கதை தமிழின் பிரபலமான ஒரு நடிகருடையது. அவர் நலிந்த சில கலைஞர்களுக்கு உதவ நினைத்து, தன் வீட்டிற்கு அழைக்கிறார்.

நீண்ட நேரம் காத்திருந்து அவ்வயதான கலைஞர் உள்ளே போகிறார். அப்பிரபல நடிகர் ஓடிவந்து அவர் கைப்பற்றி,

"சொல்லுங்க அய்யா. நான் உங்களுக்கு என்ன பண்ணனும்?"

நிதானமாக அப்பெரியவர் சொல்கிறார்.

''எதுவும் பண்ணாத. கலைஞன்ல நல்ல கலைஞன், நலிந்த கலைஞன்னெல்லாம் யாருமில்லப்பா. எங்கிட்ட பணம் இல்லாம இருக்கலாம். உங்கிட்ட அது கொட்டி கிடக்கலாம். ஆனா, நான் என்னிக்குமே கலைஞன்தான். இனிமே எங்களை நலிஞ்ச கலைஞர்கள்னு சொல்லி அவமானப்படுத்தாதே.''

இவ்வரிகள் என்னைச் சுழன்றடித்தது. மகாகவி பாரதியின் கம்பீரத்திலிருந்து ஆரம்பித்து, தமிழின் மகத்தான பல கலை ஆளுமைகளை என்னருகே கொண்டு வந்தது. சொல்ல முடியாத ஒரு உணர்வுத் தருணத்தில், நான் என் மரபுகளின் முன் சாஷ்டாங்கமாய் விழுந்து, அவர்களின் கால்களைப் பற்றி, இளம் தலைமுறையின் சார்பில் என் நன்றியைச் சமர்ப்பித்துக் கொண்டிருந்தேன். அவர்களின் கால்களும், என் கண்களும் ஈரத்தில் நிறைந்திருந்தது.

தவறவிடாமையின் பெருமிதம்

வைட் ஆங்கிள் ரவிஷங்கர்

வைட் ஆங்கிள் ரவிஷங்கர்

'சுபமங்களா' காலம் என்றொன்றிருந்தது. ஒவ்வொரு மாதமும் அது வாசிப்பு மனங்களில் ஜால வித்தைகள் செய்தது. விஷய கனத்தில், வடிவமைப்பில், புகைப்படத்திலென அது, அதற்கு முந்தைய எல்லா சாதனைகளையும் சுலபமாகத் துடைத்தெறிந்தது.

அதில், கலைஞர் கருணாநிதியின் ஒரு விரிவான நேர்காணல் வெளிவந்திருந்தது. அதற்குப் பிரசுரிக்கப்பட்டிருந்த புகைப்படங்கள், அந்நேர்காணலை இரண்டாம் இடத்திற்குத் தள்ளியிருந்தது. அவரைக் கட்டம்போட்ட லுங்கி, முண்டா பனியனுடனும், சப்பராங்கால் போட்டு, தரையில் உட்கார்ந்து எழுதும்படியான புகைப்படங்களோடும், அதுவரையிலான அவரின் ஒயிட் அண்ட் ஒயிட் பிம்பத்தைத் சிதைத்து, 'நம்ம வீட்டு மனுஷன்தான்' என்பது மாதிரியான ஒரு மன நெருக்கத்தைத் தந்திருந்தது.

நான் அப்புகைப்படங்களை எடுத்த கலைஞனைத் தேட ஆரம்பித்து, சுலபத்திலேயே கண்டடைந்தேன். 'வைட் ஆங்கிள்' ரவிஷங்கர் என்ற அந்த வளர்ந்த குழந்தை, இன்றளவும் என் ஆத்மார்த்த நண்பர்களில் ஒருவன்.

''எப்படி ரவி இதைச் சாத்தியமாக்கினீங்க?''

''நான் புகைப்படம் எடுப்பதற்காக அவர் வீட்டிற்குப் போனப்பவே அவர் வெள்ளை வேட்டி, வெள்ளை சட்டை போட்டுத் தயாராயிருந்தார்.கொஞ்சம் பயமிருந்தாலும், தைரியத்தை வரவழைத்துக் கொண்டு காமிராவைக் கையிலெடுக்காமல் மௌனம் காத்தேன்.

'என்னய்யா எடுக்கலையா?' என அவரின் கனத்த குரலில் கேட்டபோது, 'இது எனக்கு வேணாங்க. இதுவரையிலும் யாரும் உங்களை எடுக்காதது மாதிரியான படங்கள்தான் வேணும்''

"யாரும் எடுக்காதது ன்னா?"

"ரொம்ப இயல்பா, வீட்ல நீங்க எப்படி இருப்பீங்களோ அப்படி லுங்கி கட்டி, பனியன் போட்டு, தரையில உட்கார்ந்து..."

நான் அடுக்கிக்கொண்டே போனேன்.

அவர் சிரித்துவிட்டார். அச்சிரிப்பின் விநாடிகளை நான் எனதாக்கிக்கொண்டு அவருள் பிரவேசித்தேன். அதன்பின் எல்லாம் சாத்தியமானது.

புகைப்படங்கள் கம்ப்யூட்டரில் பதுங்காத காலமது. பிலிம் ரோலில் படமெடுத்து, கெமிக்கலில் கரைத்து, நெகட்டிவ் கழுவி, வெள்ளைத்தாளில் உருவம் பதிவாகும் அந்தக் கணநேரத்துக் கலைஞனின் பெருமிதத்தை, அந்த இருட்டறை மட்டுமே தரிசித்த தருணங்களை நாம் இழந்துவிட்டோம். இப்போது அடுக்கடுக்காய் கணினியின் மௌஸ் நகர்தலுக்குப் புகைப்பட காட்சியை உட்படுத்தி... சுவாரஸ்யமற்ற நிகழ்வுகளுடன் சுவாரஸ்யமற்ற வாழ்வு.

ரவிஷங்கரின் கேமிரா, இசைக் கலைஞர்களாலும் எழுத்தாளர்களாலும் நிரம்பியிருந்தது. தமிழ் எழுத்தாளர்கள் யாரும் அதற்கு முன் தங்களை இப்படி ஒரு அழகோடு பார்த்ததில்லை. கல்மண்டபங்களின் பின்னணியில் வண்ணதாசனும், தாமிரபரணிக்கரை ஈரத்தில் வண்ணநிலவனும் என்று பார்ப்பவர்களின் மனதில் பரவசத்தை ஏற்படுத்தின நாட்கள் அவை. ஒரு முழுநேர இசைக் கச்சேரியின் போது, பாடுபவருக்கும் வாசிப்பவருக்கும் ஏற்படும் அத்தனை முகபாவங்களையும் பரவசத்தையும், நானறிந்து ரவிஷங்கரைத் தவிர்த்து வேறு எவரும் இந்தளவு நுட்பமாய்ப் பதிவு செய்ததில்லை.

காத்திருத்தல்தான் இதன் ரகசியம். தவறவிடாமை இதன் வெற்றி. வண்ணதாசன், 'போய்க் கொண்டிருப்பவள்' என்றொரு கதை எழுதி இருப்பார். அதில் 'விருத்தா' என்றொரு புகைப்பட கலைஞன். தாலிகட்டும் அந்த அற்புத கணத்தை, எதன் பொருட்டோ

தவறவிட்டுவிடுவான். தலையில் கைவைத்து துளிர்க்கும் கண்ணீரை இரகசியமாய் துடைத்து, இழத்தலின் துயரம் தாங்காமல் அம்மண்டபத்தில் யாரும்பொருட்படுத்தாத ஒரு இருட்டு மூலையில் குத்துக் காலிட்டுஉட்கார்ந்திருப்பான். அவன் தோளில் விழும் கை ஸ்பரிசம் உணர்ந்து திரும்புவான்.

''என்னாச்சு?''

''தாலி கட்றப்போ, எல்லாரும் சூழ்ந்துட்டாங்க சார், படம் எடுக்க முடியல.''

''சரி விடு. அதுக்காக இவ்வளவு கலங்குனா?''

''என்ன சார் சொல்றீங்க? அந்தக் கணத்தை, இதயத்தின் அடியாழத்திலிருந்து பொங்கும் அப்பரவசக் கணத்தை வேறெப்போ சார் எடுக்க முடியும்?''

இக்கதை வாசிப்பின் போதெல்லாம் 'ரவிதான், விருத்தா' என ரவியை உருவகப்படுத்திக் கொள்வேன்.

தன் மூன்று மணிநேர கச்சேரி வாசிப்பில், ஏதோ ஒரு சங்கீதச் சுழிப்பின்உச்சத்தில், கடம் வாசிக்கும் கலைஞர் விநாயக்ராம், தன் கடத்தை மேலே தூக்கிப்போட்டுப் பிடிக்கும் அச்சில நொடிகளை ரவி தன் கேமராவால் ஆறேழு படங்கள் எடுத்து அசத்தியிருப்பான். மண்பானை கீழே விழுந்து புறப்படுவதற்குள் அவன் அள்ளியெடுத்த அற்புத கணங்கள் அவை. ஒருமேம்பட்ட கலையை, தன் உயிராக நேசிக்கும் ஒருவனுக்கு மட்டுமேயான சாத்தியங்கள் இவை.

தன் எழுத்தாளர் புகைப்பட வரிசையில் ரவி தவறவிட்ட ஆளுமை' அம்பை' அவரைப் படமெடுக்க, மும்பைவரை சென்று ஏமாற்றத்துடன் திரும்பிய கசப்பு, அந்த ஆற்றாமை, ஒரு தீர்க்க முடியாத இரகசிய வியாதிபோல் அவரிடம் தங்கியிருந்தது. அம்பை திருவண்ணாமலைக்கு வந்தபோது அவருடன் என் சிநேகிதி திலகவதியும், தன் நெடுநாளைய கனவின் மெய்ப்படுதல் நிமித்தம் ரவியும் உடன் வந்திருந்தார்கள். எல்லோர் பயணங்களுமே உள் இரகசியங்களால் நிறைந்தது. மிக அருகில் இருப்பவர்களாலும் அறிந்துகொள்ள முடியாத பிரபஞ்ச ரகசியங்கள் அடங்கியது மனித மனம். அது மௌனமாய்இருப்பது மாதிரி பொய்த் தோற்றமளிக்கும்,

கொந்தளிக்கும் எரிமலைகளை உள்ளடக்கியது. என்ன சொல்லியும், அம்பை அப்புகைப்படப் பதிவிற்குச் சம்மதிக்கவில்லை.

"மேடம், நான் உன்னதமான எழுத்தாளர்களையும், இசைக்கலைஞர்களையும் மட்டுமே எடுத்திருக்கிறேன்"

"என்னை எடுக்காத, நான் உன்னதமானவள் இல்லை."

மூன்று மணிநேரப் பயணம் முழுக்க அடைந்த தோல்வியும், சக மனப் புரிதலற்ற சூழலும் ரவியை விரக்தியின் உச்சத்திற்குக் கொண்டுபோயிருந்தது.

வீட்டில் சாப்பிடும்போது ரவி என் கைப்பிடித்தழுத்தி,

"பவா, நீங்க ஒருமுறை சொல்லுங்க"

நானும், சிநேகிதி திலகவதியும் சொன்னது, ஒரு முன்முடிவான கருத்தால் உறைந்திருந்த மனதை, கரைக்க முடியவில்லை.

"ஓ.கே. மேடம், நான் எடுக்கல. 'அம்பை'ன்னு ஒரு ரைட்டர் இல்லாமலேயே என் ஆல்பம் நிறைவடையும்"

அன்று மாலை நடந்த முற்றத்திற்கு, ரவி தன் கேமராவை அறையிலேயே வைத்துவிட்டு வெறும் ஆளாக மைதானத்துக்கு வந்திருந்தான். ஒருமந்தகாச வெற்றிப் புன்னகையோடு அம்பை அவனைப் பார்த்து,

"மீட்டிங்ல வச்சி எதுவும் ரகசியமா எடுத்துறாதப்பா" என்றார்.

ரவி மௌனமாக, ஆனால் உறுதியாகச் சொன்னது இன்னும் என்நினைவில் ததும்புகிறது.

"மேடம், இது பப்ளிக் மேடை. இதுல உங்களைப் படமெடுக்க நான் உங்க அனுமதியை வாங்கணும்னுகூட அவசியமில்லை. உங்களைக் கேக்காமலேயே நூற்றுக்கணக்கான படம் எடுத்திருக்க முடியும். ஆனா எனக்கு வேணாம். எதன்பொருட்டோ நீங்க நிராகரிக்கிற ஒரு விஷயத்தைநான் ஏன் பலவந்தப்படுத்தணும்? ஒண்ணே ஒண்ணு சொல்றேன் மேடம். நீங்க எழுத்தாளர்னா, நான் கலைஞன். இதுல நீங்க மேல இருக்கீங்க. நான் உங்களைப் படம் எடுத்து பொழப்பு நடத்துற தேர்ட் ரேட்டட் வியாபாரியில்லை.

அதனாலதான் என் கேமராவை ரூம்ல வச்சிட்டுவந்தேன். இனி நீங்க சுதந்திரமாப் பேசுங்க''

கோபமும், ஆத்திரமும், கலைஞனுக்கான கம்பீரமும் சேர்ந்து ஒலித்த அக்குரல், டேனிஷ் மிஷன் மேனிலைப்பள்ளி மைதானத்தில் அதுவரை ஒலிக்காதது.

ஒரு வனப் பயணத்தில் ரவி எங்களோடிருந்தார். மனித மனம் இதுவரை இழந்துபோன ஸ்ருதிகளை மீட்டும் கணமாக அப்பயணம் மௌனத்திலும் இசையிலும் நிரம்பியிருந்தது. எங்கள் வழியை மறித்து, பேயென வியாபித்திருந்த ஒரு ஆலமரம் எங்களை நிறுத்தியது. அதன் விழுதுகளும், அதன் பருண்மையும், அதன் நிழலும், 'என்னை மீறி எங்கடா போறீங்க?' என மிரட்டியது. அதற்கு அடிபணிந்து அதன் அடியில் வட்டமாக ஒடுங்கினோம். ஒவ்வொருவரும் தாங்கள் வாழ்வில் இந்த இடத்தை அடையக் கொடுத்த விலை, அவமானம், உடலிலும், மனதிலும் மிகுந்திருந்த தழும்புகள் இவற்றைத் தடவிப் பார்த்துக் கொண்டோம்.

ரவிதான் முதலில் தன் வாழ்வைப் பகிர்ந்து கொண்டான்.

''சுபா சுந்தரத்தின் அசிஸ்டெண்ட் நான். எங்க ஸ்டூடியோவுக்கு எப்போதும் இலங்கையிலிருந்து பலர் வந்து சாரோட பேசிக்கிட்டிருப்பாங்க.

மனதைக் கரைக்கும் அவ்வாழ்வியல் சிதைவு அனுபவங்களை ஈவிரக்கமின்றி துடைத்து, அடுத்த நிமிஷத்திற்குத் தாவுவேன். சாதனை என்பது மட்டுமே மனம் முழுக்க நிரம்பியிருந்த நாட்கள் அவை. ராஜீவ்கொலை நடந்த அன்று காலை, என்னோடு சக புகைப்பட உதவியாளனாய் இருந்த ஹரிபாபு வீட்டிற்கு வந்து, 'உன் கேமரா கிட் வேணும் ரவி. ராஜீவ் நிகழ்ச்சியை கவர் பண்ணனும்.' என்றான்.

அதை எடுத்துக்கொள்ள சொல்லிவிட்டு என் அன்றாடங்களில் மூழ்கினேன். அடுத்தநாள் காலை தமிழ்நாட்டுக்கே ரத்தக்களரியாக விடிந்தது. என் வீட்டில் வந்து விழுந்த தினசரியிலும் அந்த ரத்தகவிச்சியை உணர முடிந்தது. நான் ரொம்ப இயல்பாகக் குளித்து முடித்து, மாலை முரசு அலுவலகத்திற்குப் போய், அதன் எடிட்டரோடு

பேசிக் கொண்டிருந்துவிட்டு, கீழே இறங்கி ‘டீ’ குடிக்க வந்தேன். அப்போது எடிட்டருக்கு வந்த தொலைபேசி அழைப்பு, ராஜீவ் கொலையில் இறந்தவர்களின் பெயரைப் பட்டியலிட்டது. அதில் ஆறாவது பெயர் ‘வைட்ஆங்கிள் ரவிஷங்கர்’

‘‘வெயிட் வெயிட். ரவி சாகலை, அவன் அங்கப் போகவேயில்லை. இப்பதான் எங்கூட பேசிட்டு கீழே, ‘டீ’ குடிக்க போயிருக்கான்.

‘‘இது அஃபீஷியல் பிரஸ் நியூஸ்’’

‘‘இல்லப்பா. ஏதோ தப்பு நடந்திருக்கு’’

ரவி, இப்போது நிகழ்காலத்திற்கு வந்திருந்தான்.

‘‘அந்தத் தொலைபேசி செய்தி என் வாழ்வை நாசப்படுத்தியது பவா. என் ஆன்மா, உடல் ஆகியவற்றின் சிதைவை ஐந்து வருடமாய் என்னையே பார்க்க வைத்தது. என்னிடமிருந்த எல்லா நுட்பங்களையும் ‘மல்லிகை’ இல்லம் ஈவிரக்கமின்றி உறிஞ்சி எடுத்தது. ‘ஒருவேளை ஹரிபாபுவுக்கு ராஜீவைக் கொல்லப் போகிற விஷயம் தெரிந்திருக்குமோ?’ என இப்போது யூகிக்கிறேன். அவன், ‘ரவி, நீயெல்லாம் என்ன பெருசா போட்டோஎடுக்குற? நான் எடுக்கப்போற ஒரே ஒரு போட்டோ உலகம் முழுக்கப்பேசப்படும் பாரு’ என அடிக்கடி சொல்லக் கேட்ட வார்த்தைகளுக்கான அர்த்தம் என்னவென்பதை, ராஜீவ் கொலைக்குப் பிறகே உணர முடிந்தது.

குண்டுவெடித்தபோது, ஹரிபாபு சுமார் 20 அடிக்கும் மேலே தூக்கி எறியப்பட்டிருக்கிறான். உயிரற்ற அவன் உடல்மேல், தூக்கி எறியப்பட்ட அந்தக் கேமராவும் வந்து விழுந்திருக்கிறது. ரொம்பநேரமாய், ஒரு சந்தேகத்தோடே அவனைக் கவனித்துக் கொண்டிருந்த ஒரு இன்ஸ்பெக்டர், அக்கேமராவை எடுத்துக் கொண்டுபோய் ஸ்ரீபெரும்புதூரில் ஒரு ஸ்டூடியோவைத் திறக்கச் சொல்லி, அதைக் கழுவிப் பிரிண்ட் போடச் சொல்கிறார்.

டார்க் ரூமிலிருந்து கதவை வேகமாகத் திறந்த அந்த ஸ்டூடியோ தொழிலாளி,

‘‘சார் இது கலரா, ஒயிட் அண்ட் பிளாக்கா?’’

"தெரியலப்பா, இப்ப எவன் ஒயிட் அண்ட் பிளாக்ல எடுக்கறான்,கலராத்தான் இருக்கும்.''

கேமராவைத் திறக்காமல் அப்படியே அந்த இன்ஸ்பெக்டரிடம் தந்து,

"கலர்னா மெட்ராஸ்தான்''

அதிலிருந்த புகைப்படங்களே, ராஜீவ் கொலையின் பல மர்மங்களை உலகிற்கு அவிழ்த்தது. கொலைக்களத்தில் சிதறியிருந்த பொருட்களில் ஹரிபாபு இரவல் வாங்கிப் போயிருந்த வைட் ஆங்கிள் ரவிஷங்கரின் கேமரா பேக்கும் ஒன்று. இப்படித்தான் இறந்து போனவர்களின் பட்டியலில் ரவி இடம்பெற்று, பிறகு பிழைத்து வந்தது.

இதோ இந்த டிசம்பர் சீசன் துவங்கிவிட்டது. ஏதாவதொரு இருட்டு மூலையில், தன் செல்ல கேமராவோடு, இதுவரைத் தவறவிட்ட ஏதோ, ஒரு அற்புதக் கணத்தின் அசாத்தியத்தை அப்படியே தன் கேமராவில் அள்ளிக்குடிக்கக் காத்திருக்கும் தாகமடங்காத அக்கலைஞனை நீங்கள் காணக்கூடும். மௌனமாக ஒரு கைக்குலுக்கலோடு விடைபெற்றுக் கொள்ளுங்கள். நாத உச்சத்தை, சுதா ரகுநாதனோடு சேர்ந்து ரவியும் தொட முயலும் இத்தருணம், எதனாலும் கலைந்துவிடக்கூடாது.

அன்பின் வன்முறையாளன்

பாலா

பாலா

இயக்குநர் சீமான்தான் பாலாவை அறிமுகப் படுத்த, என்னையும் என் நண்பர் எஸ்.கே.பி.கருணாவையும் அழைத்துப் போனார். தாம்பரத்திற்குள் அடங்கியிருந்த ஏதோ ஒரு பண்ணை வீட்டை நோக்கிப் பயணித்த எங்கள் வண்டியில், தம்பி நா. முத்துக்குமாரும் உடனிருந்தான்.

சேது, என்னைப் பெரிதாய்க் கவர்ந்த படமில்லை. ஆனால், 'பிதாமகன்' என்னை பிரமிக்க வைத்த படைப்பு. விளிம்புநிலை மனிதர்களின் ஆன்மாவின்மீது சினிமா வெளிச்சம் பட்டுவிடாமல், தன் படைப்பில் கொண்டுவந்த லாகவத்திற்காக, அக்கலைஞனைச் சந்திக்க வேண்டி மனம் ஆர்வப்பட்டது. ஆனால், வண்ணநிலவனை, கி.ரா.வைச் சந்திக்கப்போன முதல்முறை பரவசம் எதுவுமற்றிருந்தேன். மனதில் பிதாமகனை இன்னொரு முறை காட்சிப்படுத்த முயன்றேன். போட்டி போட்ட விக்ரமையும், சூர்யாவையும் தாண்டி இளையராஜாவும், பாலாவும் என்னை ஆக்கிரமித்தார்கள்.

அந்த மழை இரவில், சூர்யாவின் உடல் ஒரு சாக்கு மூட்டையில் கட்டப்பட்டு நடுத்தெருவில் கிடந்த காட்சி ஓடிக் கொண்டிருக்கும் போது, எங்கள் வண்டி அந்த பங்களா முன்நின்று, என் காட்சியை அறுத்தது. தன் அடுத்த படத்திற்கான டெஸ்ட் ஷூட்டில் இருந்தார் பாலா. எங்களைப் பார்த்தவுடன் அதிலிருந்து வெளியே வந்து, ஒரு அளவான சிரிப்போடு வரவேற்றார். வார்த்தைகளை அவரே வைத்துக் கொண்டார். புன்னகை மட்டும்தான் எங்களுக்கு. பெரும் முரணாக, சீமான் அண்ணன் அநியாயத்திற்கு எங்களை அவருக்கு அறிமுகப்படுத்தினார். திராவிட மரபின் மிகை அண்ணனிடம் கொட்டிக் கிடந்தது. எல்லாவற்றிற்கும் பதில் அச்சிரிப்பு மட்டுமே.

"சாப்பிடலாமா?" என்ற முதல் வார்த்தை, அத்தனை சிக்கனத்தோடு அவரிடமிருந்து வந்து விழுந்தது.

காத்திருந்ததுபோலக் கலைந்து, உணவு மேடைக்கெதிரே உட்கார்ந்தோம். மணக்க மணக்க கருவாட்டுக் குழம்புடன் சுடுசோறு தின்றோம். இன்னும் கொஞ்சம் நெருக்கத்தை கருவாட்டுக் குழம்பு கொடுத்தது.

நான்தான் பேச ஆரம்பித்தேன். பிதாமகன் பற்றி, என் உணர்வில் இருந்ததையெல்லாம் வார்த்தைப்படுத்தினேன். நான் அதில் உச்சமெனக் கருதிய காட்சிகளை விவரித்தேன். 'கொஞ்சம் அதிகமோ' என எழுந்த உள்ளுணர்வை உள் அழுத்தி உரையாடினேன்.

'ம்' என்ற வார்த்தைகளுக்கு மேல் அவரிடமிருந்து எதுவுமில்லை.

அப்போதுதான் 'பாலா'வை உற்றுப் பார்த்தேன். அவரின் முழுக் கவனமும் என்னில் மட்டுமே நிலைத்திருந்தது. கவனச் சிதறல் எதுவுமின்றி என் வார்த்தைகளையே உள்வாங்கிக் கொண்டிருந்தார். நான் உடனேயே ஒரு முடிவுக்கு வந்தேன். இக்கலைஞனின் மொழி மௌனம். மௌனத்தால் இவன் மனித வாழ்வின் குரூரத்தை அளக்கிறான். யாரும் பொருட்படுத்தாமல், சமூகத்தின் விளிம்பில் கிடக்கும் மனிதர்களின் மாட்சிமையை, மேன்மையை, ரௌத்திரத்தை மொத்தமாகப் பருக இம்மௌனம் மட்டுமே இவனுக்கு பலம். இவனிடமிருந்து வார்த்தைகளை எதிர்பார்ப்பது என்பது நம் அறிவீனம். பெருவனத்தில் உறைந்திருக்கும் அமைதியை, நம் பாத சப்தங்கள்கூடக் கலைத்துவிடும்.

நான் பேசுவதைச் சட்டென நிறுத்தி, இன்னொன்றுக்குத் தாவினேன்.

"உங்களுக்கு ஜெயகாந்தனை ரொம்பப் பிடிக்குமா?"

"சிங்கமில்ல அது!"

"அவரைத் தனியா சந்திச்சிருக்கீங்களா?"

"எதுக்கு?"

என் பொதுப்புத்திக்கு 'எதுக்கு?' உறைத்தது. இருந்தாலும் மறைத்துக் கொண்டு,

"இல்ல சார், அவருடைய நண்பர்கள் சந்திப்பின் 'சபை' ரொம்பப் பிரபலம். ஒரு இரவு நீங்க அவரோடு உட்காரலாமே."

"தேவையேயில்லை சார். அமெரிக்கன் காலேஜ் விழாவுலதான் அவர ஒரு சிங்கமாபாத்தேன். அந்த உருவம் அப்படியே எனக்குள்ள கிடக்கட்டும். எதுக்கு அவரை நேரா பாத்து அது சிதையணும்?"

நம் வழக்கங்கள்மீது 'பாலா' ஒரு ஆசிட் பாட்டிலை எடுத்து வீசினார். அதுவரையிலான என் மதிப்பீடுகள் கணத்தில் பொசுங்கியது. 'நான் கடவுள்' பார்த்தேன். படம் எனக்குப் பிடித்தும், பிடிக்காமலுமிருந்தது. 'ஆர்யா' அதன்பிறகு எப்படத்திலும் நடிக்கக் கூடாதென நினைத்தேன். உச்சம் தொட்ட எதுவும், அதன் கீழிறங்குவதில் எப்போதும் எனக்குச் சம்மதமில்லை. படம் பார்த்த அன்றிரவே பாலாவைத் தொலைபேசியில் அழைத்தேன். படம் பற்றிய என் மன உணர்வுகளைப் பகிர்ந்து கொண்டேன். எல்லாவற்றிற்கும் ஒரு 'ம்ம்' மட்டுமே.

"ஷைலஜா பக்கத்துல இருக்காங்களா?"

நான் என் கைபேசியை அவளிடம் கொடுத்தேன்.

"இப்பதான் சார் படம் பாத்துட்டு வந்தோம். இன்னும் வீட்டுக்குள்ளகூட நுழையல..." அதற்கடுத்த இருபது நிமிடமும் அவளிடமிருந்து 'ம்' மட்டுமே வந்து கொண்டிருந்தது. என்னையே நம்ப முடியவில்லை எனக்கு. கைபேசி மாறிவிட்டதா என்ன? அவர் எதிர்முனையில் பேசப் பேச, இவள் 'ம்' சொல்லிக்கொண்டிருந்தாள். நான் அவளையே பார்த்துக் கொண்டிருந்தேன். இடையிடையே துளிர்த்த கண்ணீரைத் துடைத்துக் கொண்டாள். உரையாடல் முடிந்து இருவரும் கொஞ்சநேரம் பேச்சற்று இருந்தோம்.

"என்ன ஷைலஜா, வழக்கத்துக்கு மாறா இவ்ளோ நேரம் உங்கிட்ட மட்டும் பேசினாரு?"

"இல்ல பவா, 'நான் கடவுள்' பற்றி ஆரம்பிச்சேன். உடனே அதை மறிச்சி, அத விடும்மா, இன்னிக்கு ஒரு படம் எடுக்கலாம், எடுக்காத போகலாம். ஆனா, எங்கப்பாவை நீங்க நல்லா பாத்துக்கிறீங்களே! அது போதும் எனக்கு'

இவளுக்கு எதுவும் புரியாமல் விழிக்க,

"அவரு அப்படி ஒண்ணும் யார் வீட்டுக்கும் போற ஆள் இல்லம்மா, மானஸ்தன். மனசுக்கு நூறு சதவீதம் புடிச்சாதான் ஒரு வீட்டு வாசல்ல காலெடுத்து வைப்பாரு. அவருக்கு மனசுக்கு உகந்த புள்ளைங்களா நீங்களும் பவாவும் இருக்கீங்க. அது யாருக்கும் கிடைக்காத பெரும் பாக்கியம்."

அவளுக்குப் புரிந்துவிட்டது, தன் குருவை அப்பா ஸ்தானத்தில் வைத்துப் பார்க்கும் அந்த மனதை. கண்களில் நீர் கோர்த்தது அப்போதுதான்.

உண்மையில் யாருக்கும் கிடைக்காத பெரும் பாக்கியம்தான், 'பாலு மகேந்திரா' என்ற அந்த இந்தியத் திரைப்பட மேதை, எங்கள் இருவரையும் தன் பிள்ளைகளாக சுவீகரித்தது. அதற்கான நன்றி சமர்ப்பணங்கள் மட்டும் அவர் மௌனத்தை மீறி வார்த்தைகளாக மாறி வந்தன.

என் அவதானிப்பு சரிதானாவென்று தெரியவில்லை. ஆனா நிஜம், பாலாவின் அம்மா, அப்பா, மனைவி, ஸ்நேகிதி, நண்பன், குரு, கடவுள் எல்லாரையும்விட உயர்ந்த இடத்தில் பாலா எப்போதும் வைத்திருக்கும் ஒருவர் உண்டு. பாலா உயரும் ஒவ்வொரு விநாடியையும் தூரத்திலிருந்து சுவாசித்துக் கொண்டிருக்கும் அந்த ஜீவனின் பெயர் அகிலாம்மா*

'அகரம்' நிகழ்வு ஒன்றின் விஜய் டி.வி. படப்பிடிப்பிற்காக ஏவி.எம். ஸ்டூடியோவிலிருந்தேன். ஒரு தேநீர் இடைவேளையில் நானும் ஷைலஜாவும் வெளியே வந்தபோது, எதிர்பாராமல் எங்களிருவரையும் பார்த்து, பதறி எழுந்து கைகுலுக்கி, 'சூர்யா'வை அழைத்து "சூர்யா, ஒருமுறை இவங்க வீட்டுக்கு போய்வா" எனச் சொல்ல, அவர் எதுவும் புரியாமல் என்னோடு கைகுலுக்க, பாலா என்ற கலைஞன் தன் நட்பின் பொருட்டு எங்கள் இருவரின்மீதும் வைத்திருக்கும் மரியாதையையும் தாண்டி பிரியம் வழிந்தது.

'நான் கடவுள்' பார்த்த கணம் இருந்த மனநிலையே 'அவன் இவன்' பார்த்தபோதும் இருந்தது. இதுவரை தமிழில் யாரும் பயணிக்காத பகுதியென்ற பெருமிதமும், இதுமட்டுமே ஒரு சிறந்த படத்திற்குப் போதுமாவென்ற போதாமையையும் என்னை ஒரு

முடிவுக்கு வரவிடாமல் அலைக்கழித்தன. விளிம்புநிலை மனிதர்களின் பாசமும், கொண்டாட்டமும், ரௌத்ரமும் எப்போதும்போல பாலாவுக்குச் சுலபமாகப் பிடிபட்ட இப்படத்தில், ஏதோவொன்று தவறியிருந்தது. அது எதுவெனப் புள்ளிக் குத்த முடியாமல் தவித்தபோதுதான் நாசர் வந்திருந்தார்.

"பவா, 'அவன் இவன்' பாத்தீங்களா? படம் பிடிச்சிருந்திச்சா?"

நான் மௌனமாக அவரையே பார்த்தேன். சிரித்துக்கொண்டே மேடைக்குப் போய்விட்டார். அந்நிகழ்ச்சி முடிந்து நானும் நாசரும் காரில் பயணிக்கும்போது, காலையில் விட்ட இடத்தை கவனமாகத் தொட்டு, "அவன் இவன் பாத்தீங்களான்னு கேட்டேன்" என ஆரம்பித்தார். அது ஒரு விவாதத்திற்கான அழைப்பு. தர்க்கத்திற்கான சவால்.

"பார்த்தேன் சார், அந்தப் படத்தை என்னால நல்ல படமான்னு வகைப்படுத்தத் தெரியல."

முன்சீட்டிலிருந்து, என் பக்கம் திரும்பி,

"அது, உலக மகா காவியம் பவா"

ஒரு நிமிடம் அதிர்ந்தேன்.

"என்ன சார், சொல்றீங்க?"

"இதுவரை வந்த தமிழ்ப்படங்களில் ஒரு பார்வையாளனுக்கான சவால்கள் இதில் மட்டும்தான் உள்ளது. கலையின் உன்னதம் எனப் போற்றப்படும் 'அன் டோல்டு ஏரியா' இப்படத்தில் மட்டுமே கொட்டிக் கிடக்கிறது. ஒரு மகத்தான நாவலில், இப்படியான சொல்லப்படாத பகுதியிலிருந்துதான் ஒரு நுட்பமான வாசகன் தனக்கான கதையை தொடங்குவான். அதேபோல்தான் இப்படமும்" என ஆரம்பித்து, அப்படத்தின் நுட்பங்கள், அசாத்தியங்கள் என குறைந்தது அரைமணி நேரம் பேசிக்கொண்டே போனார்.

"இப்புரிதல்களோடு தயவுசெய்து இன்னொருமுறை அப்படத்தைப் பாருங்க பவா. பாலா, நம் காலத்திய அசலான கலைஞன்" என அவ்வுரையாடலை முடித்தார்.

அன்றிரவு முழுக்க, அவர் சொன்ன நுட்பங்கள் என்னில் வந்து

கொண்டேயிருந்தன. உதாரணத்திற்கு, அய்னஸின் சொத்துக்களை மட்டுமல்ல, அவரின் மனைவியையும் அபகரித்துக் கொள்கிறான் அவன். அது, படத்தில் நேரடியாகச் சொல்லப்படவில்லை. ஓரிரண்டு வசனத்தில் அல்லது காட்சிகளில், ஒரு கவனமான பார்வையாளனின் மனம் குதூகலிக்கும் இடம் அது. உதாரணத்திற்கு, ஆர்யா அந்த அபகரித்துக் கொண்டவனின் மகளைக் காதலிப்பதாக விஷாலிடம் சொல்லும்போது,

''அது எப்படிடா முடியும்?'' என வானத்திற்கும் பூமிக்குமாக விஷால் குதிப்பான். அதில் சொல்லப்படாத பகுதி, ''அது எப்படி சாத்தியம்? அவ உனக்கு தங்கச்சி மொற'' அதேபோல ஒவ்வொருமுறை அபகரித்தவனை திரையில் காண்பிக்கும்போதும் ஆர்யா, விஷால் அம்மாக்களால் மிகுந்த அருவருப்பான ஒரு ஜந்துவைப்போல அவனை உடல்மொழியால் எதிர்கொள்வதை, அய்னஸ் மாதிரியான ஒரு மேன்மையான மனிதனின் சொத்துக்களையும், மனைவியையும் அபகரித்தவன் என்பதை, ஊடகத்தில் சினிமா மொழியில் இப்படித்தான் சொல்ல முடியும். பக்கம் பக்கமான வசன நிரப்புதல்கள் ஒரு மெலோ ட்ராமாவாக முடியுமே தவிர, ஒரு நல்ல சினிமாவாக வாய்ப்பே இல்லை.

என்னில் பொங்கிப் பொங்கி வந்த சந்தேகங்களை நாசர் சொன்ன செய்திகள் தீர்த்து வைத்துக் கொண்டிருந்த ஒரு மூன்றாம் ஜாமத்தில், நான் பாலாவை அழைத்தேன்.

''சார், பவா. ஸாரி இந்த நேரத்துல...''

''அதெல்லாம் ஒண்ணுமில்ல சொல்லுங்க.''

''நேத்து நாசர் வந்திருந்தார்.''

''ம்..''

''அவர், அப்படத்தை 'உலக மகா காவியம்' என புகழ்றார்.''

''ஓ''

''நீங்க சொல்லாமவிட்ட ஒவ்வொரு காட்சியையும் அவர் விவரிக்கிறார்.''

''ம்''

''உதாரணமா...''

ஒன்று, இரண்டு, மூன்று, நான்கென நான் நாசரின் வார்த்தைகளை பாலாவுக்கு வரிசைப் படுத்துகிறேன்.

"ரொம்ப நன்றி பவா சார்."

தொலைபேசி அணைந்து ஏற்பட்ட அமைதி, என் அறையை நிறைத்தது.

இவரை என்ன செய்வது?

எல்லா உணர்வுகளையும் மௌனத்தால், ஒரு 'ம்'மால் மட்டுமே உள்வாங்கும் ஒரு கலைஞனின் பழக்கமென்றோ, எழுதி முடித்த அல்லது எடுத்து முடித்த ஒரு படைப்பைத் திரும்பிப் பார்க்கவும் சலிப்புற்று அடுத்ததை நோக்கிப் பயணிக்கும் ஒரு தகிக்கும் மனநிலையெனவோ, நான் இம்மௌனத்தைப் புரிந்து கொண்டேன்.

தீண்டல் வேண்டி காலம் காலமாய் காத்திருக்கும் ஒரு முதிர்கன்னியின் திமிர்ந்த உடலைப்போல, இன்னமும் கம்பம் பள்ளத்தாக்கின் உறைந்த மௌனம், தன்னையறிந்த ஒருவனின் ஸ்பரிசத்திற்குக் காத்திருக்கிறது. அது பாலா என்ற அசல் கலைஞனின் கைப்பட்டே அடங்கும்.

பாலு மகேந்திரா சாரின் சினிமாப் பட்டறையில், அவரின் முன் நீண்ட நேரம் நின்று கொண்டிருந்தேன். பாலாவின் தேசிய விருது சான்றிதழ் அங்கே மாட்டப்பட்டிருந்தது.

"என்ன பவா, பாக்கறீங்க அவ்ளோ நேரம்?"

"ஒண்ணுமில்ல சார், பாலாவோட நேஷனல் அவார்ட். இது ஏன் சார் உங்க ஆபீஸ்ல...?"

அவர் புன்னகைத்தார். முகத்தில் பெருமிதம் பொங்கித் ததும்ப,

"உங்களுக்குத் தெரியாதா? அன்னிக்கு டைரக்டர்ஸ் ஃபங்ஷன்ல மணிரத்னமும் ரஜினியும்தான் இதை பாலாவுக்குத் தரணும். ஆனா, அதை இடைமறிச்சி, 'நான், எங்க டைரக்டர் கையாலதான் வாங்குவேன்'னு அடம் புடிச்சி, எங்கிட்ட இருந்து வாங்குனான். அதோடேயே நேரா இங்க வந்து, 'இது, இங்க இருக்க வேண்டியது'ன்னு அவனே ஆணி அடிச்சி மாட்டிட்டு போய்ட்டான்.

அவன் எப்பவுமே இப்படித்தான். என் அனுமதியையெல்லாம் எதிர்பாக்கறதுல்ல பவா.''

பாலா விட்டுவிட்டுப் போயிருந்த அந்த முரட்டு அன்பு, பாலுமகேந்திரா சாரின் அவ்வலுவலகம் முழுக்க காற்றின் பாடல் மாதிரி பரவியிருக்கிறது.

*அகிலாம்மா - பாலு மகேந்திராவின் துணைவியார்.

அள்ளிக் குடிக்க
ஒரு கை தாமிர பரணி நீர்

வண்ணநிலவன்

பவாசெல்லதுரை

வண்ணநிலவன்

"சொல்லுங்க வண்ணநிலவன். இலக்கியம், அது தந்த புகழ், ஒரு திரைப்படத்திற்கு வசனம் என்று வாழ்வு சந்தோஷமாக இருக்கிறதா?"

"இல்லை. இதைவிட தமிழ்நாடு அரசில், ஒரு கடைநிலை ஊழியனாகப் பணி கிடைத்து உள்ளூரிலேயே இருக்கும் வாய்ப்பு கிடைத்திருந்தால், இதைவிட சந்தோஷமாக இருந்திருப்பேன்."

இருபதாண்டுகளுக்கு முன் படித்த இந்நேர்காணலை, அப்படியே இடையில் நிறுத்திவிட்டு அழுதது ஞாபகம் வருகிறது. ஒரு உண்மையான எழுத்தாளனின் ஆத்மார்த்த பதிவு இவ்வரிகள். சொந்த ஊரில் நீர் குடித்து, மக்க மனுஷங்களோடு சேர்ந்து வாழவேண்டும் என்ற ஒரு எளிய ஆசையைக்கூட நிர்தாட்சண்யமாய் மறுதலித்தது காலம். அந்த நீண்ட நேர்காணலின் அற்புதமான பல பத்திகள் எனக்குள் புக மறுத்து, மீண்டும் மீண்டும் இவ்வரிகளே முன்னுக்கு வந்தன.

நோபல் பரிசு பெற்ற 'பேர் லாகர்க்விஸ்ட்டின்' 'அன்புவழி'க்கு கொஞ்சமும் குறைவில்லாத படைப்பு, 'கடற்புரத்திலும்', கம்பாநதியும்' என்பது எப்போதுமே என் கருத்து. பிரபஞ்சன் ஒரு கூட்டத்தில் எப்போதோ சொன்னது அசரீரி மாதிரி எதிரொலிக்கிறது.

"வண்ணநிலவன் இயேசு கிருஸ்து மாதிரி. மன்னிக்கும் மனம் படைத்தவன்"

நான் என் வாசிப்பில் வண்ணநிலவனின் படைப்புகளில் ஒரு குரூர மனிதனை, வன்மமானவனைத் தேடுகிறேன். இல்லை.

மனிதர்கள் எல்லோருமே ஏதோ ஒரு வகையில் உன்னதங்கள்தான். சில சமயங்களில், அவனை ஏதோ ஒன்று நிலை தடுமாற வைக்கிறது. அவ்வளவுதான். இதுதான் அவரின் எழுத்து நதியின் அடியாழத்தில் பெருகும் ஜீவ ஊற்றின் இரகசியம்.

'கம்பாநதி'யில் கோமதியும், பாப்பையாவும் டீச்சர் ட்ரெய்னிங் இண்டர்வியூக்குப் போவார்கள். தங்கள் இருவரின் பெயரைச் சொல்லிக் கூப்பிட இன்னும் நீண்ட நேரம் ஆகும் என்ற நம்பிக்கையில், இருவரும் அங்கிருந்து வெளியேறி ஒரு மரச் செறிவினூடே பேசிக் கொண்டிருப்பார்கள். எதிர்பாராமல் ஒரு மதிய நேர மழைப் பொழிவு. மழை முடிந்து, இலை நீரின் சேமிப்பிலிருந்து நீர் சொட்டும் அக்கணமே அவர்கள் இருவரையும் சமநிலைக்குக் கொண்டு வரும்.

இருவருமே வேலை தேடி வந்தவர்கள். இதில் கிடைக்கும் ஊதியத்தில்தான் சிதைந்த குடும்பம் எழ முடியும். இப்படி ஏதேதோ எண்ணங்கள் ஓரிரு விநாடிகளில் மின்னல் மாதிரி மனதில் மோத, இருவருமே ஒருவரை ஒருவர் இதுவரை அறிந்திராதவர்கள் மாதிரி இண்டர்வியூ நடக்கும் கலெக்டர் ஆபீஸ் வராண்டாவை நோக்கி ஓடுவார்கள். அந்த கணம் இருவரும் வெவ்வேறானவர்கள். ஒருவர் மீது இன்னொருவர் அன்பற்றவராக, எதுவுமற்றவர்களாக இருப்பார்கள்.

இதுவரை தங்கள் பெயர் அழைக்கப்படவில்லை என்பதை அறிந்ததும், அவ்விநாடியே மீண்டும் நேசம் துளிர்க்கும். அவர்களிருவரும் பழைய அன்பில் கரைய முயல்வார்கள். ஆனால் அது அறுந்து போயிருக்கும். நான், அப்பகுதியை அதற்குமேல் தொடர முடியாமல், புத்தகத்தை மூடி வைத்துவிட்டு, அப்படியே கிடந்த அந்த இருபது வருடத்திற்கு முந்தைய இரவு நினைவில் வருகிறது.

என் வேலை கிடைக்காத நாட்களின் ரணம், இன்னமும் ஆறாதது. அது ஒரு நிழலைப்போல என்னைத் தொடர்கிறது. அக்காலங்களிலெல்லாம் நான் மாறி மாறி வண்ணதாசனையும், வண்ணநிலவனையும் படித்தேன். ''என் வேட்டி நுனிகூட இப்பற்சக்கரத்தில் மாட்டி நசிந்துவிடவில்லை'' என்ற

வண்ணதாசனின் பிரகடனம், அவர் படைப்பின் வழியே வேறொரு அன்பு நிறைந்த மனிதர்கள் மத்திக்கு என்னை அழைத்துப் போயினும்கூட, அம்மனிதர்கள் என்னிலிருந்து கொஞ்சம் மேட்டிலிருந்தார்கள். அவர்களை அடைய நான் கொஞ்சம் மெனக்கிட, இன்னும் கொஞ்சம் நடக்க வேண்டியிருந்தது. ஆனால், வண்ண நிலவனின் உலகம் என்னிலேயே விரிந்திருந்தது. பாப்பையாவின் ஸ்நேகிதி, என் காதலியைப் போலவேயிருந்தாள். தெப்பக்குள மத்திய வெயிலில் பிரகாசித்த அவள் கொலுசு, நான் வாங்கித் தந்ததுதான்.

அந்த இண்டர்வியூ முடிந்து, அவர்களிருவரும் தெப்பக்குளத்து கருங்கல் படிக்கட்டில் உட்கார்ந்து, கால்களை நீரில் நனைத்து, குளிர்ச்சி உடலெங்கும் பரவ பேசிக்கொள்வதாக விரியும் அந்த ஒண்ணரைப் பக்கமும், தமிழ் படைப்பிலக்கியத்தில் அதற்கு முன்னும் அதற்குப் பின்னும், இத்தனை வருட வாசிப்பில் நான் அடைய முடியாத உச்சம்.

சின்ன வயதில் கிருஸ்துவ குடும்பங்களில் பைபிள் அதிகாரங்களை ஒப்பித்தால்தான் பல வீடுகளில் ஒரு டம்ளர் காபி கிடைக்கும். அப்படி மனப்பாடம் பண்ணி வாசிக்க ஆரம்பித்து, சங்கீதத்தின் வசனங்களில் மனம் தோய்ந்து கவிஞனாகிப்போன இளைஞனின் அனுபவம்போல, எனக்கு வண்ணநிலவனின் உரைநடையில் துவங்கி, கவிதையில் போய் நின்றது.

எனக்கு ஒரு எழுத்தாளன் என்பவன் எப்படி இருக்க வேண்டுமென ஒரு பிம்பம் உண்டு. ஒன்று, பழைய ஜெயகாந்தனைப்போல சமூகத்தின் எல்லா நிகழ்வுகளுக்கும் ரௌத்திரத்தோடு எதிர்வினையாற்றி, தனக்கு சரியெனப் படாததை மூர்க்கத்தோடு எதிர்ப்பது அல்லது வண்ணநிலவனைப்போல மௌனமாய் தன் எழுத்தின் வழியே சமூகத்தைப் பிரதிபலிப்பது. இதுவன்றி ஒரு படைப்பாளி வேறு மாதிரியான வழிகளுக்குப் போகக்கூடாது. தனக்குக் கிடைக்கவிருந்த, கிடைத்த பல பரிசுகளை அது எத்தனை பெரிய தொகையாயிருப்பினும், அதை அவருக்கே தெரியாமல் அவர் நிராகரித்துள்ளார்.

மேடைகளில் ஏறி நின்று ''தன் எழுத்து .....'' என ஆரம்பித்து, தன்

எழுத்தை தானே சிலாகிக்கும் துர்பாக்கியத்தை அவர் என்றும் பெற்றதில்லை. முடிந்தவரை தான் எழுதியதற்கும் மேலாய், அதற்கு உண்மையாய் இருந்தது ஒன்றே அக்கலைஞனைக் காலம் என்னுள் அப்படியே வைத்திருக்கிறது. தமிழ்த் திரைப்படங்களின் மேன்மையான வரிசைப்படுத்தலில், எல்லோர் பட்டியலிலும் ஒரு பெயர் நிச்சயமிருக்கும். அது, 'அவள் அப்படித்தான்'

அப்படத்திற்கு வண்ணநிலவன்தான் வசனமெழுதினார். எப்படியாவது அப்பட பூஜைக்கு அவரை வரவழைக்க வேண்டி, இயக்குநர் ருத்ரைய்யா செய்த முயற்சி வென்றது. வண்ணநிலவன் வந்திருந்தார். பூஜை முடிந்து அப்படத்தில் பணியாற்றப் போகும் கலைஞர்களுக்கென வாங்கிக் குவித்திருந்த வண்ணப் பூமாலைகள் அவரை பயமுறுத்தியதோ என்னவோ? அதற்குள் மௌண்ட் ரோடில் வெகுதூரம் நடந்து போய்க் கொண்டிருந்தார். இச்சுருக்கம்தான் வண்ணநிலவன் என்ற காட்டாறு.

எப்படியாவது ஒருமுறை வண்ணநிலவனை என் வாழ்நாளில் சந்தித்துவிட வேண்டும் என தொண்ணூறுகளில் மனம் ஏங்கித் தவித்தது. அவரைப் பார்ப்பதற்கென மட்டும் என் நண்பர் ஓவியர் பல்லவனோடு பஸ் ஏறி, மேற்கு மாம்பலம் போய், அவர் வீட்டின் முன் நின்றபோது மத்தியானம் மூன்று மணியிருக்கும். மெல்லக் கதவைத் தட்டினேன். ஓசைப்படாமல் திறந்த கதவின் மறுபக்கத்தில், ஒரு நாலு முழ வேட்டி, முண்டா பனியனோடு வண்ணநிலவன். ஒரு கீத்து மாதிரி இருவரும் ஒருசேர புன்னகைத்துக் கொண்டோம்.

என்னை அவருக்குத் தெரிந்தது. ''உம்மைத் தெரியுமய்யா'' என ஆரம்பித்த எங்கள் உரையாடல், எதன்பொருட்டோ அறுந்தது. அசதியில் தூங்கி வழிந்த என் கண்களைக் கவனித்தவர், ''மொதல்ல அப்படியே அந்த சோபாவில தூங்குங்க. அப்புறமாப் பேசலாம்'' என்றார்.

நான் என் உள்ளுணர்வுகள் முதற்கொண்டு புத்துணர்வு பெற முயன்றேன். அமரத்துவமான பல சிறுகதைகளை நான் வண்ணநிலவன் வழியேதான் அடைந்திருக்கிறேன். இன்னமும் அதை கதகதப்போடு அடைகாக்கிறேன். 'ரெய்னீஸ் அய்யர் தெருவில்' மழை எல்லோரையும் புரட்டிப்போடும் அற்புத

காட்சியாகட்டும், அதைவிடவும் டெய்சி டீச்சரை சொஸ்தப்படுத்தி கூட்டிவரும் அழகாகட்டும். வண்ணநிலவனே என் மனதிலிருந்த வன்மத்தை, குரூரத்தை, தன் எழுத்தின் வழியே ஒத்தியெடுத்து, எளிய மனிதர்கள் வழியே அன்பை அறியத் தந்தார்.

உலகப் புகழ்பெற்ற அவரின் 'எஸ்தர்', எப்போது மனம் புண்படினும் சஞ்சலத்தில், உழலும்போதும், அதுவே என் காயத்தை ஆற்றும் 'மா' மருந்து. இத்தனை ஆண்டுகளின் மாறுதல்கள், ஒரு கதையின் தலைப்பை மறக்கடித்து விட்டிருக்கலாம். ஆனாலும் அக்கதை, பிறந்த குழந்தையின் கழுவப்படாத இரத்தக் கறையோடும் ரத்தக் கவிச்சியோடும் அப்படியே கிடக்கிறது.

வண்ணநிலவனின் வழக்கமான கதை மாந்தர்கள் போலவே அவனும் ஒரு ஜவுளிக் கடையின் குமாஸ்தா. மூன்றுவேளை உணவும், பண்டிகைக்கான சீட்டித் துணியும் மட்டுமே வாழ்வின் உத்தரவாதம். வறுமைப் பிடுங்கித் தின்னும் அவன் வாழ்வின் துணையாக, ஒரு பேரழகி. அவனுக்கு மனைவியாய் வாய்த்திருப்பாள். அவ்வப்போது அவனோடு, 'அவன் ஸ்நேகிதன்' என்று சொல்லிக்கொண்டு ஒருத்தன் வருவான். அவன் முகம் பார்த்தாலே அவளுக்குக் குமட்டும். இப்படிப் பெருகும் குமட்டல்களை உள்ளடக்கி, உள்ளடக்கியே கழிந்துவிடுகிறது பெண் மனது.

எல்லா ஆண்களைப்போலவே அவனுக்கும் அவள் உள்மனசை வாசிக்கத் தெரியாது. வீட்டிற்கு வரும்போதெல்லாம் அவனும் உடன் வருவான். அவளையே உரித்து வைத்ததுபோல அவள் குழந்தை. அவள் தோளிலிருந்து அவன் கை ஸ்பரிசம் பட்டு அவன் கைகளுக்குக் குழந்தை மாறியிருக்கும்போது, ஐந்து விரல்களின் விஷத் தீண்டல்களில் அவள் மார்பு நீலம் பாரிக்கும். ஒவ்வொரு முறையும் இந்த இரகசியக் கழுவேற்றம் அவனாலேயே அவளுக்கு நிகழும். அவள் குமட்டலை வழக்கம்போலவே அடக்கிக் கொள்வாள்.

"பாப்பா எவ்ளோ அழகு, அவ அம்மாவப்போலவே" என்று குழந்தையின் கன்னம் தட்டும் பொழுதெல்லாம் அவளுக்குத் தெரியும், அது அவளுக்கான கொஞ்சல், அவளுக்கான அழைப்பு.

வாழ்வெல்லாம் தொடரும் இந்த அருவருப்பை எப்படித் துடைப்பது? அவள் மௌனமாய் அன்று இருவருக்கும் இலை போட்டுப் பரிமாறினாள். அவள் எதிர்பார்த்ததுபோலவே அவன் இரகசியமாய் பரிமாறும் கை தொட்டான். இதுநாள்வரை உள்ளுக்குள்ளேயே பெருகிய கண்ணீரில் ஓரிரு சொட்டுகள் அவள் கணவனின் இலையிலும் தெறித்தது. அப்போதும் அவன் ஏதும் அறியாதவனாய், மௌனமாய்ச் சாப்பிட்டுக் கொண்டிருந்தான். 'என் மன பாஷை உனக்குப் புரியலையா?' என அவனை ஏறெடுத்தாள்.

எப்படியாகினும் இதை அவனிடம் சொல்லிவிட வேண்டும். இன்று காலை குழந்தைக்கான லேக்டோஜன் தீர்ந்துபோனதைச் சொல்ல, எப்படி இன்னமும் தைரியம் வரவில்லையோ, அதுபோலவேதான் இதையும் சொல்ல முடியவில்லை. இரண்டிற்கும் கால நீட்டிப்பே வித்தியாசம். அவர்கள் வெளியேறிய கணப்பொழுதில், கதவை அறைந்து சாத்துகிறாள். சத்தம் அவனுக்குக் கேட்கவில்லை. ஜன்னலோரம் அவனை நிறுத்தி, தன் கணவன் அவனோடு பேசிக்கொண்டிருந்தது தெளிவாய்க் கேட்டது அவளுக்கு.

''அண்ணாச்சி, ஒரு ரெண்டு ரூவா கடனாத் தாறீங்களா? கொழந்தைக்கு பால்பவுடர் வாங்கணும்.''

அவளுக்குப் பொங்கிக் கொண்டு வந்தது வாந்தியல்ல. கண்ணீர்.

வண்ணநிலவன் சார் நீங்க சொன்னது மாதிரி எப்ப எங்க வீட்டுக்கு வருவீங்க? என் ஞாபகப்படுத்தல்களின் மிச்சங்களை உங்கள் முன் கொட்ட வேண்டும் எனக்கு.

ஸ்பானியச் சிறகுகளும் வீரவாளும்

எஸ். ராமகிருஷ்ணன்

எஸ். ராமகிருஷ்ணன்

''இன்றுவரை என் மனதில் எனக்கு இரண்டு வீடுகள் உண்டென்றே நம்புகிறேன். எந்த அகாலத்திலும் நான் இறங்கி உரிமையுடன் போகக்கூடிய இடங்கள் இரண்டு மட்டுமே உள்ளன. ஒன்று என் வீடு. இன்னொன்று பவாவின் 19, டி.எம். சாரோன்,'' சமீபத்தில் எஸ்.ராமகிருஷ்ணன் மதுரையில் நடந்த அவர் புத்தக விழாவில் இதைச் சொன்னபோது, நான் ரொம்பவும் கூச்சப்பட்டு மகிழ்ந்தேன்.

எனக்கும் ராமகிருஷ்ணனுக்குமான உறவு, ஏறக்குறைய கால் நூற்றாண்டையும் கடந்துவிட்டது. ''மதுரை அமெரிக்கன் கல்லூரியில் ஆங்கில ஒப்பீட்டு இலக்கியத்தில் எம்.ஃபில்., பண்ணுகிறான். ரொம்ப புத்திசாலிடா'' என்று வழக்கம்போல் கோணங்கிதான் ஒரு பின்னிரவில் எனக்கு ராமகிருஷ்ணனை அறிமுகப்படுத்தினான். உள்ளடங்கிய ஒரு சிரிப்போடு கைநீட்டிய ராமகிருஷ்ணனை இப்போதும் ஞாபகமிருக்கிறது.

அதன்பின் நாங்கள் பேசித் தீர்த்த இரவுகள், நடந்த பாதைகள், விவாதித்த இலக்கியங்கள், முரண்பட்ட தர்க்கங்கள் என்று இந்த இருபத்தைந்து வருடங்களும் அர்த்தபூர்வமாகவே உள்ளன. யதார்த்தமான கதைகளில் தமிழ் வாசக மனது தோய்ந்து கிடக்கிடையில், அதை சீண்டிவிட முடிவெடுத்த இரவுகூட, இப்போது நம்மைக் கடந்து விட்டிருக்கும் இதேபோன்றதொரு டிசம்பர் மாதம்தான்.

நான், கோணங்கி, ராமகிருஷ்ணன் மூவரும் விடிய விடியப் பேசி ஒரு முடிவுக்கு வந்தோம். 'தமிழில் யதார்த்தவாதக் கதைகளை

நிராகரிப்பது. ஃபேன்டசியான, மேஜிக்கல் ரியலிச கதைகளை முன்வைப்பது. இதை வெறும் வார்த்தைகளால் அல்லாமல் படைப்பால் முன்வைப்பது' என்ற முடிவின் உருவம்தான் 'ஸ்பானியச் சிறகுகளும், வீரவாளும்' என்ற தமிழ் - இலத்தீன் அமெரிக்கக் கதைகளின் தொகுப்பு.

ஜெயமோகன், எஸ்.ராமகிருஷ்ணன், கோணங்கி, ச.தமிழ்ச்செல்வன், பவா செல்லதுரை, ஜே.ஷாஜகான், போப்பு ஆகியோரின் தமிழ்க் கதைகளும், போர்ஹே ஆரம்பித்து, தங்கள் நவீனப் படைப்புகள் மூலம் உலக வாசகர்களையே பிரமிக்க வைத்துக் கொண்டிருந்த பல லத்தீன் அமெரிக்க படைப்பாளிகளின் கதைகள்வரை அத்தொகுப்பில் மொழிபெயர்த்துச் சேர்க்கப்பட்டன.

அடுத்த ஐந்தாண்டுகளுக்கும் மேலாக அசோகமித்திரனில் ஆரம்பித்து, ஒரு இளம் வாசகன்வரை அத்தொகுப்பை முன்வைத்தே தமிழ் நவீன இலக்கியத்தை மதிப்பிட்டனர். அப்பொன்னான காலங்களின் சேமிப்பு என்று இருப்பதெல்லாம் எங்கள் எல்லோருக்குள்ளும் ததும்பி நிற்கும் நினைவுகள் மட்டுமே.

ராமகிருஷ்ணனுக்கும் ஒரு குரு உண்டு. அவர்தான் ராமகிருஷ்ணனை அடையாளம் கண்டு, ரஷ்ய இலக்கியங்களைப் படிக்கத் தந்து, ரஷ்ய குதிரைகளின் குளம்படி சத்தங்களில் அவர் மனதைப் பறிகொடுக்கச் செய்தவர். அவர் ஒரு இலக்கியவாதியல்ல, அரசியல்வாதி. ஆனால், பல படைப்பாளிகளின் ஆதர்சம் அவர்தான். அப்போது ஒன்றிணைந்த ராமநாதபுரம், விருதுநகர் மாவட்ட சி.பி.ஐ(எம்) மாவட்ட செயலாளராயிருந்த எஸ்.ஏ.பெருமாள்தான் இன்றளவும் ராமகிருஷ்ணனின் ஆதர்சம்.

எஸ்.ஏ.பி. என்று எங்களால் பிரியத்தோடும், மரியாதையோடும் அழைக்கப்படும் அவர், ராமகிருஷ்ணனுக்கு மட்டுமின்றி, பாரதி.கிருஷ்ணகுமார், வெகுதூரத்திலிருப்பினும் எனக்கு என்று பலருக்கும் ஏதோ ஒரு வகையில் முன்னத்தி ஏர். 'வெளியில் ஒருவன்' என்ற ராமகிருஷ்ணனின் முதல் தொகுப்பில் ஆரம்பித்து, இன்று வெளிவந்திருக்கும் சமீபத்திய தொகுப்புகள்வரை எஸ்.ராமகிருஷ்ணன் எஸ்.ஏ.பி.யை நினைவு கூறத் தவறுவதில்லை.

இருபது ஆண்டுகளுக்கு முன்பே, ஏதாவதொரு கல்லூரியில் ராமகிருஷ்ணன் ஆங்கிலப் பேராசிரியராக போயிருக்கக் கூடும். அதை, நிர்தாட்சண்யமாக மறுத்தார். 'படைப்பின் துளிர்ப்பை கருக்கும் இக்கல்விக்கூடங்களுக்கு, வெளியிலிருந்து செயலாற்றுவது' என்ற அவரின் உறுதிதான், இன்று இக்கல்லூரிகளில் பல அவரிடம் ஒரு தேதி கேட்டு காத்துக்கிடக்கச் செய்திருக்கிறது.

தன் கவித்துவமிக்க மொழியில், தன் சிறுகதைகளை செதுக்கும் ராமகிருஷ்ணனுக்கு, அவர் இந்தியாவெங்கும் அலைந்து திரிந்த நாட்களின் அனுபவமும் கூடி வருகிறது. அதனாலேயே அவரால் தன் ஜீவனுள்ள படைப்புகளை இன்றளவும் நீர்த்துப் போகாமல் தர முடிகிறது.

எப்போதோ படித்த ராமகிருஷ்ணனின் ஒரு சிறுகதை ஞாபகம் வருகிறது. அவள் அலுவலகம் முடிந்து அவனோடு ஒரு பஸ்ஸில் ஏறி போய்க்கொண்டிருப்பாள். எங்கே போவதென்று இருவருமே திட்டமிட்டிருக்கவில்லை. இப்படி இலக்கில்லாத திட்டமிடாத பயணங்கள் மட்டுமே நம் உயிர்ப்பை நினைவுபடுத்தும்.

ஏதோ ஒரு மலையடிவார நிறுத்தத்தில் அவர்கள் இறங்கி, அம்மலையடிவாரத்தை நோக்கி நடப்பார்கள். லேசாகக் கறுக்கும் அவ்விருட்டில் அவளுக்கு இன்று புதிதாய் பிறந்தது போலவும், புதிதாய் நடப்பது போலவும் தோன்றும். அவளையறியாமல் அவள் விரல்கள் அவன் விரல்களோடு பிணைந்திருக்கும். இந்த பிணைப்பு வேண்டியே இத்தனை வருடமாய் மனதலைந்தது.

தன் பால்யத்தை அவ்விருட்டில் அவள் மீட்டுவாள். அப்பா செத்தப்புறம், ஒவ்வொரு இரவும் பயத்தில், ஆதரவு வேண்டி அம்மாவின் விரல்கள் பற்றி தூங்கின முன் இரவுகளும், அவள் விரல்களைப் பிரித்துப்போட்டு பாயில் கிடக்க, அண்ணனின் கைவிரல்கள் பற்றித் தூங்கின அம்மாவின் பின்னிரவுகள் மனதில் முட்டின. பற்றிக்கொள்ள ஒரு கை வேண்டி அவள் பால்யத்தில் ஆரம்பித்த பயணம், இதோ இவனின் தடிதடியான கைப்பிணைப்பிலேயே நிறைவடைகிறது.

அம்மா மீதும், தன் அண்ணன் மீதும் எழுந்த சொல்ல முடியாத ஒரு வெறுப்பு இதோ இவன் அருகாமையில் கருகுகிறது. இத்தனை வருட

வாசிப்பின் அடைக்காத்தலிலும் அப்படியே மனதின் கதகதப்பில் இக்கதை படிந்திருக்கிறது. நவீனத் தமிழ் இலக்கியத்தில் ராமகிருஷ்ணனின் பாய்ச்சல் நாம் அளவிட முடியாதது. கலை இலக்கியத்தின் அத்தனை துறைகளையும் தன்வசப்படுத்திக் கொண்டு இயங்குவதற்கான ஒரே காரணம், அவரின் இடைவிடாத வாசிப்பு மட்டுமே.

பைபிளை, இயேசுவின் வாழ்வை மறுவாசிப்புக்குட்படுத்தி ஏராளமான புனைகதைகளை அதிலிருந்து எடுத்தவர்களாக மலையாளத்தில் பால் சக்காரியாவையும், ஆனந்தையும் சொல்லலாம். இப்படி ஒரு படிப்பாளி தமிழில் இல்லையேயென அக்கதைகளை வாசிக்கும்போதெல்லாம் நான் நினைத்ததுண்டு. ஆனால், தன்னுடைய 'நட்சத்திரங்களோடு சூதாடுபவர்கள்' என்ற ஒரு சிறுகதையின் மூலம் ராமகிருஷ்ணன் சக்காரியாவையும், ஆனந்தையும் தாண்டிப் போயிருப்பார்.

மாட்டுத் தொழுவத்தில் துவங்கிய இயேசுவின் பால்யமும், கல்வாரி மலையில் அனுபவித்த துயரத்தின் முடிவுமே சிலுவையறைதல் என்பது நமக்கெல்லாம் தெரிந்த இயேசுவின் வரலாறு. அதற்கிடையே ஒரு மனிதனின் அதி உன்னதப் பருவமான இயேசுவின் பருவ வயது நம் நினைவில் இல்லை. அதையே நட்சத்திரங்களோடு சூதாடுதல் பேசுகிறது. நாம் தவறவிடக்கூடாத படைப்பு இது.

'யாமம்' நாவலின் வாசிப்பின்போது அதன் ஒவ்வொரு அத்தியாயத்திற்கும் அவரை அழைத்துப் போசியிருக்கிறேன். அந்நாவல் எனக்கு இன்னும் ஒரு அமைதியைத் தந்தது. அனைத்தையும் துறத்தல் என்ற தர்க்கம், என் சக மனிதன்மீது இன்னும் நேசத்தைக் கொடுத்தது.

இந்த நவம்பரில் சென்னையில் தொடர்ந்து ஏழு நாட்கள் உலக இலக்கியங்கள் குறித்த அறிமுகத்தை ராமகிருஷ்ணன் ரஷ்யன் கலாச்சார மையத்தில் நிகழ்த்தியது ஒரு பெரும் சாதனை. இதுவரை நிகழாதது. அவ்வுரையைக் கேட்க இலக்கிய வாசகர்கள் இடம் கிடைக்காமல் அலைந்தது, தரையில் உட்கார்ந்து கேட்டது எல்லாமும் ஜீவன் மிக்க அப்படைப்பிற்கும், ராமகிருஷ்ணனின்

அலங்காரமற்ற கவித்துவ உரைக்கும் கிடைத்த அங்கீகாரம்.

சமீபத்தில் ஒரு மழை மாலையில் நான், கோணங்கி, ராமகிருஷ்ணன் மூன்று பேரும் தொடர்ந்து வெவ்வேறு திசைகளிலிருந்து வெகுநேரம் பேசிக் கொண்டிருந்தோம். நிறைவடையாத அப்பேச்சை,

"டேய் ராமகிருஷ்ணா. ஒரு ஜோல்னாப் பையை மாட்டி, பஸ் ஏறி திருவண்ணாமலை வா. நீ புறப்படும்போது சொல்லு, நானும் கோவில்பட்டியிலிருந்து புறப்படுறேன். ரெண்டு பேரும் சேர்ந்து ஆட்டோ புடிச்சி பவா வீட்டுக்கு போவோம். அப்போ பேச ஆரம்பிச்சா நீ எப்ப திரும்புவேனு தெரியாது..."

கோணங்கி முடிக்கும்முன்பே, ராமகிருஷ்ணன்,

"ஒரு வாரம் ஆனாலும், ஒரு மாசம் ஆனாலும் அங்கேயே கிடக்கலாம்ணே."

ராமகிருஷ்ணன், வெயிலின் குழந்தை. அவரின் எல்லாப் படைப்புகளிலும் வெயில், ஒரு நிழல்போல அவரைப் பின்தொடர்வதை அவரை வாசிக்கிற எவராலும் உணர முடியும். அவர் காட்டும் வெயில் பிரதேசத்து மனிதர்கள், மனம் நிறைய அன்பைச் சுமந்தலைபவர்களாகவே இருக்கிறார்கள். 'யாமம்' நாவலில் மலையில் ஒரு திருடன் பிடிபடுவான். ரத்தமிளாறுகளாய் உருமாறியிருந்த அவன், முதுகோடு சேர்த்து ஒரு மரத்தில் கட்டப்பட்டிருப்பான். அம்மலையின் சொந்தக்காரர் கிருஷ்ணப்ப கரையாளர், அவனை மெல்ல நிமிர்ந்து பார்ப்பார். திருடனின் தீட்சண்யமான பார்வையை அவரால் எதிர்கொள்ள முடியாது.

"இவனை அவுத்து விடுங்க..." என்ற சொல்லின் தொடர்ச்சியாய்,

"போய் என்ன பண்ணுவே?"

"மறுபடியும் இதே மலையிலதான் திருடுவன்."

அப்பதிலில் அதிர்வுற்று,

"ஏன்?"

"இம்மலையைத் தவிர வேற எதுவுமே எனக்குத் தெரியாது."

இந்த உரையாடல் கரையாளரைத் தலைகீழாய்ப் புரட்டிப்

போடும். எதன் அதிகாரத்தாலோ இம்மலை எப்போதோ தனக்கு உடமையானது. இதன் நீளம், அகலம், இதில் உள்ள மரங்கள், கொடிகள், நீர்நிலைகள், சிறு அருவிகள், புதரின் மறைவில் உறங்கும் விலங்குகள் எதுவும் எனக்குத் தெரியாது. ஆனால், நான் இதன் உடமையாளன். அப்படியிருக்க, இம்மலை மட்டுமே தன் சுவாசமாய், இதன் ஒவ்வொரு அங்குல நிலப்பரப்பிலும் வாழும் இவன் எப்படி திருடனாவான்?

இக்கேள்வி கரையாளருக்கு மட்டுமல்ல, நம் எல்லோர் வாழ்விலும் ஏதோ ஒரு நாளில் நம்மை நோக்கியும் எழுகிறது. ராமகிருஷ்ணனின் ஒவ்வொரு எழுத்துக்குள்ளேயும் புதைந்திருக்கும் வாழ்வின் பெரும் இரகசியங்களும், சிக்கல்களும் ஒரு வாசகனை அந்த எழுத்துக்குள்ளேயே புதைத்துக் கொள்கிறது.

பத்தாண்டுகளுக்கு முன் ஒரு இலக்கிய நிகழ்வின் ஒருங்கிணைப்பில் தீவிரமாக இருந்த பொழுதில்தான் என் மகன் சிபி, ஒரு பஸ் விபத்தில் பலியானான்.

அதைக்கேட்டு நானும் ராமகிருஷ்ணனும், ட்ராட்ஸ்கி மருதுவும் ஓடினோம். ''அய்யோ, எங்கள் குடும்ப நட்சத்திரம் ஒன்று இப்பூமியில் புதையுண்டு போனதே'' என்று ராமகிருஷ்ணன் கதறியது எங்கள் எல்லோருக்குள்ளும் அப்படியே கிடக்கிறது. பல ஆண்டுகள் கழித்து எங்கள் மகனுக்கு ஒரு கல்லறை கட்டி அதில், 'இடையில் ஒரு நட்சத்திரம் மாதிரி மின்னி இங்கு ஒளிந்திருக்கிறான் எங்கள் சிபி' என எழுதி வைத்துவிட்டு இன்னமும் அவனைத் தேடிக் கொண்டிருக்கிறோம்.

ஒளியின் குழந்தை

மிஷ்கின்

மிஷ்கின்

ஈரோடுக்கு ஒரு இலக்கிய நிகழ்வுக்குச் சென்றிருந்தோம். வழக்கத்திற்கு விரோதமாக நானும் நண்பர் சங்கரும் அன்று இரண்டாவது ஆட்டம் சினிமாவுக்குப் போனோம். அறிந்திராத ஒரு ஊரில் என்ன படம், என்ன தியேட்டர் என்ற விசாரிப்புகளுக்கு எல்லாம் இடம் தராமல், இரண்டு மணி நேரத்தைக் கடத்தவேண்டும். அவ்வளவுதான். எதிர்பாராத தருணங்களில், எதிர்பாராத ஏதோ ஒன்று கிடைத்து விடுகிறதுதானே! அதேதான் அன்று எங்கள் இருவருக்குமே நேர்ந்தது.

படம் பார்க்க ஆரம்பித்த அரை மணி நேரத்தில் நானும் சங்கரும் வேறொரு அனுபவப் பயணத்தில் தனித்தனியே பிரிந்தோம். அருகருகே அமர்ந்திருந்த போதிலும்கூட, மனதளவில் எங்கெங்கோ எங்களை அழைத்துப் போய் அலைக்கழித்தது மிஷ்கினின் 'அஞ்சாதே'. என்னைவிடவும் சங்கர் அப்படத்தில் கரைந்திருந்தான். ஒவ்வொரு விநாடியும் அவன் முகம் பரவசத்தால் மிளிர்வதை என்னால் அத்தியேட்டரின் செயற்கை இருட்டிலும் கவனிக்க முடிந்தது.

படம் முடிந்து, பேச்சற்று, எங்கள் அறைக்குத் திரும்பினோம். இருவரிடமும் இருந்த சொற்களை அப்படம் உறிஞ்சியிருந்தது. மௌனமும், இயலாமையும், நிதர்சனமும் இன்னும் பெயர் தெரியாத ஏதேதோ எங்களை அமைதியாக்கி இருந்தது. அது மரண அமைதி என்பதை மட்டும் உடல்வழியே உணரமுடிந்தது.

எங்கிருந்து இவர்கள் இத்தனை அடர்த்தியோடு தமிழ் சினிமாவுக்குள் பிரவேசிக்கிறார்கள் என்பது மட்டும் ஒரு அகல்

மாதிரி என்னுள் எரிய ஆரம்பித்தது. நான், அந்த இயக்குநரின் முந்தைய படைப்பைத் தேட ஆரம்பித்தேன். புத்தகங்கள் கிடைப்பதுதான் தமிழ்ச் சூழலில் கடினம். டி.வி.டி. கிடைப்பது சுலபம்தானே?

அடுத்த நாள் இரவு 'சித்திரம் பேசுதடி' பார்த்தேன். இவன் ரூம் போட்டு, கைத்தட்டி, தயாரிப்பாளர்களுக்கு கதை சொல்லும் இயக்குநர் இல்லையென்றும், தகிக்கும் நெஞ்சோடு தமிழ் சினிமாவுக்குள் பிரவேசித்திருக்கும் இவன் நெருப்பு, அணைக்கப் படுவதற்கு முன் ஒருமுறை சந்திக்க வேண்டுமென முடிவெடுத்தேன்.

எங்கள் முதல் சந்திப்பு மிஷ்கின் அலுவலகத்தில் ட்ராஸ்கி மருது சாரோடு நடந்தது. மருது சார் என்னை அலுவலகத்திற்கு வெளியே அழைத்து,

"பவா, ஃபயர் இவன். ஒரு படம் பண்றோம். தமிழ் சினிமாவையே மெரட்ட போவுது பாருங்க" என்றார்.

எப்போதும் பெர்முடாஸ் போட்டு, டீ ஷர்ட்டோடு ரொம்ப மாடர்னான ஆள் மிஷ்கின். பேச்சு... பேச்சு... எப்போதும் பேச்சு. எனக்கு என்றுமே அலுப்புத்தட்டாத பேச்சு. லூயி புனுவலின் 'இறுதி சுவாசம்', என் நண்பர் ச.தேவதாஸால் மொழிபெயர்க்கப்பட்டு சென்னையில் வெளியீட்டு விழா நடத்தினோம். பிரபஞ்சன், மருது, மிஷ்கின் மூவரும் புனுவலின் வாழ்வு குறித்தும், சினிமா குறித்தும் மிக அந்தரங்கமாகப் பேசின ஒரு சிறு சந்திப்பு அது. அக்கூட்டத்தில் மிஷ்கின் மிக அற்புதமாகப் புனுவலின் தோளின்மீது ஏறி நின்று பேசினான். உண்மைக்கு வெகு அருகில் நின்றிருந்தான். அந்தப் பேச்சில் நான் கரைந்திருந்தேன்.

அந்த அரங்கிலிருந்து எல்லோரும் வெளியேறியபின், நானும் மிஷ்கினும் மட்டுமே மீந்திருந்தோம். அவ்வறையை வியாபித்திருந்த அப்பேச்சின் மணம், என்னை ஒன்றுமில்லாமல் ஆக்கிக் கொண்டிருந்தது. 'போய்விடு, போய்விடு' என்று ஏதோ ஒன்று என்னை நெட்டித் தள்ளியது. ஆனால், உள்மனம் அங்கேயே இருக்கவே விரும்பியது. எப்போதாவது நேர்கின்ற அபூர்வ மனநிலை இது. மிஷ்கினே அதைக் கரைத்து, என் கைப்பிடித்து தன் அலுவலகத்திற்கு அழைத்தார். ஒரு பெரிய அனுபவ

அடைதலுக்கான அழைப்பு அது என்று எங்கள் யாருக்குமே தெரியாது.

பிரபஞ்சன், ஜி.குப்புசாமி, கடற்கரய், வைட் ஆங்கிள் ரவிஷங்கர், ச.தேவதாஸ் என்று நீண்ட அந்தக் குழுவில், மொத்தம் பதினாறு பேர் இருந்தோம். மதிய உணவுக்குப்பின் நாங்கள் எதிர்பாராத ஒரு கணத்தில் மிஷ்கின் தன் தனியறைக்கு அழைத்து, 'நந்தலாலா'வை எங்களுக்குத் திரையிட்டார். படம் திரையிட்டவுடன் அவர் அங்கிருந்து வெளியேறினார். நான் அவர் படுக்கையில் படுத்திருந்தேன். என்னருகே பத்திரிகையாளரும் கவிஞருமான கடற்கரய். அந்த இருட்டில், நண்பர்களின் இருப்பிடங்களைத் துழாவினேன். எல்லோருக்குள்ளும் ஏதோ ஒரு ஆர்வமும், பரவசமும் இருந்தது. நாங்கள் அல்லது நான், அன்று அடைந்த ஒரு மனநிலையை இதற்குமுன் எப்போதும் ஒட்டுமொத்த என் ஜீவிதத்தால் நான் தொடாதது.

மிஷ்கினின் உதவியாளர்களும், அவர்களின் அலுவலகமும், அதன் அன்றாட உலகமும் விசித்திரங்களால் ஆனது. கிட்டத்தட்ட அதில் ஒவ்வொருவரும் எம்.இ., எம்.டெக் படித்தவர்கள். வெறும் தகவல்கள் நிரம்பிய மூளைகளை வைத்துக்கொண்டு, ஒரு வட்டம்கூடப் போட முடியாது என்பதை வெகுகாலத்திற்கு பின்னரே நாம் அறிகிறோம். அவர்கள் கொஞ்சம் முன்னமே அறிந்தவர்கள். அந்த அலுவலகத்திற்குத் தடுப்பணையில்லை. அடுக்குகள் இல்லை. மனிதர்கள் எதன் அளவுகளிலும் பிரிக்கப்படவில்லை. அந்த வளாகத்தின் காற்றைப்போல அவர்கள் எல்லோருமே சமமானவர்கள். விவரிப்பது, விளையாடுவது, சமைப்பது, குடிப்பது, உண்பது என்று அதே மாதிரியான வாழ்வுதானெனினும், இது வேறு. சீட்டுக்கட்டுகள் அங்கு தாறுமாறாய்க் கலைந்து கிடக்கின்றன. அளவில்லாத கொண்டாட்டங்களினூடே தங்கள் கடந்த கால கசப்பைக் கரைக்கிறார்கள். அதிலும் இசைக் கருவிகளின் சத்தத்தில் தங்கள் உடலிலிருந்து பல அவமானச் செதில்கள் உதிர்வதை அந்த அவசரத்திலும் அவர்கள் கவனிக்கிறார்கள்.

ஒரு உதவி இயக்குநரின் வாழ்க்கை எத்தனை துயரங்களால் மூடப்பட்டிருக்கிறது என்பதை மற்ற எவரையும் விட மிஷ்கினே நன்கறிந்தவர். அந்த உரிமையிலேயே, ஒரு உதவி இயக்குநருக்கு

என்ன பெரிய வாழ்வு அனுபவம் கிடைத்துவிடப் போகிறது? அவன் அறிந்து கொள்ள வேண்டிய பெரிய கேன்வாஸ், அவனுக்கு முன்னால் வெறும் வெள்ளையாய் வானம் அளவிற்கு விரிந்திருக்கிறது. தொடர்ந்த வாசிப்பில் மட்டுமே ஒருவன் இதை நிரப்ப முடியும். அதன் ஒவ்வொரு அங்குல வெளியையும் அவன் தன் அனுபவ ரத்தத்தால் ஒத்தியெடுக்க வேண்டியுள்ளது என்பதை சற்றே உரிமையான வார்த்தைகளில் சொன்னபோது, நம் சகோதரர்கள் துடித்தெழுந்தார்கள்.

''இதயத்திலிருந்தல்ல வெறும் உதட்டிலிருந்து எழும் முத்தங்களினால், நான் நாற்பது வருட தாம்பத்யத்தை நிறைவு செய்துவிட முடியும்'' என்று ஜி.நாகராஜன் சொல்வது மாதிரி, ஒரு அசல் கலைஞனுக்கு வார்த்தைகளின் விபரீதங்கள் நிச்சயமாய் தெரியாது. அவன் எப்போதும் இயல்பு நிலையற்றவன். பின்விளைவுகளின் கோரப்பற்களை அறியாதவன். ஆனால், தன் சக மனிதனை அள்ளி அணைத்து, தன் மடியில் கிடத்தி, தலைகோதி ஆறுதல்படுத்தும் தாயின் பரிவானவன் அவன்.

இதை அவ்வளவு எளிதில் நாம் கண்டுபிடித்துவிடாதபடி நம் வழக்கங்கள் மறிக்கின்றன. ஒரு தீபாவளி நாள் அது. தன் உதவியாளரும், முன்னாள் பத்திரிகையாளருமான வடிவேல், life is beautiful படம் பார்த்த கதை சொல்கிறார். அந்த அறை, அவர்கள் இருவரின் ஆத்மார்த்த உரையாடலால் நிறைகிறது.

''இந்தப் படத்த எங்க பாத்த?''

''திருவண்ணாமலையில சார்''

''எப்போ''

''பத்து வருசம் இருக்கும் சார்.''

''அப்போ எப்படி இந்த படம் பாத்த''

''சார், அங்க தமுஎசன்னு ஒரு இலக்கிய அமைப்புல பவா, கருணான்னு ரெண்டு பேர், எப்பவும் இந்த மாதிரி படங்களா தெருவுல வச்சி போடுவாங்க.''

''தெருவுலயா?''

''ஆமாம் சார்''

"யாரு நம்ம பவாவா?"

"ஆமாம் சார்."

கொஞ்சநேர மௌனத்திற்குப் பின்,

"வடிவேலு, என்கூட வாடா"

"எங்க?"

"வா சொல்றேன்"

அன்றிரவு வடிவேல் ஒரு காரில் வந்து எங்கள் வீட்டில் இறங்கினார். கையில் தூக்க முடியாமல் ஒரு பெட்டி.

"என்ன வடிவேல் இது?"

"சார் இதை உங்ககிட்ட குடுக்க சொன்னார்."

நான் ஒரு சிறு குழந்தையின் ஆர்வத்தோடு அப்பெட்டியைப் பிரிக்கிறேன். பூக்களும், சாக்லேட்டுகளும் இறைந்து கிடந்த அப்பெட்டியில், ஒரு சீல் பிரிக்காத எல்.சி.டி. பிளேயர். விலை பார்த்தேன். அறுபதாயிரத்திற்கும் சற்று அதிகம். கூடவே நூறு உலகத் திரைப்படங்களின் ஒரிஜினல் டி.வி.டி.க்கள்.

"என்ன வடிவேல் இது?"

"நான் சொல்றேன் பவா" மிஷ்கின் தொலைபேசியில் வந்தார்.

"ஒவ்வொரு முறையும் ஒரு எல்.சி.டி. வேண்டி நீங்க படற கஷ்டம், அவமானம் எனக்குத் தெரியும். நான் உலகப்படம் பாக்க அலைஞ்சப்ப, எனக்கு எவனும் இதையெல்லாம் தெருவுல போட்டுக் காண்பிக்கல. பிலிம் கிளப்ல, பணம் கட்டி பாக்க காசில்லாம தவிச்சிருக்கேன். என்னை மாதிரி உங்க ஊர்ல ஒருத்தன் ஒரு நல்ல படம் பாக்க அலையக் கூடாது பவா"

நாங்கள் ஒவ்வொரு வாரமும் எங்கள் வீட்டு மொட்டைமாடியில் காண்பிக்கும் உலகத் திரைப்படக் காட்சியின் உபயம், மிஷ்கின் என்ற அந்த எளிய மனிதனின் பரிசுதான்.

நான், ஷைலஜா, மிஷ்கின், கூட அவரின் உதவி இயக்குநர்கள் நாலைந்துபேர் என மதிய உணவருந்திக் கொண்டிருந்தபோது அவர் அலுவலக அறை தட்டப்பட்டது.

"டேய் புவனேஷ், கதவைத்திற. யாரோ அசிஸ்டெண்ட் டைரக்டர்" இது மிஷ்கின்.

நான் பாதி சிரிப்பினூடே,

"எத வச்சி மிஷ்கின் அசிஸ்டெண்ட் டைரக்டர்ன்னு சொல்றீங்க?"

கதவைத் திறந்து கசங்கிய இரு இளைஞர்கள் உள்ளே வருகிறார்கள்.

"சார், நாங்க ரெண்டு பேருமே அசிஸ்டெண்ட் டைரக்டர்ஸ்" மிஷ்கின் என்னைப் பார்க்கிறார்.

"ஒண்ணுமில்லை பவா. இருபது வருட அனுபவம். கதவை எப்படி தட்டணும், ஷூ சத்தத்தை எப்படி குறைக்கணும்னுகூட நம்மை கான்சியஸ் ஆக்கிடும். அதுதான் அசிஸ்டெண்ட் டைரக்டர்ஸ் லைஃப். நான் அனுபவிச்சிருக்கேன். தோ, என்கூடவே இருக்கானே ஜோயல். அவன்தான் என் தாய், என் தகப்பன், என் நண்பன் எல்லாமும். மத்தியானத்துல, தான் பட்டினி கிடந்து எனக்கு பத்து ரூபாய்க்கு சோறு வாங்கி போட்டிருக்கான். இன்னும் இவன் கணக்கையே அடைக்க முடியல"

"போதும் மிஷ்கின்"

"இல்ல பவா. இந்த ஜென்மத்துக்கும் போதுமான துயரத்தை நான் வாசிப்பின் வழியா மட்டும்தான் கடந்திருக்கேன். அன்னாகரீனாவும் குற்றமும் தண்டனையும் படிக்க மட்டுமே லேண்ட் மார்க்ல சேல்ஸ்மேன் வேலைக்குச் சேர்ந்தேன். சினிமாவோட மொழி எனக்குத் தெரியும் பவா. அதை வச்சிக்கிட்டு எத்தனை அடைப்பு, எத்தனை தடங்கல், எத்தனை தடுப்பு. எல்லாத்தையும் தாண்டறதுக்குள்ள சேமிச்சு வச்ச எல்லாம் கரைஞ்சிடுச்சி பவா. இப்போ புதுசா..." வார்த்தைகளைத் தாண்டி சில சமயம் அழுகை முந்திக்கொள்ளும்.

கடற்கரையை ஒட்டிய ஒரு அழகான புல்வெளியில் இந்த வருடம் மிஷ்கினின் பிறந்த நாள் கொண்டாட்டம். தன் சக ஹிருதயர்களை மட்டும் அவ்விருந்துக்கு அழைத்திருந்தார். நானும், பிரபஞ்சனும், மருது சாரும் கொஞ்சம் முன்னாடியே போயிருந்தோம். நேரம் செல்ல செல்ல அந்த இருட்டை ஊடுருவி நட்சத்திரங்கள் வந்தன. இரவு 12 மணிக்கு விளக்குகள் அணைத்து, பூக்கள் கொட்ட ஒரு ராட்சஸ

அளவிற்கான கேக் முன்னால் அப்போதுதான் முதல் பிறந்தநாள் கொண்டாட நிற்கும் ஒரு குழந்தையின் குதூகலம் முகத்தில் ததும்ப மிஷ்கின் நின்றிருந்தார். நடிகர் ஜீவாவில் ஆரம்பித்து, நரேன்வரை அங்கு குழுமியிருந்தோம்.

கேக் வெட்டப்பட்டது. அதன் முதல் துண்டு நான் எதிர்பார்த்தது போலவே தன் ஆத்மார்த்த நண்பன் ஜோயலுக்கு ஊட்டப்பட்டது. அதன் தொடர்ச்சியாய் அங்கிருந்த ஒவ்வொருவரையும் ஸ்பரிசித்து நெற்றியில் முத்தமிட்டு, கேக் ஊட்டி... நான் வெளிச்சமற்ற ஒரு மரத்தடியில் நின்றிருந்தேன். இன்றைய திரையில் மின்னும் ஒரு உச்ச நட்சத்திரத்தில் ஆரம்பித்து, அவன் அலுவலகத்தைப் பெருக்கி சுத்தப்படுத்தும் அந்தக் கடைகோடி பையன்வரை அந்த ஸ்பரிசத்தையும், முத்தத்தையும் பெற்றார்கள். எந்தவித ஜாதி, மத அடையாளமுமற்ற என் நண்பன் மிஷ்கினிடம் நானும் ஒரு முத்தம் பெற்றேன். பதிலுக்குப் பரவசமாகி அவன் நெற்றியில் ஆறேழு முத்தமிட்டேன்.

என் காலத்திய ஒரு அசல் கலைஞனுக்கு என்னாலான எளிய பரிசு அது மட்டுமே.